சித்தன் போக்கு

சித்தன் போக்கு

பிரபஞ்சன் (1945 – 2018)

1945 ஆம் ஆண்டு புதுச்சேரியில் பிறந்த பிரபஞ்சனின் (சாரங்கபாணி வைத்திலிங்கம்) கதை, கட்டுரைகள் 1961 முதல் பிரசுரம் பெறத் தொடங்கின. 1965இலிருந்து தமிழ்ச் சிற்றிதழ்களில் – *தாமரை, தீபம், கண்ணதாசன், கணையாழி* – எழுதலானார். முதல் சிறுகதைத் தொகுதி (ஒரு ஊரில் இரண்டு மனிதர்கள்) 1982ஆம் ஆண்டு வெளிவந்து, தமிழக அரசின் பரிசைப் பெற்றது. இலக்கியச் சிந்தனை, புதுச்சேரி அரசு, மேற்கு வங்க பாரதீய பாஷா பரிக்ஷத், சாகித்ய அக்காதெமி பரிசுகளைப் பெற்றிருக்கிறார்.

இவர் தனது 73ஆவது வயதில், 21.12.2018 அன்று புதுச்சேரியில் காலமானார்.

சித்தன் போக்கு

பிரபஞ்சனின் தேர்ந்தெடுத்த கதைகள்

தொகுப்பாசிரியர்
பெருமாள்முருகன்

காலச்சுவடு பதிப்பகம்

● அன்பார்ந்த வாசகருக்கு,

வணக்கம்.

காலச்சுவடு நூலை வாங்கியமைக்கு நன்றி.

நூலின் உள்ளடக்கம், உருவாக்கம், அட்டைப்படம் இன்ன பிற அம்சங்கள் பற்றிய உங்கள் கருத்துகளையும் ஆலோசனைகளையும் காலச்சுவடு வரவேற்கிறது. தகவல், எழுத்து, வாக்கியப் பிழைகள் தென்பட்டால் அவசியம் தெரிவித்து உதவுங்கள். நூல் தயாரிப்பில் கடும் குறைபாடு இருப்பின் மாற்றுப் பிரதி உங்களுக்குக் கிடைக்கக் காலச்சுவடு ஏற்பாடு செய்யும்.

மின்னஞ்சல்: **publisher@kalachuvadu.com**

காலச்சுவடு நாகர்கோவில் அலுவலகத்திற்குக் கடிதம் அனுப்பலாம்.

தங்கள்
எஸ்.ஆர். சுந்தரம் (கண்ணன்)
பதிப்பாளர் — நிர்வாக இயக்குநர்

சித்தன் போக்கு ♦ சிறுகதைகள் ♦ பிரபஞ்சன் ♦ © பிரபஞ்சன் குடும்பத்திற்கு ♦ முதல் பதிப்பு: நவம்பர் 2004, பதினொன்றாம் பதிப்பு: மார்ச் 2025 ♦ வெளியீடு: காலச்சுவடு பப்ளிகேஷன்ஸ் (பி) லிட்., 669 கே.பி. சாலை, நாகர்கோவில்

cittan pookku ♦ Short Stories ♦ Author: Prabanjan ♦ © Prabanjan's Family ♦ Language: Tamil ♦ First Edition: November 2004, Eleventh Edition: March 2025 ♦ Size: Demy 1 x 8 ♦ Paper: 18.6 kg maplitho ♦ Pages: 224

Published by Kalachuvadu Publications Pvt. Ltd., 669 K.P. Road, Nagercoil 629001, India ♦ Phone: 91-4652-278525 ♦ e-mail: publications @kalachuvadu.com ♦ Printed at Print Point Offset Printers, Nagercoil 629001

ISBN: 978-81-87477-85-3

03/2025/S.No.171, kcp 5689, 18.6 (11) ass

கடற்கரைக்கும் கிளிஞ்சல்களுக்கும்
ரோமேன் ரோலந்து நூலகத்தின்
படைப்பாளிகளுக்கும்
வைகறை நள்ளிரவுத் தெருக்களுக்கும்
ரகசியங்கள் பேசிய
மகிழமரங்களுக்கும்
நன்றியும் அன்பும் கூடிய
சமர்ப்பணம்

பொருளடக்கம்

என்னுரை - பிரபஞ்சன்	11
முன்னுரை - பெருமாள்முருகன்	15
பாதுகை	23
ஒரு மனுஷி	30
குமாரசாமியின் பகல் பொழுது	39
குருதட்சிணை	61
சித்தன் போக்கு	80
தோழமை	88
அமானுடன்	96
சுகி	110
தபால்காரர் பெண்டாட்டி	122
வெளியேற்றம்	130
எனக்கும் தெரியும்	144
நேற்று மனிதர்கள்	151
சிக்கன் பிரியாணியும் சீதேவி படமும்	160
விட்டு விடுதலை ஆகி	168
மரி என்கிற ஆட்டுக்குட்டி	178
ருசி	186
தியாகி	194
ஒரு ஊரில் ரெண்டு மனிதர்கள்	200
பிரும்மம்	208
மனுஷி	217

என்னுரை
என்னுரை
என்னுரை
என்னுரை
என்னுரை

தேர்ந்தெடுக்கப்பட்ட கதைகளுக்குக் குறிப்பெழுதும் இத்தருணம் என் எழுத்து வாழ்க்கையில் மிக முக்கியமான கணம் என்பதை உணர்கிறேன்.

எழுதுகிற வேளையிலேயே, கதை உரிய வாகான இருக்கையில் தன்னைப் பொருத்திக் கொள்வதை உணர முடியும். நல்ல அல்லது சரியான கதை எழுதும்போதே, எழுதுபவரை மேலே இழுத்துச் செல்லும். வார்த்தைகள் சரியான இடத்தில் தாமாகவே வந்து உட்கார்ந்துகொள்ளும். சப்தம் நிற்கிற தருணமும் குழந்தைகள் நாற்காலிகளில் பொருத்திக் கொள்கிற தருணமும் ஒன்றாகும் ஸ்திதியான இசை நாற்காலி விளையாட்டுப் போல இது. கதையின் தொனி மேலும் மேலும் நுண்மையும் ஆழமும் கூடுவதால், ஒரு வகை அதிர்வு உடம்பில் தோன்றும். கையும் பேனாவும் விக்கித்தும் படபடத்தும் வழுக்கிக்கொண்டு தாளில் பரவும். அதுபோது ஏற்படும் பரவசம்

அற்புதம். எழுத்து வாழ்க்கையின் ஜீவிதம் என்பது இதுதான் என்பது புரிபடும்.

சில துர்பாக்கியமான விபத்துக்கள் எனக்கு நேர்ந்திருக்கின்றன. மிக அதிகமாகவே நேர்ந்திருக்கின்றன. குறித்த தேதி, நேரத்தில் முடித்துக் கொடுத்துவிடுவதாக ஒப்புக்கொண்டு, அந்த உத்தரவுகள் தரும் தகிப்பில் தயங்கி இருந்து விட்டுக் கடைசி நேரத்தில், மனசில் முழுமையாக எதுவும் திரளாத ஒரு புதிர் வேளையில் எழுதுவது போன்ற கொடுமையான சூழல் எதுவும் இருக்க முடியாது. கதை அந்த நேரத்தில் படுத்தும் பாடு, மிகவும் ஆக்ரோஷமான யுத்தம் போன்றது. வராத என்னை எதற்கடா கட்டி இழுக்கிறாய் என்கிற கோபம் கதைக்கு. நியாயம் தானே? இந்த விஷ வேளையில் கதைகள் உருவாவதில்லை. மாறாக ஒப்பேற்றப்படும். எழுத்தை ஜீவனோபாய மாகவும் ஏற்றுக்கொண்ட மூடத்தனமும், வெகுஜனப் பத்திரிகை அதர்மங்களுக்குள் சிக்கிக்கொண்ட கையாலாகாத்தனமும் கொண்ட வனான எனக்கு இம்மாதிரி அனுபவங்கள் பல நூறு.

ஆனாலும் நான் சந்தோஷப்படக் காரணங்கள் இருக்கின்றன. இந்தச் சூழலுக்குள்ளும் நினைத்து மகிழ்ச்சியடைய, சில கதைகள் நான் எழுதியிருக்கிறேன்.

காலம், மிகக் கறாரான தராசைக் கையில் வைத்துக்கொண்டு கண்குத்திப் பாம்பாகச் சதா பரிசீலனை செய்துகொண்டேயிருக் கிறது. 'சார் . . . அந்தக் கதையை எழுதும்போது டிபன் ரெடியாக வில்லை. பசியில்தான் எழுதினேன், கொஞ்சம் அட்ஜஸ்ட் பண்ணிக் கொள்ளுங்கள்' என்றோ, 'என்ன நடந்துச்சின்னா, நான் அந்தக் கதையை எழுதினபோது எனக்கு சரியான கேஸ் டிரபிள், கொஞ்சம் அப்படியும் இப்படியுமாத்தான் இருக்கும், பார்த்துகிடுங்கோ' என்றோ நானோ, அல்லது வேறு எந்த எழுத்தாளருமோ எந்தச் சலுகையை யும் காலத்திடம் எதிர்பார்க்க முடியாது. கால வெள்ளம், அரைகுறைப் பிண்டங்களுக்கு இரக்கம் காட்டுவது இல்லை. ஒரு முறை, ந. பிச்சமூர்த்தியைச் சாலியமங்கலத்தில் சந்தித்தபோது, நானும் பிரகாஷும் செல்லப்பாவைக் குறித்து, அவர் எழுதுவது கவிதைகள் தானா என்று தீவிரமாகக் கேட்டோம். வெண்மையும் மஞ்சளும் கலந்த தாடியை நீவிவிட்டுக் கொண்டு, சற்று நேரம் கழித்து, 'செல்லப்பா கவிதையும் எழுத முயற்சிக்கிறான். எழுதட்டுமே, முயற்சி தப்பில்லையே, எல்லா முயற்சியும் முழுசாகணும்கிற கட்டாயம் இல்லையே' என்று அவருக்கே உரிய ஞானத்துடன் ந.பி. சொன்னது நினைவுக்கு வருகிறது. ந.பி. சொன்ன அந்த முயற்சிக் கதைகள் அல்லது படைப்புகள், இலக்கியத்தைக் குறிவைத்து தோற்றவை களுக்குத்தான் பொருந்துமே தவிர, அவசரத்துக்கு எழுதியவை களுக்குப் பொருந்தாது. காலம், கண்டிப்பு மட்டும் அல்ல, கருணை யும் கொண்ட ஜீவி. அது நோக்கத்தையும் பரிசீலிக்கும்.

சில நல்ல விஷயங்கள் எனக்குள் இருந்து, தம்மை எழுதிக் கொண்டிருக்கின்றன. அவை நல்ல கதைகளாக உருவாகியிருக்கின்றன. என் மகிழ்ச்சி அதன் பொருட்டுத்தான். அவைகளில் சில தீவிர வாசகர்கள் புறங்கையால் ஒதுக்கும் மோசமான பத்திரிகைகளில் பிரசுரமாகிக் கவனிப்புக்குள்ளாகாமல் போகும்போது நான் வருந்தி யிருக்கிறேன். என் கதைகள் பற்றி அபிப்பிராயம் தெரிவிக்கும் வாசகர் முன், எனக்கு விதிர்விதிர்ப்பு ஏற்படுகிறது. நான் விரும்பி நேசிக்கும் அந்தக் கதைகளை அவர் வாசித்திருக்க வேண்டுமே எனும் தவிப்புக்கு நான் ஆளாகிறேன். என் நேசிப்புக் கதைகளைப் பட்டியல் போட்டு அவருக்குத் தரவும் இயலாதே, மற்றும் அதை நீங்கள் வாசித்திருக்க வேண்டும் என்று வற்புறுத்துவதும் ஜனநாயகம் அல்லவே!

நண்பர் பெருமாள்முருகன், கதைகளைப் படித்துத் தேர்ந்தெடுக் கிறார் என்று கண்ணன் சொன்னபோதும் எனக்குள் படபடப்பு ஏற்பட்டது. என் மனசுக்குள் இருக்கும் கதைகள் அவர் பட்டியலில் இருக்க வேண்டும் எனும் கவலையும் ஏற்பட்டது. பெருமாள்முருக னின் பட்டியலைப் பார்த்ததும் எனக்கு மகிழ்ச்சி ஏற்பட்டது. என் தேர்வும் அவர் தேர்வும் முழுமையாக ஒத்துப்போயிருந்தன. யாராலும் வாசிக்கப்படாத, எனக்கு மிகவும் அந்தரங்கமான குமாரசாமியின் பகல்பொழுது கதையை அவர் தேர்ந்தெடுத்திருந் தார். எழுத்தாளர் பெருமாள்முருகனுக்கு என்மனம் நிறைந்த நன்றியைத் தெரிவித்துக்கொள்கிறேன். மிகுந்த பிரயாசையையும் நேரத்தையும் செலவிட்டிருக்கும் பெருமாள்முருகன் செய்த உதவியை ஒருபோதும் என்னால் மறக்க முடியாது.

என் வாழ்க்கையை அர்த்தம் பொருந்தியதாக, உபயோகம் கொண்டதாக நான் வாழ்ந்திருக்கிறேன் என்று எனக்குச் சொல்வ தாக இந்தச் சித்தன் போக்கு தொகுப்பு அமைந்திருக்கிறது. நண்பர் கண்ணனுக்கு என் நன்றி.

6.11.2004   தோழமையுடன்
சென்னை - 14   பிரபஞ்சன்

முன்னுரை

உயர்வுகளை முன்னிறுத்தும் கதைகள்
உயர்வுகளை முன்னிறுத்தும் கதைகள்
உயர்வுகளை முன்னிறுத்தும் கதைகள்

பிரபஞ்சனின் தொடக்கக்காலக் கதைகள் நான் மிகவும் விரும்பிப் படித்தவை. 'ஆண்களும் பெண்களும்', 'ஒரு ஊரில் இரண்டு மனிதர்கள்' ஆகிய நூல்களைத் தேடிப் பெற்றுப் படித்திருக்கிறேன். 'பிரும்மம்' கதையை இலக்கியச் சிந்தனைத் தொகுப்பில் படித்ததாக நினைவு. அக்கதையின் சொல்முறையும் அதில் இயங்கிய மனத்தின் கனிவும் எனக்குள் படிந்து போயின. அதன்பின் சில ஆண்டுகள் பிரபஞ்சனின் கதைகளைப் படிப்பதில்லை என்று தீவிர முடிவெடுத்துத் தவிர்த்திருக்கிறேன். அதற்குக் காரணம், வெகுஜன இதழ்களில் எழுதுபவர்களைப் பற்றிய மிக ஏளனமான எண்ணம்தான். அவர்களை மக்களின் எதிரிகளாகக் கற்பனைச் செய்து கொண்டது முண்டு. நான் கொண்டிருந்த அரசியல் நிலைப்பாடுகள் கறாரான பல முடிவுகளை என்னுள் உருவாக்கியிருந்தன. அவற்றுள் இதுவும் ஒன்று.

வெகுஜன இதழ்கள் நல்ல எழுத்தாளர்களை உள்வாங்கிக் கொண்டு, அவர்களின் எழுத்து ஜீவனை உறிஞ்சி எடுத்துக் கொள் பவை. எவ்வளவுதான் சமரசமற்ற எழுத்தாளராக இருப்பினும் அவரைப் படிப்படியாகத் தனக்கேற்ப உருமாற்றித் தன் தேவையை நிறைவேற்றும் ஏவலாளாக மாற்றிவிடும். எழுத்தாளனின் சிந்தனை அப்பத்திரிகைகளின் போக்கிற்கேற்பத் திரிந்து சரக்கு உற்பத்தி செய்பவனின் எந்திரத்தனத்தை அடைந்துவிடும். சுவை, ரசனை, மேம்போக்கு ஆகியவையே எழுத்தின் நோக்கமாகக் கொள்ளப்படும். வாசகனுக்கு எந்தத் தொந்தரவையும் கொடுக்காத வகையில், அதாவது பொதுப்புத்தியில் சலனத்தை உண்டாக்காத முறையில் எழுதும்படி பேனாவுக்குப் பயிற்சி கிடைத்துவிடும். இவற்றையெல் லாம் அறிந்திருக்கும் எழுத்தாளன் அத்தகைய இதழ்களில் எழுதுவ தென்றால்... என்னும் கோபம் என்னுள் நிறைந்திருந்தது. இக்கருத்து களில் ஓரளவு உண்மை உள்ளது. ஆனால், இவை முழுமைபெற்ற கருத்தல்ல.

எழுதுவது என்பதே ஒரு சமூகச் செயல்பாடு; எழுத்தே சமூகம் பற்றிய எதிர்வினைதான் என்பது சரியெனில், எழுத்தாளன் சுய சிந்தனை கொண்டவன் அல்லவா? எழுத்தாளனுக்குச் சுயசிந்தனை இல்லை என்று திரும்பத் திரும்ப வலியுறுத்தும் அவலத்தைக் கொண்டதாக நம் இலக்கியச் சூழல் உள்ளது. எழுத்தாளன் எதை யாவது, யாரையாவது சார்ந்திருந்தே ஆக வேண்டும் என்று கருது வதும் அப்படியில்லாவிடின் எதற்குள்ளாவது கொண்டு நிறுத்துவதும் 'எடுப்பார் கைப்பிள்ளைதான் எழுத்தாளன்' என்று நிறுவுவதும் இங்கு இயல்பாக நடந்துவரும் ஒரு வேலை. வெகுஜன இதழ்களில் எழுதுவது பற்றிய என் எண்ணமும் அப்படித்தான் இருந்தது. எழுத்தாளன் மீதும் அவனது சுயசிந்தனை மீதும் சிறிதும் நம்பிக்கை கொள்ளாத ஒரு நிலைப்பாடு எப்படிச் சரியாகும்? எந்தத் தளத்தி லும் தன் கூர்மையை விட்டுக் கொடுக்காத எழுத்தாளன் இருக்க முடியாதா? வெகுஜன இதழ்களைத் தவிர்த்தல் தன் பலவீனத்தால் ஏற்படும் அச்சமே தவிர, வேறில்லை.

எழுத்தாளன் மீதும் அவனது சுயசிந்தனை மீதும் மதிப்பும் நம்பிக்கையும் பின்னர் எனக்கு உருவானது. அதற்கு ஒரு காரணம், பிரபஞ்சன்தான். 1994 ஆம் ஆண்டு என்று நினைக்கிறேன். என் குடும்பச் சூழலின் நிர்ப்பந்தத்தால் ஏதாவது ஒரு வேலைக்கு உடனடியாகப் போயாக வேண்டியிருந்தது. அப்போது 'சுதேச மித்திரன்' என்னும் நாளிதழ் புதிதாகத் தொடங்கப்பட்டிருந்தது. அத்தகைய பத்திரிகைகளில் எழுதக்கூடாது என்னும் கொள்கை யால், என்னை எழுத்தாளன் என்று காட்டிக் கொள்ளாமல் 'மெய்ப்புத் திருத்துநர்' வேலைக்குச் சேர்ந்திருந்தேன். அப்பத்திரிகை அலுவலகத்துக்குப் பிரபஞ்சன் ஒருநாள் வந்திருந்தார். அதன் ஞாயிறு மலரில் எழுதுவது தொடர்பாகப் பேசவோ எழுதியதற்கான பணம்பெறவோ வந்தார் என்று நினைக்கிறேன்.

புதிதாகத் தொடங்கப்பட்ட இந்த நாளிதழ், வதந்திகளை விற்று ஏற்கனவே பிரபலமாகியிருந்த நாளிதழ் ஒன்றைப் பின்பற்றும் போக்குடையது. அதற்கும் இலக்கியத்திற்கும் எந்தப் பிராப்தமும் கிடையாது. அங்கே பிரபஞ்சனைக் கண்டது அதிர்ச்சியாக இருந்தது. அவரிடம் என்னை அறிமுகப்படுத்திக் கொண்டேன். 'பெருமாள் முருகன் ப்ரூப் ரீடரா?' என்று ஆச்சர்யத்தோடு கேட்டார். என் நிலைக்கு அவரும் அவர் நிலைக்கு நானும் மனத்துள் வருந்தியதால் மௌனமானோம். அந்தச் சந்திப்புக்குப் பிறகுதான் பிரபஞ்சனின் கதைகளை மீண்டும் பொருட்படுத்தி வாசிக்கத் தொடங்கினேன். பிரபஞ்சன் போன்ற எழுத்தாளர், வெகுஜனப் பத்திரிகைகளில் பெருவிருப்பத்தோடு எழுத எந்த முகாந்திரமும் இல்லை என்று தோன்றியது. அவருக்குரிய தளங்களை உருவாக்கிக் கொடுக்காத சூழலின் அவலம் பற்றிக் கவலை கொண்டேன்.

அதன்பின் பிரபஞ்சன் எழுத்தாகக் கிடைக்கும் அனைத்தையும் விடாமல் படிக்கும் வழக்கத்தைக் கொண்டேன். அவர் எழுதிய அரசியல் கட்டுரைகளையும் விரும்பிப் படித்திருக்கிறேன். அவரது அரசியல் நிலைப்பாடுகளில் ஏற்பட்ட மாற்றங்கள் பொருட்படுத்தத் தக்கவையல்ல. வாழும் நிர்ப்பந்தம் கொண்ட எழுத்தாளன் அப்படித் தான் இருக்க முடியும் என்று தோன்றியது. அடிப்படைத் தேவை களுக்குத் துன்பப்படாத எவரும் பிரபஞ்சன் பற்றிய விமர்சனங் களைப் பேச உரிமையற்றவர்கள் என்று கருதுகிறேன்.

வெற்றிபெற்ற வெகுஜனப் பத்திரிகை எழுத்தாளர் அல்ல பிரபஞ்சன். எவ்வளவு முயற்சி செய்தாலும் அந்தத் தளத்திற்கு ஏற்பத் தன்னை மாற்றிக்கொள்ள அவரால் இயலாது. ஏனெனில் அவரது மனவார்ப்பு அப்படி. பொதுப்புத்தி சார்ந்த விஷயங்களை கேள்விக்கு உள்ளாக்குவதும் அவற்றை எடுத்தெறிவதும் அவரது படைப்புகளின் இயல்பு. அனுபவங்களுக்கு உட்படுத்தாமல் மேலோட்டமாக எழுதியுள்ளார் என்று வேண்டுமானால் சொல்ல லாம். ஆனால் பொதுப்புத்திக்கு உட்பட்டு எழுதியவர் என்று கூற முடியாது. வெகுஜன இதழ்களில் பிரபஞ்சன் எழுதிய தொடர்கதை கள் நூல்களாக வந்துள்ளன. இலக்கியத்தரம் பற்றிய அக்கறை உள்ளவர்கள் அவற்றைத் தாராளமாகப் புறக்கணித்துவிடலாம். பிரபஞ்சனே அவற்றை முன்னிறுத்த மாட்டார் என்று நினைக் கிறேன். அவ்விதழ்களில் அவர் எழுதிய சிறுகதைகள் அப்படிப்பட்ட வையல்ல. அவரது எழுத்தின் இயல்புகளை முழுமையாகக் கொண்ட கதைகள் அவை. சில கதைகள் எழுதப்படும் கால அவகாசத்தைப் பொறுத்து நேர்த்தி குறைவுகள் ஏற்பட்டுள்ளன. சோடை போன கதை என்று எதுவுமில்லை.

வெகுஜன இதழ்களில் எழுதியமையால் பிரபஞ்சனின் கதைக் களன்கள் விரிந்துள்ளன. விதவிதமான கதைகளை எழுதுவதற்கான வாய்ப்புகள் கிடைத்திருக்கின்றன. தமக்குள் மனத்தடை உருவாக்கிக்

17

கொண்டு குறிப்பிட்ட வகையான கதைகளை மட்டுமே எப்போதாவது ஒன்றிரண்டு எழுதிக் கொண்டு ஒளிவட்டம் சுழன்றபடி நடமாடும் தீவிர எழுத்தாளனிடம் வகைவகையாக விரியும் எழுத்தின் சாத்தியங்களைக் காண முடிவதில்லை. கடும்சோம்பல் இலக்கியத் தவமாக அங்கீகரிக்கப்படுகிறது. பிரபஞ்சனிடம் பல விதக் கதைகள் உருவாகக் காரணம் வெகுஜனத் தளத்தை அவர் பயன்படுத்திக் கொண்டதுதான். படைப்பாளனின் மனவிரிவுகொள்ளும் சாத்தியங்களைப் பிரபஞ்சன் கதைகளில் காணமுடிகிறது.

அவர் கதைகளை வகைப்படுத்துவது கடினம். கிராம தெய்வங்கள் தொடங்கி பெரும்தெய்வங்கள் வரையிலான நம் தொன்மங்களைப் பயன்படுத்தி எழுதியுள்ள கதைகள், பீடங்களாகப் போற்றப்படும் மடங்களுக்குள் நுழையும் கதைகள், பிரெஞ்சு ஆதிக்கம் புதுச்சேரியில் இருந்தபோது நிகழ்ந்த சம்பவக் கதைகள், நடுத்தரக் குடும்பத்து மன உணர்வுகளை வெளிப்படுத்தும் கதைகள் எனப் பிரபஞ்சனின் கதைகளை மனத்துள் பிரித்துக் கொண்டே போகலாம். ஆனால் இவற்றுள் அடங்கிவிடுபவை அல்ல அவை. நாம் எதிர்பாராத வகையில் சட்டெனப் புரட்சிகர அரசியல் இயக்கங்களைப் பற்றி எழுதுவார். சாஸ்திரிய இசை தொடர்பாக எழுதுவார். பெண்களைக் குறித்த கதைகள் வரும். தொழிலாளர்கள் சம்பந்தமான கதைகள் உருவாகும். கல்வி நிறுவனங்கள், கல்லூரி அனுபவங்கள் என்று வேறொரு பகுதிக்குள் அவர் எழுத்து செல்லும். மெஸ்கள் பற்றிப் பிரபஞ்சன் அளவுக்கு எழுதியவர் உண்டா? இந்தத் தன்மைகள் வாய்க்கும் படைப்பாளர் மிகச் சிலரே. பிரபஞ்சனிடம் நான் வியந்து போகும் அம்சம் இது.

மனிதனின் கீழ்மைகளை மையப்படுத்தி எழுதப்படுபவையே வெற்றிகரமான கதைகள் என்றொரு அபிப்ராயம் எனக்குண்டு. கீழ்மைகள் நேரடியான வெளிப்பாடு கொள்ளும் போது அருவறுக்கும் சமூகம், அவை சமத்காரமாகத் தம்மை மறைத்துக் கொண்டிருக்கும்போது பெரிதாகக் கவலைப்படுவதில்லை. படைப்பு, அந்த சமத்காரத்தை உடைத்து கீழ்மைகளை வெளியே கொண்டு வரும் வேலையைச் செய்கிறது. மேலும் கீழ்மைகளுக்கு உள்ள ஈர்ப்பு வலிமை மிக்கது. கீழ்மைகளைக் கடுமையாக வெறுப்பதும்கூட அவற்றின்மீது ஏற்படும் அதீத ஈர்ப்பினால்தான் என்று சொல்லலாம். அவற்றை மையப்படுத்தும் படைப்பின் நோக்கம் உயர்வுகளை பற்றிய ஏக்கமே ஆகும். ஆனால் பெரும்பாலும் படைப்புகள் உயர்வுகளைக் குறித்துப் பேசுவதில்லை. உயர்வுகள் தம்மை வெளிப்படுத்திக் கொள்ளக் கூச்சப்படுகின்றன. உயர்வுகளுக்கு ஈர்ப்புத் தன்மை குறைவு. ஆகவே கீழ்மைகளைப் பேசுவதன் மூலமாகவே உயர்வுகளை உணர்த்தும் வேலையைச் செய்கின்றன படைப்புகள்.

பிரபஞ்சனின் படைப்புகள் இத்தன்மைக்கு எதிரானவை. பெரும்பாலும் உயர்வுகளைப் பேசுவனவாகவே தம் படைப்புகளைப்

பிரபஞ்சன் உருவாக்கியுள்ளார். இவருடைய கதைகளில் கீழ்மைகள் பனிப்படலத்தின் உள்ளே மறைந்துகிடக்கும் தெளிவற்ற காட்சிகள் போல மங்கிப் போகின்றன. உயர்வுகளோ அவற்றின் சகல முகங்களும் துலங்கும் வகையில் அற்புத வெளிப்பாடு கொள்கின்றன. மனிதனின் அடிப்படைப் பண்புகள் இந்த உயர்வுகளாகத்தான் இருக்க முடியும். ஆதிகால மனிதன் உயர்வுகளை மட்டும் கொண்டவனாகவே இருந்திருப்பான். காலப்போக்கில், மனிதன் வளர்ச்சி என்று கருதும் சூழலில், அவை கொஞ்சம் கொஞ்சமாகத் தம் திறனை இழந்து பின்னுக்குப் போய்விட்டன. மனிதனின் அடிப்படைப் பண்புகளை மலர்ச்சிபெறச் செய்யும் வேலை படைப்பினுடையது. உயர்வுகள் ஒருவேளை, இலட்சியங்களாகக் கட்டமைக்கப்பட்டவையோ? மனிதனின் உண்மையான இயல்புகள் கீழ்மைகள்தானோ? எனினும் இலட்சியங்களாகிய உயர்வுகளை அடைவதுதான் மனிதனின் உச்ச இலக்காக இருக்க வேண்டும். எவ்வாறாக இருப்பினும் படைப்பு உயர்வுகளை நோக்கிய உந்துதல் என்றே சொல்லலாம்.

உயர்வுகளை முன்னிறுத்தி வெற்றிகரமான கதைகளை எழுதியவர் பிரபஞ்சன். இது மிகவும் கடினமான காரியம். உயர்வுகளைப் பேசும்போது கீழ்மைகளை முற்றிலுமாகப் புறக்கணித்துவிட முடியாது. கீழ்மை x உயர்வு என்னும் முரணைக் கதையில் கட்டமைப்பதுதான் நிகழக்கூடியது. பிரபஞ்சனும் இந்த முரண் முறையையே கையாள்கிறார். ஆனால் உயர்வின் சிறப்புக்கு ஒரு பின்புலமாகக் கீழ்மைகள் அமைகின்றன. மனிதனிடம் இத்தனை உயர்வுகள் புதைந்து கிடக்கின்றனவா என்று வியப்புறும் வகையில் பிரபஞ்சன் கதைகள் இருக்கின்றன. ஈர்ப்பற்ற விஷயத்தை ஈர்ப்போடு உருவாக்கும் திறன் பிரபஞ்சனுடையது. மனிதனின் மீது நம்பிக்கை குலைந்து, மனிதன் எல்லாவற்றையும் அழித்துவிடும் சுயநலப் பிறவி என்னும் கருத்தோட்டம் மேலோங்கி வரும் சூழலில், மனிதனின் அடிப்படை நல்லியல்புகளைப் பிரமாதப்படுத்தி நம்பிக்கை கொள்ளச் செய்கின்றன பிரபஞ்சனின் கதைகள்.

'ஒரு ஊரில் ரெண்டு மனிதர்கள்' கதை மையம் என்ன? கடன் கொடுத்தவனாகிய கிருஷ்ணமூர்த்தியும் வாங்கியவனாகிய ரங்கசாமியும் சில சந்தர்ப்பங்களல் மிகவும் இழிவாக நடந்துகொள்கிறார்கள். ஆனால் கதை அதன்மீது மையம் கொள்ளவில்லை. ஒருவரை ஒருவர் உணர்ந்துகொண்டு தம்முள் இருக்கும் மனிதனை வெளியே கொண்டுவரும் இறுதிப் பகுதிதான் கதையின் மையம். 'நான் ஏதாவது தப்பாச் சொல்லியிருந்தா கோவிச்சுக்காதே கோபாலு' என்று கிருஷ்ணமூர்த்தியும் 'மனசுல ஒன்னும் வெச்சுக்காதே கிருஷ்ணமூர்த்தி' என்று கோபாலுவும் தங்களை வெளிப்படுத்திக் கொள்ளும் அந்த இயல்புதான் பிரபஞ்சன் காட்ட விரும்பும் மையம். மடங்களைப் பற்றிய கதை எனினும் அங்கு நிலவும்

கொடூரங்களைப் பிரபஞ்சன் பிரதானப்படுத்துவதில்லை. அக்கொடூரங் களுக்குள் உயிர்த்திருக்கும் மனத்தையே பிரதானப்படுத்துகிறார். 'வெளியேற்றம்' கதையில் ஆத்மானந்தர் என்னும் மடாதிபதியின் மன உயர்வுகள் பேசப்படுகின்றன. உயர்வுகள் மதிக்கப்படாத பொழுது, கீழ்மைகளோடு சமரசம் செய்து கொண்டு அடங்கிப் போகும் வழியைப் பிரபஞ்சன் பரிந்துரைப்பதில்லை. அதிலிருந்து விலகிக்கொள்வதன் வழியாகக் குறைந்தபட்சம் தன்னுள்ளிருக்கும் அந்த நல்லியல்புகளையாவது காத்துக் கொள்ள முடியும் என்று கருதுகிறார்.

'மரி என்கிற ஆட்டுக்குட்டி' கதையைப் பார்த்தால், எதிர்மறை போலத் தோன்றும். சூழல் வாய்க்கும்போது மனிதனுக்குள் முடங்கி யிருக்கும் உயர்வுகள் முகிழ்ந்து வருவதை ஆச்சர்யத்தோடு விவரிக் கும் கதை இது. 'எனக்கும் தெரியும்' கதைக்குள் அம்மா என்னும் எதிர்மறை காட்சிக்குள்ளே வராமல் அம்மாவை மையமிட்டு மூர்த்தி, சுகுணா, சுகுணாவின் அப்பா ஆகியோரின் குணங்கள் வெளிப்பாடு கொள்ளும் தருணங்கள் மிகவும் கவித்துவமானவை. பிரபஞ்சன் கதைகளுள் எனக்கு மிகவும் பிடித்த ஒன்று 'குமாரசாமியின் பகல் பொழுது.' குமாரசாமி என்னும் மனிதருக்குள் புதைந்திருக்கும் பரிமாணங்களை ஒரே ஒரு பகல் பொழுதைக் கொண்டு காட்டும் கதை இது. குமாரசாமியின் அலுவலகம் சார்ந்த உலகம் அவருடை யது மட்டுமல்ல. குமாரசாமியைப் போலிருக்கும் லட்சக்கணக்கான மனிதர்களுடையது. எல்லோருக்கும் குமாரசாமிக்குக் கிடைத்ததைப் போல வெளிப்படச் சந்தர்ப்பம் கிடைக்குமா? கிடைத்ததும் குமாரசாமி அதைப் பயன்படுத்திக் கொள்ளத் தயாராகிவிடுகிறார். எத்தனை பேருக்கு இந்தத் தைரியம் வரும்? உள்ளதை உதறி வேறொன்றைப் பற்றிக் கொள்ளுத் துணிவு இவர்களுக்கு ஏது? அச்சமே கீழ்களது ஆசாரம். ஆனால் பிரபஞ்சன், குமாரசாமியைத் துணிவுகொள்ளச் செய்கிறார்.

'சிக்கன் பிரியாணியும் சீதேவி படமும்' கதை வித்தியாசமான ஒன்று. இதைப் போன்ற ஒரு கதையை, கந்தர்வனும் எழுதியிருக் கிறார். 'தினம் ஒரு பாண்டியன் எக்ஸ்பிரஸ்' என்னும் சிறுகதை அது. எளியவர்களிடம் பணம் பிடுங்கித் தம் அன்றாட வாழ்வை நடத்தும் அரசியல் தரகரைப் பற்றிய கதைகள்தாம் இரண்டும். ஆனால் பிரபஞ்சனின் கதை கொள்ளும் முடிவு அருமையானது. அரசியல் தரகனின் மனத்திலும் நல்லியல்புகள் பொதிந்திருக் கின்றன, அவற்றை வெளிப்படுத்தச் சூழல் முக்கியம் என்று காட்டு கிறது முடிவு. ஏமாற்றுவதையே தொழிலாகக் கொண்ட நாகராஜன் என்னும் அவன், 'எப்படியாவது மண்ணாங்கட்டியின் தங்கைக்கு வேலை வாங்கிக் கொடுத்துவிட வேண்டும் என்று முதல்முறையாக நினைத்தான்' எனப் பிரபஞ்சன் முடிக்கிறார். அவன் மனத்தில் இருக்கும் ஈரத்தைக் காட்டப் பிரபஞ்சனால்தான் முடியும். இப்படி

அவரது கதைகள் பலவற்றைப் பற்றியும் விரிவாகப் பேசமுடியும். வடிவச் சிக்கல்கள் எதிலும் பட்டுக்கொள்ளாமல் நேரடியாகக் கதை சொல்லும்முறை அவருடையது. அவை ஆழ்ந்த அனுபவங்களைக் கொண்டிருப்பவை. அனுபவங்களைத் தாண்டுவதும் பரிசீலிப்பதும் புதிய அனுபவ வெளிக்குள் வீசுவதும் என அவை வாசகருக்குப் பலவிதமாகப் பயன்படுபவை.

பிரபஞ்சனைப் பொறுத்தவரை, மனிதர்கள் மகத்தானவர்கள். அவர்களுக்கான சூழல் வாய்க்கும்போது எல்லோருமே நற்பண்பு களைக் கொண்டவராகவே விளங்குவர். அப்படியான சூழலை அமைத்துத் தருவது முக்கியம். பிரபஞ்சன் அத்தகைய சூழல்களை அமைத்துத் தருகிறார். அவற்றில் மனிதப் பண்புகள் வெளிப்படு வதை ஆசையோடு நம்முன் வைக்கிறார். படைப்பாளன் உலகின் மீதுள்ள பிரியத்தை, நம்பிக்கையை இப்படித்தானே வெளிப்படுத்த முடியும். சாதாரணத் துன்பம் ஒன்றில் பட்டுக்கொள்ளும் ஒருவன், உலகத் துன்பங்களே தன் தலைமேல் வந்து விடிந்துவிட்டதாக அல்லல்படும் காலத்தில், பிரபஞ்சனின் உயரிய மன வெளிப்பாடு களாக அவர் கதைகள் அமைந்திருப்பதை விதந்தோதிச் சொல்ல வேண்டியிருக்கிறது.

பிரபஞ்சனின் இருபது கதைகளைத் தேர்ந்தெடுத்து வெளிவரும் இத்தொகுப்புக்காக அவரின் நூற்றுக்கும் மேற்பட்ட கதைகளை ஒருசேர வாசித்தேன். அந்த அனுபவம் மானாவாரி வேளாண்மை செழித்திருக்கும் பரந்த நிலங்களுக்குள் விடிகாலை வேளையில் காலோயச் சுற்றிவந்ததைப் போலிருந்தது. ஈரம் என் கால்களில் ஏறி உடம்பு முழுவதற்கும் பரவிற்று. ஈரம் என்பது அன்பு, கருணை, நம்பிக்கை, தியாகம், உதவி, பற்று உள்ளிட்ட நல்லியல்புகள் அனைத்துக்கும் பொருந்தும். செழித்த கதிர்களில் விருப்பத்திற்கு உட்பட்டும் விதவிதமானவற்றை ருசித்துப் பார்க்கும் வேட்கையினா லும் நேர்த்தியின் ஈர்ப்பாலும் சிலவற்றைத் தேர்வு செய்து பசியாறும் சிட்டுக்குருவியாகச் செயல்பட்டிருக்கிறேன். இத்தேர்வைப் பார்வை யிட்டு ‘இவை அனைத்தும் எனக்கும் பிடித்த கதைகள்’ என்றார் பிரபஞ்சன். அங்கீகரிப்பு தரும் சந்தோசம் அளவற்றது.

இவ்வனுபவத்தை வழங்கிய பிரபஞ்சன் அவர்களுக்கும் கண்ண னுக்கும் இனிய நன்றிகள்.

பெருமாள்முருகன்

பாதுகை
பாதுகை
பாதுகை
பாதுகை
பாதுகை

இரண்டு பெருச்சாளிகள் பக்கத்தில் பக்கத்தில் நிற்பதுபோல அந்தச் *சப்பாத்துகள் இருந்தன. புத்தம் புதிய சப்பாத்துகள். முகம் பார்த்துத் தலை சீவிக் கொள்ளலாம் போன்ற பளபளப்பு. வாசலில் காய்ந்த வெயில் வெளிச்சம் பட்டுக் கறுப்பு மின்னல் மாதிரி அலைகள் ஒளிர்ந்தன.

பொன்னுத்தம்பி அந்தச் சப்பாத்துக் குழந்தைகளைப் பார்த்தான். கறுப்பு இரட்டைக் குழந்தைகள். வெள்ளைக்காரத் தெருவில், துரைமார்களுக்கு மட்டுமே பாதுகைகள் செய்யும் மாடன் சிரத்தையோடும் ஆர்வத் தோடும் செய்திருந்தான் அவற்றை. விலை கொஞ்சம் கூடுதல்தான். அதற்கென்ன செய்ய முடியும். துரைமார்கள் கொடுக்கிற கூலியைத் தானே தானும் கொடுக்க வேண்டியிருக்கிறது என்று நினைத்துக் கொண்டான். ரொம்ப நாள் ஆசை அன்று நிறைவேறியது பொன்னுத்

---
* சப்பாத்துகள் - ஷூக்கள்

தம்பிக்கு. துரைமார்களைப் போலவே படித்து அவர்களோடேயே தொழிலும் செய்கிறவன். அவர்களைப் போலவும் உடுத்த வேண்டாமா என்ன?

கஞ்சி முடமுடப்பில் நிமிர்ந்து, கத்தி மாதிரி நின்ற கால் சராய்களின் மடிப்பு பழுதுபடா வண்ணம் வாகாக உட்கார்ந்து கொண்டு, மேஜோடுகளை எடுத்தான். மேஜோடுகளும் புதியவை தான். பாம்பு உரித்த சட்டை மாதிரி, மெருகும் மென்மையுமாய் இருந்தன அவை. இரண்டு கால்களிலும் மேஜோடுகள் அணிந்து முடித்து, சப்பாத்துகளை எடுத்தான்.

மேலே படிந்திருந்த தூசை, அவற்றுக்கு நோகாமல் தட்டிச் சுத்தம் செய்தான். ஒவ்வொன்றிலும் காலை நுழைத்துக் கயிற்றால் இழுத்துக் கட்டிக் கொண்டான். வளர்ப்பு நாய்க்குட்டி காலைக் கவ்வியது மாதிரி சப்பாத்துகளும் கவ்விக் கொண்டன. நாலடி நடந்தான்.

என்ன சுகம். நடக்கவே சந்தோஷத்தையும் உந்துதலையும் கம்பீரத்தையும் கூட அவை தந்தன. ஏழெட்டு வயது குழந்தை மாதிரியும் இருந்தன.

திண்ணையில் பொன்னுத்தம்பியின் அப்பா மோட்டு வளையைப் பார்த்துக் கொண்டு உட்கார்ந்திருந்தவர் மகனைப் பார்த்தார். எழுந்து நின்றார்.

அப்பாவுக்குக் கூன் போட்டிருந்தது. முதுமை காரணமாக வந்த கூன் அல்ல அது. அரை நூற்றாண்டுக்கும் மேலாக வெள்ளைக் காரர் வீட்டுப் பட்லர் முதல் வெள்ளை நிறத்தோரைக் காணும் தோறும் குனிந்துகுனிந்து வணங்கியதால் ஏற்பட்ட வளைவு. வழக்கம்போல அவர் சொன்னார்.

“பத்ரம்பா, பத்திரம்! துரைகளோடு வாழ்க்கை நடத்தறது பேயோட சம்சாரம் பண்ணற மாதிரி. எப்போ மரம் ஏறும் எப்போது இறங்கும்னே கண்டுபிடிக்க முடியாது. கும்பிட்டு வாழணும். கும்பிட்டவன் கூழ் குடிப்பான். வம்பிட்டவன் வைக்கோல் தின்பான்னு பெரியவங்க சொல்லுவாங்க.”

வழக்கம்போல அந்த உபதேசங்களை இடக்காதில் வாங்கி வலக்காது வழியே வெளியேற்றிவிட்டு வீதியில் இறங்கினான் பொன்னுத்தம்பி.

வழக்கமாகப் புஷ் வண்டியில்தான் தம்பி நீதிமன்றத்துக்குப் போவான். அன்று நடந்தே போவது என்று முடிவெடுத்தான். பொட்டு லாடமும் முந்திரி லாடமும் அடித்த சப்பாத்து ‘நடநட’ என்று சொல்லியது அவனிடம். தகரத்தில் சுத்தியலை அடித்தமாதிரி விநோத சப்தங்களை எழுப்பிக்கொண்டு ஒரு கறுப்புத் துரை வீதி வழி போவதைத் திண்ணையில் இருந்தவர்கள் பார்த்து, எழுந்து நின்றார்கள். நிற்பதன் மூலம், அந்த உத்தியோகஸ்தருக்குத் தம்

மரியாதையைப் புலப்படுத்திக் கொண்டார்கள். தம்பியை அவர்கள் அறிவார்கள் என்று சொல்ல முடியாது. ஆனால் சப்பாத்து அணிந்திருக்கிறானே! ஆகவே பெரிய உத்தியோகம் வகிப்பவனாகவே இருக்க வேண்டும். போகிற வருகிறவர்கள் நிமிர்ந்து நின்று கும்பிட்டார்கள். மிஷன் தெருவில் அடைத்துக்கொண்டு நெருக்கமாக நின்றிருக்கும் பூவரச மரங்கள் வெயிலைத் தாங்கித் தெருவுக்கு நிழலைத் தந்து கொண்டிருந்தன. பொன்னுத்தம்பி நிதானமாக நிமிர்ந்து நீதிமன்றத்துக்குள் நுழைந்தான்.

நீதிமன்றம் தொடங்கியிருந்தது. கனம் நீதிபதி ஏற்கனவே தம் ஆசனத்தில் அமர்ந்துவிட்டிருந்தார். அரசு வழக்கறிஞரும் ஏனைய வழக்கறிஞர்களும் தத்தம் ஆசனத்தில் அமர்ந்திருந்தனர். யாருடைய வழக்கொன்றோ எடுத்துக்கொள்ளப்பட்டு நடைபெற்றுக் கொண்டிருந்தது.

நடுவானத்துக்குள் நின்றவாறே பொன்னுத்தம்பி தலைகுனிந்து "வணக்கம், கனம் நீதிபதி அவர்களே!" என்று பிரான்சே மொழியில் பணிந்தான்.

கறுப்பாக ஒளிவீசும் அவன் சப்பாத்துகளை மேலிருந்து குனிந்து கவனித்தார் நீதிபதி. பொன்னுத்தம்பிக்கும் கொஞ்சம் சங்கடமாகவே இருந்தது.

வெள்ளைப் பளிங்குக்கல் மாதிரியான நிறம் நீதிபதிக்கு. இந்தியாவுக்கு வரும்போது மாசு மருவற்ற பளிங்குச் சிற்பம் மாதிரியே இருந்தார் அவர். இந்தியச் சூரியனின் உஷ்ணத்தைத் தாங்க மாட்டாது, முகப்பரு மாதிரி சிவப்புப் புள்ளிகள் அவர் முகத்தில் ஏற்பட்டு இருந்தன. நீலக்குண்டுகள் மாதிரி இருக்கும் அவர் கண்கள் முதல் தடவையாகச் சிவந்ததை முதல்முறையாக அப்போதுதான் பார்த்தான் பொன்னுத்தம்பி.

"நீங்கள் காலில் அணிந்திருப்பது சப்பாத்துத்தானே?" என்றார் நீதிபதி. அவர் குரல் வழக்கத்துக்கு மாறாக உயர்ந்தும் கறுத்தும் இருந்தது.

பொன்னுத்தம்பி ஒருமுறை குனிந்து தன் சப்பாத்துகளைப் பார்த்தவாறே, "ஆம், கனம் நீதிபதி அவர்களே!" என்றான். நீதிபதிக்கு நிகராக பிரான்சே மொழியின் அழகோடும், உச்சரிப்போடும்!

மறுப்புக்கு உரிய அடையாளமாக, நீதிபதியின் தலை அசைந்தது. "தங்கள் நடத்தைக்கு நான் வருந்துகிறேன். மிஸ்யோ* பொன்னுத்தம்பி பிள்ளை! என் மன்றத்துக்குள் தாங்கள் சப்பாத்து அணிந்து வருவதை நான் ஆட்சேபிக்கிறேன்."

பொன்னுத்தம்பி நீதிபதியின் கால்களைப் பார்த்தான். அவனது சப்பாத்துகளைப் போலவே அவரும் சப்பாத்து அணிந்திருந்தார்.

---
* மிஸ்யோ - மிஸ்டர்

சித்தன் போக்கு 25

பிரான்ஸ் தேசத்துக்காரரும் அரசு தரப்பு வழக்கறிஞருமான அவன் சகாவும் அவனது போன்ற சப்பாத்துகளையே அணிந்திருந்தார். தமிழ் வழக்கறிஞர்கள் இருவர் மட்டும் கோட்டும், பஞ்சகச்சமும் அணிந்து வெறும் காலுடனேயே இருந்தார்கள் என்பதையும் கவனித்தான்.

பொன்னுத்தம்பி நிமிர்ந்து நேராக நீதிபதியைப் பார்த்துச் சொன்னான். "கனம் நீதிபதி அவர்களே! என் நண்பரும் அரசு வழக்கறிஞருமான இவரும், மரியாதைக்குரிய தாங்களும் சப்பாத்து அணிந்து மன்றத்துக்குள் இருக்கும்போது, நான் மட்டும் அணியக் கூடாது என்று தாங்கள் சொல்லும் கட்டளையை என்னால் விளங்கிக்கொள்ள முடியவில்லை."

நீதிபதியின் வெண்பளிங்கு முகம் செங்கல்லாகச் சிவந்ததைத் தம்பி கண்டான். இகழ்ச்சி கலந்த சிரிப்பு ஒன்று அவரிடமிருந்து வெளிப்பட்டது.

"மிஸ்யோ பொன்னுத்தம்பி பிள்ளை! தாங்கள் இந்தியர், இந்தியப் பழக்க வழக்கங்களையே தாங்கள் கடைப்பிடிக்க வேண்டும் என்று நாம் அபிப்பிராயப் படுகிறோம்."

நீதிபதியின் மனக்கருத்தை இப்போது பொன்னுத்தம்பியால் புரிந்துகொள்ள முடிந்தது. அவரைப் பார்த்து அவன் சொன்னான். "கனம் நீதிபதி அவர்களே, மரியாதைக்குரிய இந்த மன்றத்துக்குள் தாங்கள் பிரான்ஸ்காரராகவோ, நான் இந்தியனாகவோ பிரவேசிக்க வில்லை. நீதியைப் பரிபாலனம் செய்யவே வந்திருக்கிறோம். வழக்கறிஞர்கள் என்ன உடை உடுத்த வேண்டுமோ அந்த மரபுப்படி நான் உடுத்தியிருக்கிறேன். ஐரோப்பிய வழக்கறிஞர்கள் இன்னவித மாயும் இந்திய வழக்கறிஞர்கள் இன்னவிதமாயும் உடுத்த வேண்டும் என்ற நியதியை நம் நீதிமன்றம் ஏற்படுத்தவில்லை. ஆகவே நான் எந்த விதமான உரிமையையும் மீறும் பிரச்சினை எழவில்லை. தாங்கள், நான் சப்பாத்து அணிந்து வருவதை மறுப்பதை என்னால் புரிந்துகொள்ள முடியவில்லை."

மாபெரும் பிரெஞ்சு ஏகாதிபத்தியத்தின் பிரதிநிதியான, வணக் கத்துக்குரிய ஒரு நீதிபதியைப் பார்த்து, அடிமை நாட்டைச் சேர்ந்த ஒரு சாதாரண மனிதர், முகத்துக்கு நேரே தன் எதிர்ப்பைப் புலப்படுத்திய வரலாற்றுச் சிறப்புமிக்க சம்பவம் அப்போது நிகழ்ந்து முடிந்திருந்தது.

நீதிபதி எழுந்து நின்றார். சபையும் எழுந்து நின்றது.

"தாங்கள் வரம்புக்கு மீறிப் பேசினீர்கள். எங்கள் காலனி நாட்டைச் சேர்ந்த ஒருவர் இப்படிப் பேசியது தவறானது மட்டு மல்ல, மரியாதை குறைவானது. ஐரோப்பிய கனவான்களோடு தங்களை ஒப்பிட்டுப் பேசுவதை நான் அங்கீகரிக்க முடியாது. என் மன்றத்துக்குள் தாங்கள் சப்பாத்து அணிந்து வரக்கூடாது

என உத்தரவிடுகிறேன். வருவீராயின், தங்கள் வழக்கறிஞர் உரிமை பறிக்கப்படும் என்பதை அறிவீராக! தாங்கள் வெளியேறலாம்" என்று கூறிவிட்டு நீதிபதி வேகமாகச் சென்றுவிட்டார். அவரைத் தொடர்ந்து அரசு வழக்கறிஞரும் சென்றார்.

பொன்னுத்தம்பியின் சகாவும் இந்திய வழக்கறிஞர்களுமான இருவர் மாத்திரம் அரங்கில் இருந்தார்கள். சுப்பிரமணிய ஐயர் அவன் கைகளைப் பற்றிக்கொண்டு சொன்னார். "பிள்ளைவாள், பெருமைக்குரிய காரியம் பண்ணி விட்டீர்கள். நாம் எந்தவிதத்தில் தாழ்ந்து போய்விட்டோம்? அவர்களுக்கு நிகராக நாமும் படிக்க வில்லையா? நம் சட்ட ஞானத்தை வெளிப்படுத்தவில்லையா? இதை விட்டுவிடக் கூடாது. பிள்ளை! கடைசி வரைக்கும் ஒரு கை பார்த்து விடுவோம்!"

வீரபாகு, தம்பியைத் தழுவிக் கொண்டார். "மிஸ்யோ பிள்ளை! பிரெஞ்சிந்திய வரலாற்றில் புதிய அத்தியாயத்தை இன்று நீங்கள் எழுதியிருக்கிறீர்கள். நிறத் திமிருக்கு எதிராக இன்று நீங்கள் வைத்த நெருப்பு ஒரு சின்னப் பொறி. இந்தப் பொறிதான் வளர்ந்து நாளைக்கு இந்தக் காட்டையே அழிக்கப் போகிறது, பாருங்கள்!"

இருவரும் சென்ற பிறகும் பொன்னுத்தம்பி அங்கேயே நின்று கொண்டிருந்தான். அவமானப்படுத்தப்பட்ட உணர்வு அவனை நகரவொட்டாமல் அடித்தது. பிடித்துக் கட்டிவிட்டது போன்று இருந்தது. சிரமப்பட்டு வெளியே வந்தான்.

வெயில் தகித்தது. அருகே கடல் அலை புலம்பும் குரல் கேட்டது. வண்டிக்காரன் ஒருவன், "வர்றீங்களா எஜமான்?" என்று கேட்டான். எதையும் காதில் வாங்கும் நிலையில் அவன் இல்லை. கடற்கரையை ஒட்டி, கைகளைப் பின்னால் கட்டிக்கொண்டு, மெல்ல வீட்டை நோக்கி நடந்தான் தம்பி.

நிலவு உச்சிக்கு வந்துவிட்டிருந்தது. நட்சத்திரங்களே இல்லாத வானம். குழந்தைகளே இல்லாத பள்ளிக்கூடம். வீடுகள் இருட்டுப் போர்வைக்குள் முடங்கிக் கொண்டிருந்தன. இந்த வீடுகளுக்குத்தான் எத்தனை முகங்கள். பகலில் ஒரு முகம். இரவில் வேறொரு முகம். மனிதர்களைப் போலவே வீடுகளுக்கும் முகம் அமைந்துவிடும் போலும்!

மொட்டை மாடியில் உலவிக் கொண்டிருந்தான் தம்பி. தூக்கம் வரவில்லை. வருமா என்ன? நடுத்தெருவில் வேஷ்டி உரியப்பட்டது போல், கண்ணுக்குத் தெரியாத சக்தி பின்னால் இருந்து அறைந்தது போல் இருந்தது.

மனிதர்கள் தான் எத்தனைஎத்தனை பள்ளங்களாகப் பிளவு பட்டுப் போகிறார்கள். ஜாதி, மதம், தேசியம், நாடு, இனம், ஐரோப்பியன், இந்தியன், வெள்ளை, கறுப்பு, உசத்தி, தாழ்த்தி . . . எத்தனையெத்தனை பள்ளங்கள். எத்தனை ஞானிகள் எத்தனை மகான்கள் தோன்றி எத்தனை பேசி, எழுதிப் போயிருக்கிறார்கள்.

எல்லாம் வெறும் புத்தகங்கள். எங்கோ ஒரு கூடு மறந்த பறவை 'கீச்'சென்றது. கீழே இறங்கித் தன் அறைக்கு வந்தான் தம்பி.

பேப்பரை எடுத்து வைத்துக்கொண்டு, கட்டைப் பேனாவில் மையைத் தொட்டுக்கொண்டு எழுதத் தொடங்கினான்.

பாரீஸ் நகரத்து உச்சநீதிமன்ற நீதிபதிக்கு விலாசமிட்டு, அன்று மன்றத்துக்குள் நடந்த நிகழ்ச்சிகள் அனைத்தையும் கூடுதல் குறைவின்றி உண்மையை மாத்திரம் எழுதினான்.

'சுதந்திரம், சகோதரத்துவம், சகவாழ்வு என்கிற மனித குலத்தின் விடி மோட்சமாகிய தாரக மந்திரங்களை உலகுக்களித்த, கலாச்சாரப் பெருமை மிக்க ஒரு தேசத்தின் கற்றறிந்த நீதிபதி, ஒரு வழக்கறிஞருக்கு இந்த அநீதியைச் செய்தது முறையா? இதைத் தங்கள் நீதிமன்றம் அனுமதிக்கிறதா?

நீதிதேவதைக்கு முன்னால் வெள்ளை கறுப்பு என்கிற வித்தியாசங்கள் தான் உண்டா? தேசம் ஒவ்வொன்றுக்கும் ஒரு குணம் உண்டு. கலாசாரப் பூந்தொட்டியும், கலைகளின் விளைநிலமும் ஆன பிரான்ஸ் தேசத்தின் முகத்தில் நிறவெறிக் கறையைப் பூச ஒரு தனி மனிதரும், ஆணவத்தையே உரிமையாகக் கொண்டவரும் ஆன ஒரு நீதிபதிக்குத் தங்கள் நீதிமன்றம் அனுமதி அளித்திருக்கிறதா?

வணக்கத்துக்குரிய நீதிபதி அவர்களே! எனக்குப் பிரியமானதும், நீதிமன்றம் அனுமதித்ததுமான உடைகளையும் சப்பாத்தையும் அணிந்தே நான் நீதிமன்றம் செல்லத் தாங்கள் உத்தரவிடவேண்டும். புதுச்சேரி நீதிபதியின் தீர்ப்பையே தாங்களும் ஆதரிப்பீர் எனில், இந்த வழக்குரைஞர் வேலையை விடுவேனே அல்லாது, என் வழக்கத்தை நான் மாற்றிக்கொள்ள மாட்டேன். நீதி ஒருபோதும் சாகாது என்பதை நான் அறிவேன். சர்வ வல்லமை பொருந்திய இறைவனின் சந்நிதானத்தின் முன் மனிதர் என்ற முறையில், சமத்துவத்தை மட்டுமே நான் கோருகிறேன்' என எழுதி முடித்தான். அடுத்த நாளே கடிதத்தைப் பாரீசிலிருக்கும் தன் நண்பரும் வழக்கறிஞரும் முற்போக்காளருமான ஜுரி கோதீனுக்கு அனுப்பி வைத்தான். நம்பிக்கையோடு அன்று இரவு உறங்கவும் செய்தான்.

அப்பா சொன்னார்.

"எனக்கு அப்பவே தெரியும். ராஜாவோடு சூதாட முடியுமாடா? முட்டாளே! அவன் நூறு கிராமம், ஆயிரம் பசுன்னு பந்தயம் வைப்பான். தலையிலே இருக்கிறதைக் கொத்தாகப் பிடுங்கி வச்சாக்கூட ஆயிரம் மயிரு தேறுமாடா உன் தலையில்?" என்றார்.

"ஆச்சு. தை பிறந்தா வருஷம் ஒன்றாகப் போகுது. இன்னும் ஒரு தகவலும் பாரீசு பட்டணத்திலிருந்து வந்தபாடில்லை. சும்மா வீட்டிலே உட்கார்ந்துகொண்டு மொட்டுமொட்டென்று தேவாங்கு மாதிரி உறங்கறதைக் காட்டிலும் ஒரு வெற்றிலை பாக்குக் கடை

வச்சுக்கிட்டு உட்கார். காலட்சேபமும் நடக்கும். நாலு காசும் கிடைக்கும்” என்றார். தம்பிக்கு அதுவே சரியென்றுபட்டது.

ஆனால், விதி வேறாக இருந்தது. பாரீஸ் உயர்நீதி மன்றம், புதுச்சேரி நீதிபதியின் தீர்ப்பை ரத்து செய்து, பொன்னுத்தம்பிப் பிள்ளை தன் விருப்பம் போல உடுத்திச் சப்பாத்து அணிந்து நீதிமன்றத்துக்கு வரலாம் என்று உத்தரவிட்டிருந்தது.

ஓராண்டுக்குப் பிறகு பொன்னுத்தம்பி, ஐரோப்பியர் போலவே உடுப்பும் சப்பாத்தும் அணிந்து நிமிர்ந்து நீதிமன்றத்துக்குள் நுழைந்தான். சுப்பிரமணிய ஐயரும் வீரபாகுவும் கண்ணீர் சுரக்கக் கட்டி அணைத்து வரவேற்றார்கள். நாடு ஷண்முக வேலாயுத முதலியார் போன்ற ஊர்ப் பிரமுகர்கள் தம்பிக்கு மாலை அணிவித்தார்கள்.

“பிள்ளை, பிரெஞ்சு ஆட்சியோடு போராட்டம் நடத்தி முதல் வெற்றி பெற்றிருக்கிறீர்கள். பிரான்சிலும் மக்களாட்சி ஏற்பட்டிருக்கிறது. நாம் விடுதலை பெற ரொம்ப நாள் ஆகாது” என்று நெஞ்சம் விம்ம, ஷண்முக முதலியார் வாழ்த்தினார்.

நீதிபதியின் வளாகத்துக்குள் நுழைந்தான் பொன்னுத்தம்பி. நீதிபதி மாறிவிட்டிருந்தார். முந்தையவரினும் முதிய ஒருவர் நீதிபதி ஆசனத்தில் இருந்தார்.

பொன்னுத்தம்பி, “வணக்கம் கனம் நீதிபதி அவர்களே!” என்று தலை குனிந்து அவருக்கும் மன்றத்துக்கும் வணக்கம் செலுத்தினான்.

நீதிபதி அவனைப் பார்த்தார். அதே பளிங்குப் பொம்மை போன்ற செம்மை கலந்த வெள்ளை நிறம். அவரிடமிருந்து சிநேகம் மிகுந்த புன்னகை வெளிப்பட்டது.

“மிஸ்யோ, பொன்னுத்தம்பி பிள்ளை! நடந்த நிகழ்ச்சிகளையெல்லாம் நான் அறிவேன். ஒன்று மட்டும் உங்களுக்குச் சொல்ல ஆசைப்படுகிறேன். பிள்ளை! முந்தைய நீதிபதி தங்களைக் குறித்துச் சொன்ன கருத்து அவருடைய சொந்தக் கருத்தே தவிர, எங்கள் தேசத்தின் கருத்து என்று தவறாகக் கருதிவிடாதீர்கள். சமத்துவத்திலும் சகோதரத்துவத்திலும் எனக்கு ஆழமான நம்பிக்கை உண்டு. மனிதர்களில் உசத்தி, தாழ்த்தி சொல்வது இறைவனுக்கே விரோதமானது என்பது என் நம்பிக்கை. தோலின் நிறம்தான் நமக்கு வேறே தவிர அடிப்படையில் நாமெல்லாம் மனிதர்கள் தானே? வாருங்கள். எல்லா மனிதர்களையும் நாம் நேசிப்போம். நமக்கு விதித்திருக்கிற நீதியைப் பரிபாலனம் செய்கிற கடமையை முழுச் சித்தத்தோடு நாம் செய்வோம். என் நீதிமன்றம் தங்களை வரவேற்கிறது” என்றவாறு நீதிபதி எழுந்து தன் கைகளை பொன்னுத்தம்பியிடம் நீட்டினார்.

பொன்னுத்தம்பி அந்த நேசக் கரத்தைப் பற்றிக் கொண்டான்.

■

ஒரு மனுஷி

ஒரு மனுஷி
ஒரு மனுஷி
ஒரு மனுஷி
ஒரு மனுஷி

அம்மணியம்மா ஆப்பக் கடையிலிருந்து கொலையே நிகழ்வது போன்ற பெருங் கூச்சல் எழுந்து, சேகரின் தூக்கத்தைக் கலைத்தது. அவன் எழுந்து, பாயில் அமர்ந்து கண்களைக் கசக்கிவிட்டுக் கொண்டான். கண்கள் எரிந்தன. இடுப்பில் தொங்கி வழிந்த கைலியைச் சரி செய்துகொண்டான். கையை ஊன்றிக் கொண்டு எழுந்தான். தலை சுற்றுவதுபோல் இருந்தது. முந்தின இரவு சாப்பிடாதது நினைவுக்கு வந்தது. கூஜாவில் இருந்து தண்ணீர் கவிழ்த்துக் குடித்தான். வயிறு குளிர்ந்ததுமாதிரி இருந்தது. ஆணியில் மாட்டியிருந்த சட்டைப்பையைத் துழாவினான். ஒரு சார்மினார் சிகரெட்டும் முப்பத்தஞ்சு பைசாவும் இருந்தன. சட்டைப்பைக்குள்ளேயே சில்லறையைப் போட்டுக்கொண்டு, சட்டையையும் மாட்டிக்கொண்டு கீழே இறங்கி வந்தான்.

"நாலு ஆப்பம் குடுன்னா, பெரிசா கிராக்கி பண்ணிக்கறியே... நாளைக்குக் கடை வைக்க மாட்டே ..." என்று சொல்லிக் கொண்டிருந்தான் காளி, அம்மணியம்மாவைப் பார்த்து.

"துட்டை எட்ரா, இன்னும் போணி ஆவல்லை" என்றாள் அம்மணியம்மா, பதிலுக்கு.

"ஆப்பச்சட்டியை எடுத்துப் போட்டு உடைக்கிறேன் பாரு ..."

"புடுங்கினே ..."

நித்தம்நித்தம் நடக்கிற காட்சிதான் இது. காளி, அவனுக்குச் சற்றும் குறையாத அம்மணியம்மாவின் குரல்களைக் கேட்டுத்தான் கண்விழிப்பது என்பது சமீப காலத்தில் பழக்கமாகிவிட்டிருந்தது சேகருக்கு! ஆப்பச்சட்டியைக் காளி உடைத்ததும் இல்லை. அம்மணியம்மா அவனுக்கு ஆப்பம் கொடுக்காமல் இருந்ததும் இல்லை.

கிஷ்ட்டன் டீக்கடையில் கூட்டம் இருந்தது. அது ஒருவகையில் சேகருக்கு ஆறுதலாக இருந்தது. இன்னும் போணி ஆகல்லை என்று கிஷ்ட்டன் சொல்ல முடியாது. கிஷ்ட்டன் அவன் முகத்தைப் பார்த்ததும், அருமையான கடும் மஞ்சள் நிறத்து, சர்க்கரை கம்மி டீ அடித்துக் கொடுத்தான். டீ தொண்டையைச் சூடு பண்ணிக் கொண்டு உள்ளே இறங்கியது மிக இதமாக இருந்தது. காலி டம்ளரை வைத்தபடி கிஷ்ட்டன் முகத்தைப் பார்த்தான். அவன் எங்கோ திரும்பிப் பராக்குப் பார்த்துக் கொண்டிருந்தான். சேகர் அவனை நெருங்கி, "கணக்கில் எழுதிக்குங்க" என்றான். யாருக்கும் கேட்காத குரலில். கிஷ்ட்டன் திரும்பி அவனைப் பார்த்து, "கணக்கு ஏறிப்போச்சு" என்றான். அவன் கூடுதலான சப்தத்தோடு அதைச் சொன்னதாகப் பட்டது சேகருக்கு.

திரும்பி வருகையில், அம்மணியம்மாளிடம், "மாடிக்கு நாலு ஆப்பம்" என்று கூறிவிட்டு வந்தான். அறைக்கு வந்து, சட்டையைக் கழற்றி மீண்டும் ஆணியில் மாட்டிவிட்டு, சிகரெட்டையும் தீப் பெட்டியையும் எடுத்துக்கொண்டு மீண்டும் கீழே இறங்கி வந்தான். வீட்டுக்குள் நுழைந்து, இரு திசைகளிலும் பக்கத்துக்கு நான்காக இருந்த எட்டு போர்ஷன்களையும் கடந்து, அந்த அறைக்கு முன் வந்து நின்றான். குளியல் அறைக்கதவு திறந்திருந்தது. அந்த அறைக்கதவு மட்டும் மூடியிருந்தது. வாயிலில் சின்னத் தண்ணீர் வாளி இருந்தது. அந்தத் தண்ணீர் வாளி அஞ்சலையுடையது. அவளோ, அவள் புருஷனோ உள்ளே இருக்க வேண்டும்.

"என்னா? போட்டோக்காரரே ... சௌக்கியமா கீறியா?"

எட்டாவது போர்ஷனில் இருந்த எல்லம்மா கேட்டாள். வீட்டுக்கு வெளியே குத்துக்காலிட்டுக்கொண்டு மரச்சீப்பால் தலைவாரிக்கொண்டிருந்தாள் அவள். ஒவ்வொரு இழுப்புக்கும் சற்றே நரை கலந்த, சுண்ணாம்புக் காரை படிந்த தலைமுடி

கொத்துக்கொத்தாக வந்துகொண்டிருந்தது. மயிர்க் கற்றைகள் சுருள் சுருளாகத் தரையில் உருண்டன.

"உம்" என்றான் சேகர்.

"எம்மா நாளாச் சொல்றேன். என்னை ஒரு போட்டோ எடுக்க மாட்டேங்கறே... சின்னதா, அறியாப் பொண்ணுங்களை மட்டும்தான் எடுப்பே போல..."

"எடுக்கறேன். எடுக்கறேன்."

"எதை?"

அறை திறந்து, ரப்பர் வளையணிந்த கையொன்று வாளியை உள்ளே இழுத்துக் கொண்டது. இரண்டு நிமிஷங்களுக்குப் பிறகு அவள் – அஞ்சலைதான் – வெளியே வந்தாள். சேகர் சிகரெட்டைப் பற்ற வைத்துக்கொண்டு தொட்டியிலிருந்த வாளியில் தண்ணீர் முகந்து வைத்து விட்டு, உள்ளே புகுந்து கதவைச் சாத்திக் கொண்டான்.

சேகர் குளித்துவிட்டு அறைக்குத் திரும்பினான். ஆப்பம், மேசைமேல் வைக்கப்பட்டிருந்தது. அப்படியே தரைமேல் அமர்ந்து, தட்டை எடுத்து வைத்துக்கொண்டு சாப்பிடத் தொடங்கினான். ஆப்பத்துக்குத் தொட்டுக் கொண்டு சாப்பிட, வெல்லம் தூவியிருந்தது. அம்மா ஞாபகம் வந்தது அவனுக்கு.

வாரத்துக்கு இரண்டு நாட்களாவது அம்மா ஆப்பம் செய்வாள். முந்தின இரவே தென்னங்கள் ஊற்றி ஊற வைத்த மாவில் செய்த ஆப்பம் ஐயர் ஓட்டல் பூரி மாதிரி உப்பிக்கொண்டு இருக்கும். தொட்டுக் கொள்ளத் தேங்காய்ப்பால். எவ்வளவு அற்புதமாக இருக்கும்...! அம்மாவும் இல்லை, ஊரும் இல்லை. பட்டண வாசம் என்று ஆகி, கடன் சொல்லி அம்மணியம்மா ஆப்பம் என்றாகி விட்டது. பசிக்கையில் ருசி தெரிவதில்லை.

பேண்ட்டை அணியும் முன்தான் நினைவுக்கு வந்தது. ஜட்டியை இரவே துவைத்துக் காய வைத்திருக்க வேண்டும். மறந்து போய் விட்டான். இரு புறங்களிலும் மஞ்சள் கறை படிந்த ஜட்டியை மீண்டும் சகித்துக் கொண்டு அணிந்துகொண்டான் – உடனேயே அரித்தது – பேண்ட்டை அணிந்துகொண்டான். சட்டையை மாட்டிக்கொண்டான். கேமரா இருந்த பையை எடுத்துத் தோளில் மாட்டிக்கொண்டான். அறையைப் பூட்டிக் கொண்டு கிளம்பினான். கேமராவுக்கு இன்றைக்காவது ஆபீசில் பணம் வாங்கி, பிலிம் வாங்கிப்போட வேண்டும். மத்தியானத்துக்கும் இரவுக்கும் சாப்பிடக் காசு தயார் பண்ண வேண்டும். ஒரு பாக்கெட் சிகரெட் மூன்று ரூபாய் விற்கிறது.

ஆபீசில், துணை ஆசிரியர் ஏழுமலைதான் இருந்தார்.

"இன்னாபா... ஊரிலதான் இருக்கியா? ஆளையே காணமே..." என்றான் ஏழுமலை, சேகரைப் பார்த்து.

“ஆசிரியர் இல்லையா? சார் . . . ?”

“வர்ற நேரம்தான். வந்துடுவார். அப்புறம், படமே கொண்டாற மாட்டேன்ற ..? புதுசு புதுசா எத்தனை பேர் வந்திருக்கிறா, அவளுங்க படம் கொண்டாற மாட்டேன்ற . . . இன்னம் கே. ஆர். விஜயா படத்தையும் சௌகார் ஜானகி படத்தையும்தான் கொண்டு வரே . . .”

சேகர் முந்திய வாரத்து இதழைப் புரட்டினான். இரண்டு படங்களின் மேல் தன் கையெழுத்தைப் போட்டான்.

“சார், இந்த இதழிலே என்னோட ரெண்டு படம் வந்திருக்கு, சார் . . .”

“இன்னா படம்?”

“ஜெயமாலினியும், டிஸ்கோவும் சார்.”

“ஜெயமாலினி உன்னோடதா? சந்துரு கொடுத்த மாதிரி இருக்கு.”

“இல்லே சார்... நான் எடுத்த படம் சார், அது. அந்த அம்மா வீட்டுக்கே போயி நான் எடுத்தது சார் . . .”

“சரி! பேரை எழுதிட்டியா? எப்படியும் நாளைக்கு செக் வந்திடும்.”

சேகருக்குத் ‘திக்’கென்றது.

“சார் . . . இன்னைக்குப் பணம் கிடைக்காதா?”

“அக்கவுண்டெண்ட் இல்லை. அப்புறம் கையெழுத்துப் போட்டு, ஓ.கே. பண்ண ஆசிரியரும் இல்லை.”

சேகர் எழுந்து, உள்ளேயே சுற்றிக்கொண்டு அரைமணியைக் கழித்தான்.

“இன்னா சேகர், சும்மா, இருக்கியா? ஒரு ஹெல்ப் பண்ணு. அந்த ‘என்’ வரிசை கப்போர்டில் நதியா குளிக்கிற மாதிரி ஒரு படம் இருக்கும், எடேன் . . .” என்றான் லே – அவுட் ஆர்ட்டிஸ்ட் கோபி.

நதியாவைத் தேடத் தொடங்கினான் சேகர். சைக்கிள் விடும் நதியா, நடனம் ஆடும் நதியா, குனிந்து வாசல் பெருக்கும் நதியா, குடிக்கிற நதியா, புடவையில் நதியா, புடவையில்லாமல் நவீன உடையில் நதியா எல்லோரும் இருந்தார்கள். குளிக்கும் நதியா மட்டும் இல்லை!

“இல்லையா? எங்கே போச்சு? சார், நதியா கிடைக்கலை சார்” என்று கோபி ஏழுமலையைப் பார்த்துக் கத்தினான்.

“இந்த எழவு ஆபீசில் எதுதான் இருக்கு? அமலா இருக்கா பாரு. அவளையே வச்சுடு. கொஞ்சம் போல்டா இருக்கிற படமாப் பாரு . . .!”

சேகர், அமலாவின் படத்தை எடுத்துக்கொடுத்தான்.

“கோபி . . .!”

"இன்னா ?"

"பணம் இருக்கா ?"

"விளையாடறியா, தேதி இன்னா ?"

"இருபத்து ஏழு."

"பின்னே ?"

மதியம் ஒரு மணிவரை ஆசிரியர் வரவில்லை. அப்புறம்தான் அக்கவுண்டென்ட் அன்று விடுமுறை என்று தெரிந்தது. கேமரா பையைத் தோளில் மாட்டிக்கொண்டு பத்திரிகை அலுவலகத்தை விட்டு வெளியே வந்தான் சேகர்.

பசித்தது.

நான்கு ஆப்பம் என்பது இருபத்து எட்டு வயது இளைஞனுக்கு ஒரு சரியான உணவல்ல! அதுவும் நான்கு ஐந்து மணி நேரத்துக்குப் பிறகு, அவை இருந்த இடம் தெரியாமல் போயிருக்கும்தான்! வெயில் கொளுத்தியது. நிழலுக்காக பஸ் ஸ்டாப்பில் வந்து நின்றான் சேகர். பஸ் நிழற்குடையில், பஸ்களின் எண்கள் எழுதியிருந்ததன் மேல் போஸ்டர் ஒட்டி மறைத்திருந்தார்கள் சமூக விரோதிகள். சேகரின் கைகள் பரபரத்தன. அதைப் படம் எடுத்து போட்டோ வுடன் பத்திரிகைக்குத் தரவேண்டும் என்று ஒரு கணம் ஆவேசம் வந்தது. அப்புறம்தான் தன் கேமராவில் ஃபிலிம் இல்லை என்கிற நினைவு அவனுக்கு வந்தது. நிழற்குடையை ஒட்டியிருந்த பெட்டிக் கடையில் சிகரெட் ஒன்றை வாங்கிப் பற்ற வைத்துக்கொண்டான். மீதி இருந்த ஐந்து பைசாவை உறங்கும் குழந்தையை வைத்துக் கொண்டு பிச்சைக்கேட்ட ஒருத்திக்குப் போட்டான்.

கோடம்பாக்கம் போகிற பஸ் வந்து நின்றது. கோடம்பாக் கத்தை நினைக்கிறபோதெல்லாம் விஜயாவின் ஞாபகம் வராமல் போகாது. விஜயா அவள் காதலன் பக்கிரியுடன் கோடம்பாக்கத் துக்கு வந்த புதிதில் அவளை அவன்தான் படம் எடுத்தான். சில சினிமா பத்திரிகைகளுக்கு அவள் ஸ்டில்சைக் கொடுத்துப் பிரசுரிக்க வும் செய்தான். எப்போது சென்றாலும் ஏதாவது கொடுத்து உபசரிக்க அவள் தயங்குவது இல்லை. ஏற்கெனவே புகழ் பெற்ற மற்றும் புகழ்பெறத் துடிக்கிற விஜயாக்கள் நிறையப் பேர் இருந்ததால் விஜயாவின் பெயரை லாவண்யா என்று மாற்றி அமைத்ததும் சேகர்தான்.

அவன் நின்றிருந்த இடத்திலிருந்து லாவண்யா என்கிற விஜயாவின் இருப்பிடம் சுமார் இரண்டரை மைல் தூரம் இருந்தது. பஸ்ஸில்தான் போக வேண்டும். பஸ்ஸுக்கு எண்பது பைசாக்கள் ஆகும். ஆகவே நடக்கத் தொடங்கினான். வியர்வையில் நனைந்த சட்டை பிசுபிசுத்தது. பசி வரும்போதெல்லாம் இப்போது அவனுக் குள் ஒரு வகை மயக்கம் வரத் தொடங்கியிருந்தது. யாரோ சிறுவன்,

முகம் பார்க்கிற கண்ணாடியைச் சூரிய வெளிச்சத்தில் காட்டி அவன் முகத்தில் அடிப்பது மாதிரி சூரிய வெளிச்சம் பளீரென்று அவன் முகத்தில் விழுந்தது. கண்ணை இடுக்கிக் கொண்டே நடந்து விஜயாவின் வீட்டுக்கு வந்து சேர்ந்தான்.

முக்கிய வீதியிலிருந்து கிளை பிரிந்து, அவசரமாய்ப் பள்ளமாகிப் போன தெருவுக்குப் பெயர் மசூதித்தெரு என்பது. தெருவின் அடுத்த முனைப் பகுதியில் மசூதி ஒன்று இருந்தது. ஆகவே, அதைக் குறிக்க அப்பெயர். தெருவில் பெரும்பாலும் பழைய நாட்டு ஓடுகள் வேய்ந்த பழைய வீடுகள், குடிசைகள் மிகுந்திருந்தன. கல் சுவர் வைத்து எழுப்பப்பட்ட, மேலே கூரை வேய்ந்த வீடு ஒன்றில் விஜயா ஜீவனம் செய்து கொண்டிருந்தாள்.

வெயிலுக்குக் குளிர்ச்சியாக இருக்கும்பொருட்டுத் தரையில், முந்தியைப் போட்டுப் படுத்திருந்தவள் கதவு தட்டப்படும் சப்தம் கேட்டுக் கதவைத் திறந்தாள்.

"அட, சேகரா! வா... வா... இப்பத்தான் வழிதெரிஞ்சதா?" என்று வரவேற்றாள் விஜயா. இரும்பு நாற்காலியில் அமர்ந்து, பையைக் கீழே வைத்துவிட்டு, "கொஞ்சம் தண்ணீ கொடு" என்றான்.

விஜயா, மண் கூஜா தண்ணீரை எடுத்து வந்து கொடுத்தாள். 'மடக் மடக்'கென்று ஒரே மூச்சில் குடித்து முடித்தான் சேகர்.

"எப்படி இருக்கே?" என்று கேட்டான் சேகர்.

"ஏதோ காலம் போவுது... நீதான் என்னை மறந்துட்டே..."

"அதெல்லாம் இல்லை. ஒரு விஷயம். புதுசா ஒரு பத்திரிகை வருது. சினிமாப் பத்திரிகைதான். படம் வேணும்... ரொம்பப் பெரிய கம்பெனி. கலர் கலரா படம் வேணும்னு சொல்றாங்க..."

"எடுக்கப் போறியா?"

"ஏன்?"

"முகம் கழுவணும்... கொஞ்சம் மேக்கப் பண்ணிக்கணும்... துணியை மாத்திக்கணும்..."

"அந்தப் பச்சை கவுண் இருக்கில்லை. அதைப் போட்டுக்க..."

அவள் எழுந்து, துணி மறைப்புக்கு உள்ளே சென்றாள். தரையி லிருந்து ஒரு ஜாண் உயரத்துக்கு இடைவெளி இருந்த அந்தத் துணி மறைப்பில், அவள் சேலை வழிந்து விழுவது தெரிந்தது. அடுத்த பத்து நிமிஷத்துக்குள் பச்சை கவுண் அணிந்து, சிவப்புப் பவுடரும், பேன் கேக்கும் அப்பிய முகத்துடனும் சிவந்த உதட்டுடனும் வந்து சேர்ந்தாள் விஜயா.

பையைத் திறந்து கேமராவை வெளியே எடுத்தான் சேகர். "எப்படி வேணும்? செக்ஸியாவா, சாதாரணமாவா?"

சித்தன் போக்கு 35

"இரண்டுமா."

அவள் பல விதங்களில் குனிந்தும், கைகளை மேலே தூக்கியும், பக்கவாட்டில் நிமிர்ந்தும், குப்புறப் படுத்துக் கொண்டும், நிமிர்ந்து படுத்துக் கொண்டும், சிரித்தும், அழுதும், உதட்டைக் கடித்தும் போஸ் கொடுத்தாள். பளிச் பளிச்சென்று பிளாஷைத் தட்டிக் கொண்டிருந்தான் சேகர்.

முடிந்ததும், அவள் அவனுக்கு முன், மூங்கில் தூணில் சாய்ந்து வெற்றிலைப் பெட்டியை எடுத்து அருகில் வைத்துக்கொண்டாள்.

"வெற்றிலை போடறியா, சேகர்?"

"வேணாம்."

அவள் பாக்கைப்போட்டு சுண்ணாம்பு பூசி, வெற்றிலையை மெல்லத் தொடங்கினாள். சட்டென்று அவள் உதடு வித்தியாச மாகச் சிவந்தது. உதட்டுப் பூச்சும் வெற்றிலையும் சேர்ந்து அவள் உதடுகள் ரத்தமாயின. அப்படியே ஒரு முத்தம் கொடுக்க வேண்டும் போல இருந்தது. வயிற்றுப் பசி அந்த எழுச்சியை அடக்கிவிட்டது.

"தொழில் எப்படி நடக்குது விஜயா?"

"நொண்டுது. படத்துக்குப் போயி பத்துநாள் ஆகுது சேகர். ரொம்ப கஷ்டமா இருக்கு. இன்னும் இந்த மாடி வீட்டு வாடகை கூட தரல்லை."

"பார்ட்டி ஒண்ணும் வரல்லையா?"

"நாலுநாள் ஆச்சு, ஒருத்தர் வந்தாரு. ரூபாய் ஐம்பது கிடைச்சுச்சு. இடம் வசதி இல்லையே? கட்டில் இல்லை. மெத்தை இல்லை. எனக்கும் முப்பது ஆயிருதே? அதுவே அதிகம். அதை வச்சுத்தான் நாலு நாளைத் தள்ளிட்டேன் . . ."

"கந்தசாமியைக் கவனிச்சுக்கணும் . . ."

"அந்தக் களவாணியைச் சொல்லாதே! ஒருத்தரு ஐம்பது கொடுத்தா, கமிஷன் பத்தை எடுத்துக்கிட்டு நாப்பதுதான் தரான். அப்புறம் போலீசுக்காரனுக்கு அஞ்சு, பேட்டை பிஸ்தா ஒருத்தனுக்கு அஞ்சு. எல்லாம் போக என் கைக்கு வர்றது முப்பதுதான். அதை வச்சு, நான் விளக்கேத்துவேனா, கஞ்சி குடிப்பேனா, நீயே சொல்லு . . ."

"முன்னையெல்லாம் தினம் பார்ட்டி வருமே உனக்கு?"

"வரும்தான். நான்தான் மூணு நாளா எதுவும் வேணாம்னுட் டேன். நாளைக்கு வரச்சொல்லியிருக்கேன் . . ."

"ஏன்?"

"அதான். மூணு நாளா ஒதுங்கியிருக்கேன். அதோட, உடம்பெல் லாம் காயம் வேற! ஒரு குடிகாரப் பய வந்து என்னைச் சின்னா பின்னப்படுத்திட்டான்."

சேகர் கிளம்ப வேண்டும் என்று நினைத்தான்.

"விஜயா, ஏதாவது பணம் இருக்கா? ஒண்ணுமில்லை, பிரிண்ட் போடணும். பத்திரிகைக்குத் தரணும் . . . "

விருட்டென்று நிமிர்ந்தாள்.

"ஐயோ, சேகர், உங்கிட்ட சொல்ல என்ன வெக்கம் . . . நான் காலை முழுசா பட்டினியா கிடக்கேன். கடன் வாங்கக் கூசுது . . .! இப்பப் போயி பணம் கேக்கறியே" என்றவள் அவன் முகத்தைக் கூர்ந்து பார்த்தாள்.

"இரு. இதோ வர்றேன்" என்று விட்டுக் கதவைத் திறந்துகொண்டு போனாள், கால் மணி சென்று திரும்பி வந்தாள்.

"வரலட்சுமி அக்காகிட்டே வட்டிக்கு வாங்கியிருக்கேன் . . . இந்தா . . . அடுத்த வாரம் வா, சேகர் . . . ஏதாவது தர்றேன்" என்றாள். அவன் கையில் ஐந்து பத்து ரூபாய் இருந்தது.

"நீயும் கொஞ்சம் வச்சுக்கோ . . . " என்று இருபது ரூபாயை அவளிடம் கொடுத்துவிட்டு, முப்பதைத் தான் எடுத்துக் கொண் டான் சேகர்.

"வரட்டுமா?"

"படுத்துட்டுப் போறியா?"

"வேணாம்."

"சரி. அடுத்த வாரம் வா! கண்டிப்பா வா! ஏதாவது நல்ல சரக்கா வாங்கிக்குவோம்."

"சரி."

சேகர் கிளம்பினான்.

சேகர் கிளம்பிய சிறிது நேரத்துக்கெல்லாம் வரலட்சுமி அக்கா வந்தாள்.

"என்னடி தலைபோவற அவசரம்னு பணம் வாங்கிட்டு வந்தே; பார்த்தா, யாரோ ஒருத்தன் பையை எடுத்துகிட்டுப் போறானே என்ன சங்கதி?"

"ஒன்றுமில்லைக்கா. ஒரு சினேகிதக்காரு."

"சினேகிதன் பணம் கொடுக்கலையா?"

"இல்லை. நான்தான் கொடுத்தேன்."

"தலைகீழா இருக்கு?"

"நல்ல மனுஷங்கா. படம் எடுக்கிறவரு. நான் மொதோமொதோ, இங்க வந்தப்போ, என்னைப் படம் எடுத்தவரு இவருதாங்கா."

"இப்பவும் எடுத்தானா?"

"எடுத்தாரு. ஆனா . . ."

"ஆனா?"

"கேமராவில் ஃபிலிம் இல்லாமே எடுத்தாரு"

"அவனைச் சும்மாவா விட்டே?"

"பாவம்கா. கண்ணைப் பாத்தாத் தெரியுதே. சாப்பிடல்லைனு..! சோத்துக்காக நல்ல மனுஷன் பொய் சொல்றாரு, பாரு...! அதுதான்...!"

விஜயா எழுந்து பூட்டு சாவியை எடுத்தாள்.

"சாப்பிடல்லைக்கா. பாய் கடைவரைக்கும் போய் வந்துடறேன்!"

"இந்நேரம் சோறு இருக்காதேடி"

"பிரியாணி இருக்குமேக்கா, வரியா?"

"நான் துன்னுட்டேன். நீ போ..."

வீட்டைப் பூட்டிக் கொண்டு தெருவில் இறங்கினாள் விஜயா. தெருவில் வெயில் குறைந்திருந்தது.

■

குமாரசாமியின் பகல் பொழுது
குமாரசாமியின் பகல் பொழுது
குமாரசாமியின் பகல் பொழுது
குமாரசாமியின் பகல் பொழுது
குமாரசாமியின் பகல் பொழுது

குமாரசாமி அலுவலகத்தை விட்டு வெளியே வந்து தெருவில் நின்றார். அவர் ஆச்சரியப்பட்டுப் போகும்படியாக இருந்தது, அந்தப் பகல் பதினொரு மணிப் பொழுது. தெருவில் அரக்கப்பரக்க அடித்துக் கொண்டு ஓடும் மனிதர்களைக் காணோம். எல்லோரும் அலுவலகக் கூண்டுக்குள் போய் முடங்கிக்கொண்டார்கள் போலும். அதிர்ஷ்டவசமாக வானம் மந்தாரமிட்டுக் கிடந்தது. மாலை நேரங்களிலும் அதிகாலை நேரங்களிலும் மட்டும் கிடைக்கும் தண்ணீர்க் காற்று அப்போது வந்து அவரைக் குளிப்பாட்டிற்று. உலகம் ரொம்பப் புதுசாய் இருந்தது குமாரசாமிக்கு. அப்போதுதான் பிறந்த ஒரு குழந்தையைப் போல.

அடைக்கலசாமி நேற்று இறந்து விட்டாராம். சுமார் முப்பது வருஷங்களாகக் குமாரசாமிக்குப் பக்கத்தில் உட்கார்ந்து வேலை

பார்த்த அடைக்கலசாமி. அவர் மறைவுக்கு அனுதாபம் தெரிவித்து விடுமுறை விட்டிருக்கிறார்கள். அடைக்கலசாமி என்பது, அவர் அணிந்திருந்த கண்களை பூதாகாரமாக்கிக் காட்டும் கண்ணாடி. ஓடிசல் தேகம், கீழ்ப்புறம் கிழிந்து பிசிறு தெரியும் வேஷ்டி, வேண்டு தல் வேண்டாமை அற்ற நிர்க்குண பரப்பிரும்ம நிலை – இத்யாதி தான். இருவரும் சேர்ந்து ஆரியபவனில் எண்ணற்ற முறை காபி சாப்பிட்டிருக்கிறார்கள். செத்துப் போனவர்க்குச் சர்க்கரை இல்லாத காபிதான் பிடிக்கும். பல வருஷங்களுக்கு முன் குடும்ப சகிதம் குமாரசாமியின் வீட்டுக்கு அடைக்கலசாமி வந்திருந்தார். சிநேகித ருக்குக் கோழி அடித்துச் சாப்பாடு போட்டார் குமாரசாமி. அந்த அடைக்கலசாமி செத்துப் போய்விட்டார். குடும்பத்துக்கு மூத்த மகனாகப் பிறந்தவர். ஆறு சகோதரிகள், மூன்று சகோதரர்கள். அத்தனைபேரையும் படிக்கவைத்துக் கல்யாணம் பண்ணிவைத்து, பிரசவ செலவு ஏற்று, நல்லது கெட்டதுகளில் கலந்துகொண்டு வாழ்க்கையின் கடைசிச் சொட்டையும், சகோதர சகோதரிகளுக் காகச் செலவு பண்ணி, தான் வாழ ஆரம்பிக்கும் முன் செத்துப் போனார். பிறந்தவர் சாவது இயற்கை. ஆனால் வாழ்ந்தவர் சாவது தானே நியாயம். வாழாதவர் சாவது என்ன நியாயம்? அடைக்கல சாமி செத்தது ஒரு தவறு! காலதேவனின் கணக்கு எங்கோ பிழைபட்டுப் போய்விட்டது.

சக ஊழியர்கள் மிக உற்சாகமாக கிடைத்த வாகனங்களில் ஏறி, செத்துப்போன அடைக்கலசாமியைப் பார்க்கப் புறப்பட்டுப் போய்விட்டார்கள். குமாரசாமியால் இருந்த இடத்தைவிட்டு நகர முடியவில்லை. அன்றைய பொழுது அவ்வளவு பிரகாசமாய், கழுவின தட்டுமாதிரி பளிச்சென்று இருந்தது. இந்தப் பதினொரு மணிப்பொழுதின் உலகத்தை அவர் பார்த்துப் பலகாலமாகியிருந் தது. அவர் நினைவில் அந்தப் பொழுது தங்கியிருக்கவில்லை; அந்த வேளைகளில் அவர் அலுவலகத்தில் ஏதாவது கோப்பைப் பார்த்துக் கொண்டு அமர்ந்திருப்பார். அலுவலகம் ஏ.சி. பண்ணப்பட்ட ஒன்று. அதனால் வெளி உலக சீதோஷ்ணங்கள், தட்பவெட்ப மாறுதல், உலக இயக்கம், அதன் சந்தடிகள், வாகனாதிகளின் கர்ண கடூர சத்தங்கள் எதுவொன்றும் எட்ட நியாயமில்லை. காலை பத்து மணி தொடங்கி மாலை ஐந்து மணிவரை, அவர் தனித் தொட்டி யில் போடப்பட்ட மீன்குஞ்சு.

அவருக்கு நினைவில் நிற்கிற பொழுதுகள் பரபரப்பான காலையும், மந்தமான மாலையும், உறக்க மயமான இரவுகளும்! விடியலிலேயே எழுந்து விடுகிற குமாரசாமி, உடனே காலைக்கடன் களை முடித்துக் குளித்தும் விடுவார். இல்லையெனில் ஆறு போர்ஷன்களும், ஆறு போர்ஷன்களிலும் மொத்தமாக ஜீவிக்கிற இருபத்து ஏழு பேர்களுக்கும் சேர்த்து இருக்கிற ஒற்றைக் கக்கூசுக்கு முன், கையில் பிளாஸ்டிக் வாளியோடு நிற்க வேண்டி வந்துவிடும். அதிலும், ராமாயி அம்மாள் உள்ளே நுழைந்தால் அரைமணி

கழித்தே வெளியே வருவாள். வயசானால், அத்தனை நேரம் வேண்டியிருக்கும்போலும்! அதைக்கூட சகித்துக் கொள்ளலாம். அவள் புகைத்து வெளியேற்றியிருக்கிற சுருட்டுப்புகை அந்தச் சின்னஞ்சிறு ஜன்னல் அற்ற அறைக்குள்ளேயே சுற்றி வருவதால் உள்ளே இருக்கிற ஆறு ஏழு நிமிஷங்களும் அந்தப் புகையை அவரும் சுவாசிக்க வேண்டியிருப்பதுதான் சகிக்க ஒண்ணாதது. அப்புறம் ஷவரம். அது ஒரு அனிச்சைச் செயல். விரும்பினாலும் வெறுத்தா லும் மயிர் காதோரம் ஆரம்பித்து முளைத்து விடுகிறது. கொஞ்ச நாள் அதை வளர்க்கவும் செய்தார். பார்ப்பவர்கள் 'என்ன திருப்பதிக்கா' என்றார்கள். அதுக்குப் பதில் சொல்லலாம். வெகு பேர், 'என்ன வீட்டில் எத்தனையாவது மாசம்?' என்றார்கள். வெட்கம் பிடுங்கித் தின்றது அவரை. ஐம்பத்திநாலு வயசில் இந்தக் கிரகாச்சாரம் வேறா? நல்ல பிளேடுகள் இரண்டு ரூபாய் வரை விற்றன. தினம் செய்து கொண்டால் வாரம் முழுக்க ஒற்றை பிளேடைக் கொண்டே ஷவரம் ஆகிவிடும். அதுவும் கடைசி மூன்று நாட்களுக்குச் சின்ன முதலாளி மாதிரிக் கடிக்கும். கண்களில் நீர் தளும்ப ஷவரம் முடித்து, கிணற்றி லிருந்து சேந்தி விட்டுக்கொண்டு குளியல். கிணற்றில் தண்ணீர் மழைக்காலங்களில், போலீஸ்காரனிடம் இருக்கும் இழி குணங் களைப் போல் நிரம்பி வழியும். கோடைக்காலங்களில், நல்லவர் களிடம் தங்கியிருக்கும் பணங்காசைப் போல அருகிப் போய்விடும். குளித்துத் தலை ஈரம் காயுமுன்பே மாமி பரிமாற வைத்திருக்கும் ஆவி பறக்கும் சோற்றை ருசி தெரியாமல் அள்ளிப் போட்டுக் கொண்டு சட்டையை மாட்டிக்கொண்டு பஸ் நிறுத்தத்துக்கு வருவார். அங்கு இவருக்கும் முன்னால் ஒரு மாபெரும் கும்பல் பஸ்ஸுக்குக் காத்து நின்றிருக்கும்.

அந்தக் கும்பல் சந்தேகமில்லாமல், அவரைப் போல மனுஷ புத்திரர்தான் எனினும், அந்தச் சந்தர்ப்பத்தில் அவர்கள் அவரின் சுகத்தை, சௌகரியத்தைக் கெடுக்க வந்த ராட்சஸர்களாகப் படுவர். 'ஆ! இந்தப் பட்டணத்துக்கு வந்து மனுஷர்களை வெறுக்கும் படியாச்சே!' என்று அவர் சமயங்களில் வருந்துவதுண்டு. பஸ் பயணம் என்கிற நரகம் நோக்கிய பயணம் அத்தன்மையதாய் விளங்கியதே! அந்தக் கும்பலில் அவதாரப் புருஷர்கள் இருக்கக் கூடும். மகாத்மாக்கள் இருக்கக்கூடும். சிபிச் சக்ரவர்த்திகள், கௌதம புத்தர், ஏகலைவர், ரிஷ்ய சிருங்கர், அனுசுயாக்கள், நளாயினிகள், கோப்பெருந்தேவிகள், இருக்கலாம்தான். இல்லை என்று கூறமுடி யாது. எனினும் பஸ்ஸில் ஏறுகையில் அவர்கள் அத்தனை பேரும் ஒன்று திரண்டு நான்கு கால்களை உடையவர்களாகவே பரிணாமம் எய்துவார்கள். இதழ் நீங்கி வெளிப்பட்ட கோரைப் பற்களை உடைய மிருகங்கள். ரத்தப் பசி கொண்ட மிருகங்கள். பேருந்து வந்து நின்றதும், ஒருவர் மட்டுமே நுழையத்தக்க அதன் வாயிலில், ஐம்பத்தேழு பேரும் ஏற முயற்சித்து, பத்துப் பேர் மட்டுமே நிற்கத் தக்கதாக வருகிற வாகனத்தில், அத்தனை பேரும் பிறர் கால்களில்

நிற்கப் பிரயாசைப்பட்டு, ஒருத்தர் உடம்பை ஒருத்தர் மேல் இழைத்துப் பூசி, படரவிட்டு, துர்க்கந்தங்களை வியாபகம் செய்து, காலபதியென்னும் கடிகாரத்தின் பெரிய முள்ளைப் பின்னோக்கி இழுக்கும் மார்க்கண்டேய முயற்சிகளில் லயித்துப்போகும் விவஸ்தை கெட்ட விவகாரத்தில் குமாரசாமிக்கு என்றுமே சம்மதம் இருந்ததில்லைதான். இருந்தும் என்ன? அவர் அந்த யுத்த களத்தில் எப்படியோ இழுத்து விடப்படுகிறார். அவர் கண்கள் கட்டப்பட்டு அவர் கைகளில் ஒரு பட்டாக்கத்தி அளிக்கப்படுகிறது. அவர் அதை நாலாப் பக்கமும் வீசி ஹதம் செய்ய வேண்டும்.

காலைகள் இந்த விதமாகக் கழிந்தன குமாரசாமிக்கு. அடடா! இந்தப் பதினோரு மணி உலகம் இந்த மாதிரியா இருக்கும்? அபூர்வமாக இருக்கிறதே! இது எப்படி அவர் கண்களுக்குத் தட்டுப்படாமல் போயிற்று?

மாலைகள் என்பன, வயசாளிகள் உட்கார்ந்திருக்கிற நகரசபைப் பூங்கா மாதிரி. நகரசபைப் பூங்காக்கள் பெரும்பாலும் புஞ்சைக் காடுகள். 'சக்தி உள்ளதுகள் பிழைக்கும்' என்கிற தத்துவத்தை மெய்ப்பிப்பான் வேண்டியே படைக்கப்பட்டதான செடிகள் புல் பூண்டுகள் நிறைந்திருக்கும். குறித்த காலத்தில் நீர் ஊற்றப்பட எந்த ஏற்பாடும் இல்லாத காரணத்தால், செடிகள் தவங்கி, மெலிந்து, சிறுத்து, வாடி, சத்துணவுக் கூடத்துக் குழந்தைகள் மாதிரி பரிதாப கரமாக இருக்கும். மாலைக் காலத்துக்கு வந்துவிட்ட முதியவர்கள் அல்லது பழம்பெரும் பிரஜைகள், அங்குள்ள காரை பூசிய பெஞ்சு களில் அமர்ந்து, தங்களின் செரிக்கப்படாத உணவு மிச்சங்களைத் தோண்டிக்கொண்டு வந்து அசை போட்டுக்கொண்டிருக்கும் காட்சி, மயான பூமியின் வரவேற்பு அறையில் அவர்கள் அமர்ந் திருப்பது போன்ற பிரமையை ஏற்படுத்தும்.

மாலைக் காலங்கள் என்பன அவர் வீடு திரும்பும் காலங்கள். ஆபீசை விட்டுப் பொடி நடையாக நடந்து, பஸ் நிறுத்தத்தைச் சேர்வதற்கு அரை மணி நேரம் ஆகும். இடைப்பட்ட பாதை, மஞ்சள் பூத்த வெயிலில் பார்க் பெஞ்சின் முதியவர்களைப் போலக் களைப்புடன் காயும். பெட்டிக் கடைகளில் மாலைப் பத்திரிகை களின் விளம்பர அறிக்கைகள் படுசுவாரஸ்யங்களைத் தாங்கிக் கொண்டு தொங்கும். அரசியல், சினிமா, மற்றும் பொது வாழ்வுப் பிரமுகர்களின் பேச்சு அல்லது நடவடிக்கைகள் அதில் வெளிப்பட இருக்கும். ஒருவர் அவருடைய எதிரியை நோக்கி நீ தமிழனுக்குப் பிறந்தவனா? என்று கேட்டிருப்பார். சட்டசபைகளில் வேஷ்டி விலக்குதல், துண்டு உருவல் போன்ற யுத்தங்கள் நடைபெற்றிருக்கும். ஒரு வகையான ஆபாசப் பத்திரிகை படித்த விறுவிறுப்பு உடம்பில் ஏறும். தமிழர்களுக்கு இந்த ரகமான விறுவிறுப்பை ஏற்றுவதுதான் இந்தப் பத்திரிகைகளின் நோக்கமாக இருந்தது எனில், பத்திரிகை களே மக்களை ஜெயித்தன எனலாம்.

செய்திகள், விட்ட இடத்திலிருந்து தொடர்ந்து சிந்தித்தபடி குமாரசாமி நடப்பார். பள்ளிவாசலுக்கு முன்னால் இருக்கும் டீக்கடையில் சர்க்கரை இல்லாமல் ஸ்ட்ராங் டீ வாங்கிக் குடிப்பார். ஆபீஸ் களைப்பு, முதுகு வலி, பிருஷ்ட எரிச்சல் ஆகியவை ஒருவகையாகச் சமனப்பட்டாற் போலத் தோன்றும். அதற்குள் கடைகளில் விளக்குகள் எரிய ஆரம்பிக்கும். பிரகாசமான, கண்களைக் கூசவைக்கும் வெளிச்சங்களில் வியாபாரம் தொடரும். எத்தனை துணிக்கடைகள்? எத்தனை ஷாப்புச் சாமான் கடைகள்? எத்தனை ஓட்டல்கள்? எத்தனை எத்தனை அரசாங்க, தனியார் அலுவலகங்கள்? மனுஷத் தேவைகள் மிகப் பலவாக விரிந்து விட்டன. 'உண்பது நாழி உடுப்பது ரெண்டு முழம்' என்கிற அம்மாஞ்சித்தனங்கள் காலாவதி ஆகிவிட்டன. நகப்பூச்சுகள் கூடப் பத்து வர்ணங்களில், நெற்றிப் பொட்டு பலப்பல வர்ணங் களில், அக்குள் மயிர் நீக்க இருபதுக்கும் மேற்பட்ட கம்பெனிகள் உயிரை விட்டுக்கொண்டு லோஷன் தயாரிக்கின்றன. ஆண்களையும் பெண்களையும் அழகர்களாக்க என்றே அழகு நிலையங்கள் நகரங்களில் பெருத்திருக்கின்றன. காலை தொடங்கி நள்ளிரவு வரை பெண்களை அடுப்படிக்குள் முடக்கிப் போட்ட வேலைத் தொடர்களைச் சௌகர்யப்படுத்த, சீக்கிரம் முடிக்க எத்தனை இயந்திரங்கள்? இருந்தும், இன்னும் வறுவல், பொரியல், அப்பளம், வடை என்று அதே பழைய சோற்றுப் பட்டியல்...!

பொழுது, லேசான போதை கொண்டாற் போல, மெல்லிசான கிறக்கம் கொண்டிருக்கும் மனிதர்களின் வயிறுகள் சற்றே புடைத்து எச்சம் வெளிப்படுத்த ஆயத்தம் கொண்டிருக்கும். மாலை நேரம் வந்து இருட்டத் தொடங்குகையில் மனித மனம் பறவைகளின் மனோபாவம் கொண்டு, விரைந்து கூடு சேரும் எண்ணத்தைக் கொண்டு விடுகிறது. வீடுகளில், இன்பத்திலும் துன்பத்திலும் விட்டு நீங்காதபடி இருப்பதாக உறுதி செய்து வாழ வந்திருக்கிற மனைவிகள் இருப்பார்கள். அவர்கள் மூலம் சமூகச் சங்கிலியின் கண்ணி அறுபடாது இருக்கும்பொருட்டு பெற்றெடுத்த பிள்ளைகள் இருப்பார்கள். ஆகவே, மாலைக்காலம் என்பது ஆண்களும் பெண்களும் வீடு திரும்பும் காலம். குமாரசாமி பஸ் நிறுத்தம் வந்து நிற்பார். அங்கிருந்து பஸ் பிடித்து வீடு போய்ச்சேர வேண்டும். சாயங்கால நேரங்களில் வீடு திரும்பும் அலுவலர்களின் முகங்கள், அவசியம் அவதானிக்கத்தக்கவை. எண்ணெய் வழிவதால் முகம் லேசாய் இருண்டு' பளபளப்புற்றிருக்கும். குமாரசாமியை உள்ளிட்ட பயணிகள், தவத்தில் ஈடுபட்டிருக்கும் முனிபுங்கவர்களாகி விடுவார்கள். பிரும்மத்தைக் கண்டடைதலே இவர்கள் லட்சியம் என்பது போல! பயணிகளின் லட்சியம் தங்கள் பயணத்துக்கான பேருந்தைக் கண்டு அடைதலாகும். கடந்த எட்டுமணி நேரங்களில் அவர்கள் முகத்தில் எழுதி ஒட்டியிருந்த அவர்களது உத்தியோகங் களின் பெயரை அழித்துக் குமாரசாமியாகவும்' ஜான் பிரிட்டோ

வாகவும், நசீர் அகமதாகவும் தம்மைக் கண்டுகொள்ளப் போகும் தவிப்பும் துலாம்பரமாகத் தென்பட அவர்கள் நிற்பார்கள்.

நேற்று இதே நேரம், குமாரசாமி இதே பஸ் நிறுத்தத்தில் நின்றிருந் தார். அடைக்கலசாமி அவரைக் கண்டு அவர் பக்கத்தில் வந்து நின்றார். எத்தனை மணிக்கு அவருக்கு மாரடைப்பு ஏற்பட்டது? ராத்திரி பதினொன்றரை மணிக்காம்! ஆட்டோ பிடித்து அவரை ஆஸ்பத்திரிக்கு ஏற்றிச் சென்றிருக்கிறார்கள். வழியிலேயே அவர் ஆவி பிரிந்துவிட்டது. அவர் இறந்த நேரத்தைச் சுமார் பன்னிரண்டு என்று கணக்கிடலாமா? இடலாம். அப்படியெனில் தான் பன்னிரண்டு மணிக்கு இறக்கப்போவதை அறியாத அடைக்கலசாமி, அந்த நேரத் துக்குச் சுமார் ஆறுமணி நேரத்துக்கு முன்னால் குமாரசாமியைக் கண்டு அவர் பக்கத்தில் வந்து நின்றார்.

குமாரசாமி யோசித்துப் பார்த்தார். அந்த மாலையில் அவர் முகத்தில் மரணம் ஒன்றும் எழுதியிருக்கவில்லை. வேலை பார்த்த களைப்பு இருந்தது. தெளிவோடும், சமயங்களில் நகைச்சுவை தெறிக்கவும்தான் அவர் பேசினார். “பெரிய தங்கை லட்சுமி வந்திருக்கா, குமாரசாமி. இது அவளுக்கு மூணாவது பிள்ளை. மூணாவது பிள்ளை பிரசவத்துக்கும் அண்ணன் வீட்டுக்கு வந்து, அண்ணனுக்குத் தொந் தரவு தருவதாவதுன்னுதான் அவளே நினைச்சிருக்கா. நம்ம வீட்டில் என்ன சொன்னாங்கன்னா, கண்ணு உன் அம்மா உசுரோடு இருந்து நீ பிள்ளையாண்டு வந்திருந்தா, இந்த மாதிரி நினைப்பு வருமா. என்னை இப்படி அசலா நினைக்கிறபடி ஆச்சான்னு கேட்டிருக்காங்க. லட்சுமி கண்ணாலே ஜலம் விட்டிருக்கா . . . நல்ல பொண்ணு. மாமியார் ஒரு லங்கடி. பேச்சு பாவனையெல்லாம் சதையைப் பிச்சுத் தின்கிற மாதிரி இருக்கும். அவள்தான் பெண்ணை மூன்றாம் பிரசவத்துக்கும் இங்கே அனுப்பி வைத்திருக்கிறாள். அவள்தான் யார்? நம் குழந்தை அல்லவா? இருக்கட்டும். செலவோட செலவு. கடைசித் தம்பிக்கு வேலை கிடைச்சுக் கல்யாணம் பண்ணி வச்சுட் டேன்னா, அப்புறம் எனக்கென்ன கவலை, நான் ராஜாதான்.”

குமாரசாமி, அடைக்கலசாமியின் கால் செருப்பைக் காண நேர்ந்தது. சாதாரண ரப்பர் செருப்புதான். கட்டை விரல் மோதிரம், மேல் வார் அனைத்திலும் ஒட்டுப்போட்டுத் தைத்திருந்தார். இன்னும் மேலே தைக்க முடியாத அளவுக்கு அது பிய்ந்துபோய் இருந்ததை அவர் அறிந்தார். போட்டிருந்த கதர்ச் சட்டையில் பல இடங்களில் மீன் முட்கள் மாதிரி தையல் போட்டிருந்தது.

அடைக்கலசாமி சொன்னார்: “செருப்பு மாற்றக் கூடாதான்னா கேக்கறீங்க? பேஷா மாற்றலாமே. என்ன சங்கதின்னா, வருஷம் ரெண்டாயிடுச்சி எனக்கும் அதுக்கும் உறவு ஏற்பட்டு. ஒருத்தரை விட்டு ஒருத்தர் பிரிய மனசு வரமாட்டேங்குது . . .” இப்படியாகப் பேசிக்கொண்டிருந்தவர், மறக்காமல் லட்சுமிக்கு ஸ்வீட் வாங்கிக் கொண்டு வீட்டுக்குப் போக வேண்டும் என்றார். லட்சுமிக்கு ஸ்வீட்

பிடிக்கும், "வாருமே, ஒரு டீ குடிக்கலாம்" என்று வேறு சொன்னார். "ஐயோ பாவி மனுஷன் கடைசிமுறையாகக் கூப்பிட்டிருக்கிறார். போகாமல் இருந்து விட்டோமே" என்று மனம் நொந்தார் குமாரசாமி.

ஒரு ஆட்டோ அவர் அருகில் இடித்துக்கொண்டு நிற்கிறாற் போல் நின்றது.

"வரியா சார்?" என்றார் ஓட்டுநர்.

குமாரசாமி மறுத்தார். பகல் பொழுது இவ்வளவு ஆச்சரியங் களுடன், அழகுகளுடன் திராட்சைக் குலைமாதிரி அவர் முன் தொங்கிக்கொண்டிருக்க அனுபவியாது, வண்டிக்குள் ஏறிச்செல்ல அவருக்குச் சம்மதமில்லை.

காலைகளைப் போலவே மாலைகளிலும் பஸ்ஸில் நெருக்கி யடித்துக் கொண்டுதான் மக்கள் பயணம் செய்கிறார்கள். ஆனால், இப்போது அவர்களின் மனமும் உடம்பும் வேறுமாதிரியான பிரச்சினைகளைச் சந்தித்துக்கொண்டிருக்கும். காலைகளில் இருந்த மனிதப் பகை தணிந்து சோர்வு மிகுந்திருக்கும். டிராபிக் போலீஸ் காரனிடம் இருந்து தப்பித்து ஓடுகிற லாரிக்காரர்களின் மன நிலையை அவர்கள் பெற்றிருப்பார்கள்.

குமாரசாமி தன் பேட்டையை ஆறே முக்காலுக்கு அடைவார். ஏழுமணி ஆனாலும் ஆச்சரியமில்லை. அங்கிருந்து நடை. முதலில் மார்க்கெட் சந்து திருப்பம். அந்த இடம் திறந்தவெளி சிறுநீர் கழிப்பிடம். பெரும்பாலான மார்க்கெட் வியாபாரிகளும், வாடிக்கை யாளர்களும் அங்குதான் கழிக்கவேண்டி வரும். மூக்கையும் மூச்சுக் குழாய்களையும் எரிச்சல் அடைய வைக்கும் நாற்றம் 'பொதுக்' கென்று அங்கிருந்து எழும். பலருக்கு வாந்தியும்கூட வரும். குப்பை களின் குவியல்களில் இருந்து பந்தாய்ச் சுருட்டிக்கொண்டு எழும் அவிந்த நாற்றம் இன்னொரு பயங்கரம். அங்கு கும்பல்களாகப் பன்றிகள் வாசம் செய்யும். பன்றிக் குட்டிகள் பார்க்க வெகு தமாஷானவை. அவைகளின் குறுகுறுப்பும் குழந்தைமையும் பார்க்க அழகியன. பன்றிகளைக் கடந்தால், நாய்கள். நாய்கள் வெகு சுதந்திரமாக அங்கு ஜீவித்திருந்தன. கடைத்தெருவில் வரிசைக்கிரம மாக மூன்று இறைச்சிக் கடைகள் இருந்தன.

சற்று உள்தள்ளின சந்தில் மாட்டிறைச்சிக் கடையும் இருந்தது. எந்த நாயையும் எந்த வீட்டாரும் வளர்க்கவில்லை. அவைகள் தாமே இரை தேடித் தின்று வளர்ந்தன. மீந்து போன சாதத்தை யாரேனும் ஒரு வீட்டார் தெருவில் கொட்டுகையில், எங்கிருந்தோ ஏழு எட்டு நாய்கள் பிரசன்னமாகித் தம் பங்குக்குப் பெரும் களேபரத்தைச் செய்யும். நாய்களின் நடமாட்டம் தெருவார்க்கு உபயோகமாகவும் இருந்தது. புது மனுஷர்களோ, திருடர்களோ அவற்றின் கண்களுக்குத் தப்ப முடியாது. குமாரசாமியை நாய்கள் அறியும். குண்டும் குழியுமான அந்த ரோட்டில் எது பள்ளம், எது நாய் என்று அறிவதில் இரவு நேரங்களில் பெருஞ்சிரமம் அவருக்கு

ஏற்படவே செய்யும். சர்வ ஜாக்கிரதையாக அடியெடுத்து வைத்து நடக்க வேண்டியிருக்கும். பள்ளம் என்று நினைத்து நாயின் வயிற்றில் காலை வைத்துவிடக்கூடும். நாய்கள் கவ்வாமல் விடாது. இந்தப் பரீட்சை மீன்துறை அலுவலகம் வரையில்தான். அதை ஒட்டிய மீன் ஸ்டாலில் வெளிச்சம் இருக்கும். கப்பென்று மீன் வாசம் ஆளைத் தூக்கும். வெட்டி அடுக்கப்பட்ட வஞ்சரம், வெளவால் மீன்களில் ஈக்கள் நிதானமாகப் பறந்தபடி மொய்க்கும். ஞாயிற்றுக்கிழமைகளில்தான் குமாரசாமி மீன் எடுப்பார். ஒரு ஞாயிற்றில் மீன்; ஒரு ஞாயிற்றில் கோழி; பதினைந்து நாட்களுக்கு ஒருமுறை தான் புலால். இது ஒன்றும் அவர் விரதமல்ல. அது அவருடைய வருமானம் விதித்திருந்த கட்டளை. வருமானம், நாக்கையும் கட்டுப்படுத்தும் அதிகாரம் கொண்டது.

மீன் கடை கடந்ததும் பட்டாணிக்கடை வரும். கடலை வறுபடும் சுகமான வாசனை அவரை எட்டும். சில வாசனைகள் சில இடங்களின் முகவரியாகவே இருந்தது ஆச்சரியம் தான். பட்டாணிக் கடைக்குப் பக்கத்தில்தான் அவர் நித்தமும் காய்கறி வாங்கும் கடையிருந்தது. பச்சைக் காய்கறிகளை மேலும் பச்சையாக்கும் பொருட்டு விஷேசமான விளக்கு போட்டிருக்கும் கடை. குமாரசாமி சற்று நேரம் யோசித்தபடி இருப்பார். முந்தின நாள் வாங்கிச் சென்ற காய்கறி என்னவாக இருக்கும் என்பது அவர் யோசனை யாக இருக்கும். முந்தின நாள் காய்கறி என்பது, இன்று காலை உணவில் அகப்பட்ட காய்கறிகள். அதைத்தான் என்னவென்று நெற்றியை அழுந்தத் தேய்த்தவாறு யோசித்தபடி நிற்பார். சில சமயங்களில் ஞாபகம் வரும், பல சமயங்களில் வராது. இன்று சமையலில் கத்தரிக்காய் என்றால் நாளைச் சமையலில் வெண்டைக் காய். காய்கறிகள்கூட நாலோ ஐந்தோதான் புழக்கத்தில் இருந்தன. ஒன்று மாற்றி ஒன்று, ஏதோ ஒன்று.

எதை வாங்கிக்கொண்டுப்போய் போட்டாலும் வாய் பேசாது சமைத்துப்போடும் மனைவியாக யசோதை அவருக்கு வாய்த்திருந் தாள். யசோதையை நினைக்குங்கால் அவருக்குள் பச்சாதாபம் பொங்கும். திருமணமான புதிதில் மாங்கொழுந்து நிறத்தில் உற்சாகம் பொங்க வளையவந்த பெண்ணாகத்தான் அவள் இருந்தாள். அவளைக் கைப்பிடித்துக் காற்றும் வெளிச்சமும் சம்சயப்பட்டுக் கொண்டு நுழையும் திருவல்லிக்கேணி ஒண்டுக் குடித்தன வீட்டில் குடி வைத்ததுதான் அவர் செய்த பிசகாக இருக்க வேண்டும். அத்துடன் அவளுக்கு மூன்று பிள்ளைகள் பிறந்தன. ஏனோ அவள் வாய்ப்பேச்சையே மறந்து கொண்டு வந்தாள். அவளைப் பார்க்கும் போதெல்லாம் குமாரசாமி குற்ற மனப்பான்மையில் குமைவார். ஒரு பெண்ணை, மனைவியாக்கி தாயுமாக்கி, அப்படி ஆக்குவதன் மூலமாகச் சீரழிக்க முடியுமென்பது தனக்கு நேர்ந்தது குறித்து அவருக்கு மிகுந்த வருத்தம் இருந்தது. அவள் வாய்திறந்து அவரிடம் எதுவும் கேட்டது இல்லை. சண்டை போட்டதும் இல்லை.

முகத்தை தூக்கி வைத்துக்கொண்டு பேசாமலிருந்ததும் இல்லை. ஒரு வாரம் பத்து நாட்கள் அம்மாவீட்டுக்குப் போய் வந்ததும் இல்லை. அப்படியெல்லாம் யசோதா இருந்திருந்தால் அவருக்கு அந்த அம்மாளிடம் சௌஜன்யம் இருந்திருக்க வாய்ப்புண்டு. அப்படி இல்லாமையினாலேயே அவருக்கும் அவளுக்கும் இடையே மௌனம் சூழ்ந்துகொண்டது. உடைக்க முடியாத கற்பாறை போன்ற மௌனம்.

குமாரசாமி காய்கறி வியாபாரத்தை முடித்துக்கொண்டு தனக் கென்று அவர் வைத்திருக்கும் ஒரே சொகுசுப் பழக்கமான இரவுச் சாப்பாட்டுக்குப் பிறகு அவர் சாப்பிட இரண்டு வாழைப்பழங்களை வாங்கிக்கொண்டு அந்த உபயோகத்துக்கெனவே வைத்திருக்கும் துணிப்பையில் அவற்றை இட்டுக்கொண்டு நடப்பார். சுமார் அரை மைல் இருட்டு பூசி மெழுகியிருக்கும் தெருவில் அவர் நடப்பார். குமாரசாமி மாலைகளைக் கடப்பது இப்படித்தான். அந்த வழிப் பயணத்தில் திடுமெனச் சில நாட்களில் அவரைச் சந்தோஷம் பற்றிக் கொள்ளும். சந்தோஷத்தின் வெளிப்பாடாக மனசுக்குள் அமுந்திக்கிடக்கும் பழைய பாடல்கள் பீறிட்டுக்கொண்டு எழும். பெரும்பாலும், 'நமக்கினி பயமேது' என்று தொடங்குகிற சின்னப்பா வின் பாடலை முனகியபடி நடப்பார். கல்யாணி ராகத்தின் ஆலாபனை அவருக்குத் தெரியாது, ஆனால் அவருக்கு இருக்கும் மனோபாவப்படி அந்த ராகம் வடிவெடுக்கும்.

இரண்டு குடித்தனங்கள் இருந்த அந்த வீட்டின் பிற்பகுதியில் அவர் குடியிருந்தார். முற்பகுதிதான் அவருக்குப் பிடித்திருந்தது. அங்கிருந்து வானம் தெரிந்தது, மரங்களின் விரிந்த தலைகள் தெரிந்தன. அடுத்த வீட்டுக் குழந்தை மாதிரி காற்றும் வெளிச்சமும் சுதந்திரமாக உள்ளே நுழைந்தன. நண்பர்கள் வந்தால் உட்கார்த்தி வைத்துப் பேசக் கொஞ்சம் பெரிய ஹால் இருந்தது. ஆனால் இவை அனைத்துக்குமாக வாடகை ஐந்நூறு என்றார்கள். பிற்பகுதிக்கு வாடகை முந்நூறுதான். கோவில் கர்ப்பக்கிருஹம் மாதிரி எந்நேர மும் இருண்ட அறை. வாழைக்காய்களை வாங்கிப் போட்டால் ஓரிரவுக்குள் பழுத்துப்போகும் வகையாய் எந்நேரமும் சூடான காற்றுப் புழங்கும் அடுப்பறை. குமாரசாமிக்கு முற்பகுதியில் குடியிருக்க விருப்பம். ஆனால் பிற்பகுதியில் இருந்தார்.

"அம்மா . . . அப்பா வறாங்க . . ." என்பாள் நீலா. பெரிய பெண். எஸ்.எஸ்.எல்.சிக்கு மேல் படிப்பு ஏறவில்லை என்று வீட்டோடு இருப்பவள். டைப் கற்றுக்கொண்டு, மூன்றாவது வீட்டிலிருந்து பழைய தொடர்கதை பைண்டு வால்யூம்களை வாங்கி வாசித்துக் கொண்டு காலம் கழிப்பவள். இரண்டாவது பெண் கோமளா. அம்மாவுக்கு ரொம்பவும் இசைந்தவள். இளம்பிள்ளைவாதத்தால் கால் சற்றே கோணலாகிப் போனவள். மூன்றாமவள் சாந்தி, நாலாம் வகுப்பு வாசிப்பவள். அப்பா வேலை விட்டு வரும்போது தூங்கி

விட்டிருப்பாள். காலை புறப்படும்போது அவளும் பள்ளிக்குப் புறப்பட்டுக்கொண்டிருப்பாள் ஆகவே பேச நேரம் இருக்காது.

யசோதையிடம் பையைக் கொடுப்பார். குமாரசாமிக்கும் அவளுக்குமான சம்சார பந்தம் அந்தப் பையோடு முற்றுப் பெற்று விட்டதாகவே தோன்றும். பனியனையும் ஜட்டியையும் எடுத்துக் கொண்டு குளியல் அறைக்குச் செல்வார். குளித்து மீள அரைமணி ஆகும். தட்டில் சாதம் பரிமாறி இருக்கும். தடுக்கில் அமர்ந்து சாப்பிடுவார். குழந்தைகள் இழுத்துப் போர்த்துக்கொண்டு உறக்கத்தில் இருப்பார்கள். உண்டு, வாசலுக்கு வீட்டின் முற்பகுதிக்கு வருவார். இரும்புக் கதவைச் சத்தமில்லாமல் திறந்துகொண்டு வீதிக்கு வந்து கைலியை மடித்துக் கட்டிக்கொண்டு தெரு முனை வரை ஒரு நடை நடந்து வருவார். அதற்குள் கண்ணை உறக்கம் விரட்டிக்கொண்டு வரும். மணியும் அதற்குள் ஏறக்குறையப் பத்தை நெருங்கிக்கொண்டிருக்கும். படுக்கையில் வந்து விழுந்தார் என்றால், கனவுகள் அற்ற தூக்கத்தில் ஆழ்ந்துவிடுவார்.

குமாரசாமி பஸ் நிறுத்தத்தில் நின்று கொண்டிருந்தார்.

இறந்துபோன அடைக்கலசாமியின் சடலத்தைப் பார்த்துக் கடைசி மரியாதை செலுத்த வேண்டும் என்று எதிர்பார்க்கப்படு பவர் அவர். இதர அலுவலர்கள் அங்ஙனம் அந்நேரம் தங்கள் இறுதி மரியாதைகளைச் செலுத்திக்கொண்டிருப்பார்கள். அசை வில்லாமல் படுத்துக் கிடக்கும், ஒரு காட்சிப் பொருளைப்போல இந்நேரம் ஆக்கப்பட்டு இருக்கும் அடைக்கலசாமியைப் போய்ப் பார்க்கத்தான் வேண்டுமா என்று தமக்குள் ஒருமுறை கேட்டுக் கொண்டார் குமாரசாமி. குடும்பம், சகோதர சகோதரிகள், அவர்களின் உயர்வு என்று சதா இயங்கிக் கொண்டிருந்த ஒரு மனிதன் இயக்கத்தை நிறுத்தி விட்டபின், வீழ்ந்து பட்டபின், அவனுடைய இயக்கமற்ற உடலைப் பார்வைக்கு வைப்பது அடைக்கலசாமிக்குச் செய்கிற அவமானம் என்றுகூட அவருக்குத் தோன்றவாரம்பித்தது. அவர் அடைக்கலசாமியின் சவ ஊர்வலத் துக்குச் செல்வதில்லை என்று முடிவு செய்தார். ஆகவே, வேறு எங்கு போவது?

அவருக்கு நடக்க வேண்டும் போலிருந்தது. விட்டேத்தியாக, நோக்கமில்லாத ஊர்சுற்றியைப்போல நடந்து சுற்ற வேண்டும்போல இருந்தது. நடப்பதற்காகவே நடக்கிற ஊர்சுற்றி, கண்களைக் கேமராவாக்கி, மனுஷர்களைப் பிடித்து மனசுக்குள் போட்டுக் கொள்கிற ஊர்சுற்றி. அந்த நினைப்பே அவருக்குள் இளமையைக் கசியவைத்து இருபது முப்பது ஆண்டுகள் அவரிடமிருந்து ஆவியாகக் கரைந்து அவரை இளைஞனாக்கி விடுகிறது. அவர் நடக்கத் தொடங்கினார். 'எக்ஸ்பிரஸ் ஆபீஸ் நேர் எதிரே சூடாக வாழைக் காய் பஜ்ஜி தின்றுக்கொண்டு நிற்கின்ற சல்வார் கமீஸ் அணிந்து தலைமுடியை அலட்சியமாகப் பறக்கவிட்டபடி சுதந்திரத்தின்

சீமந்த புத்திரிகளாகக் காட்சியளிக்கிற இரண்டு பெண்களை அவர் கண்டார். அந்தக் காட்சியை அவர் மிகவும் ரசித்தார். இந்தப் பெண்கள் நின்ற இடத்தில் தன் பெண்களை வைத்துப்பார்த்தார். வருத்தமாக இருந்தது. பெரியவள் படிப்பு வரவில்லை என்கிறாளே! படிப்பு கூட சிலரிடம்தான் வரும்போலும். சின்னச் சம்பளக்கார வீட்டுப் பிள்ளைகளுக்குப் படிப்பு வராதா, வரக்கூடாதா என்ன?

திடுமென செண்பக ராஜலட்சுமியைப் பற்றிக்கொண்டு மனக்குரங்கு எம்பிக் குதித்தது. அது அந்தக் காலம். செண்பகா உருக்காத நெய் மாதிரி. ஊரில் எஸ்.எஸ்.எல்.சி. எழுதி முடித்த கையோடு, ஏதோ ஒரு சின்ன கம்பெனியில் ஏதோ ஒரு வேலையில் சேர்ந்திருந்த காலம். கிராமத்து நாட்டுப்புற அம்மா. கட்டுகிற புடவையைச் சுற்றிக்கொண்டு கோணல் வகிடும், புருவ மத்தியில் துண்டு நெருப்பு மாதிரி குங்குமமும் வைத்துக்கொண்டு அவள் வருவாள். மகிழ மரத்தடி பஸ் நிறுத்தத்தில்தான் அவள் பஸ் ஏறுவது வழக்கம். வயசான மரம் அது. பாரியான உடம்பும், மிகவும் விசாலமான, வானத்தைத் தழுவுகிற மாதிரி கைகளை விரித்துக் கொண்டு அது நிற்கிற பாங்கும் ஒரு ஈர்ப்பைக் குமாரசாமிக்கு ஏற்படுத்தியிருந்தது. தாழங்குடையைச் சின்னது செய்தமாதிரி அதன் பூக்கள் நிழல்குடையின் மேலும், தரையிலும் சிந்திக்கிடப்பது மனசை வருடச் செய்கிற காரியம்தான். இயன்றவரை பூக்களை மிதிக்காமல் செண்பகா நடந்து நிற்பதைப் பல சமயங்களில் குமாரசாமி பார்த்திருந்தார். அழுக்குப்படாத, வெள்ளை நிறத்துப் பாதங்கள், செருப்புக்கு மேல் இருந்தாலும் பூமியில் படாது, பூமிக்கு மேல் நிற்பதாக அவர் நினைத்துக்கொண்டார். நிறுத்தத்தின் மேற்கு மூலையில், தந்திக் கம்பத்துக்கு அருகில் அவள் நிற்பாள். நாளாவட்டத்தில் அவளுக்குச் சில அடிகள் தள்ளி அவள் அருகாக நிற்க வேண்டுமென்று அவருக்கு ஏனோ தோன்றியது.

அவர் நிற்கிற இடத்திலிருந்து அவளைப் பக்கவாட்டத்தில் முழுமையாகப் பார்க்க முடிந்தது அவரால். காற்றடித்துக் கலைகிற காலைக் குளியல் ஈரம் போகாத கழுத்துப்புற ஒற்றை முடி பல பிரதிமைகளை அவரிடம் ஏற்படுத்தியது உண்மை. காற்றில் அசையும் நாற்றுக்கள்; கோட்டைமேல் பறக்கிற கொடி; கறுப்பு வானத்தில் நீந்தும் வெள்ளை மேகம்; காயவைத்த, காற்றில் படபடக்கிற கறுப்பு நிறத் துவாலை எனப் பல பிரதிமைகள்; அல்லது பிரமைகள்.

அந்தக் காலங்களில் இவ்வளவு ஜனங்கள் இல்லை. அல்லது இவ்வளவு பேர் வேலைக்குப் போவதில்லை. கூட்டம் நெருக்கியடிப்பதில்லை. ஆகவே, மேயப் போன பசுவை எதிர்பார்க்கிற சாவகாசத்தில் பஸ்ஸை எதிர்பார்த்து அவள் நிற்பாள். கண்கள் கிழக்குத் திசையையே பார்த்துக்கொண்டிருக்கும். அவர் நிற்கும் இடத்திலிருந்து அவள் கண்கள் துலாம்பரமாகத் தெரியும்.

வெள்ளைக் கைக்குட்டையில் கறுப்பு ரோஜா படம் போட்ட மாதிரியான அவள் விழிகள் அசைவற்றுக் கிழக்குத் திசையையே நோக்கியபடி இருக்கும். அவரும் அவளும் ஏறிச் செல்லவேண்டிய பஸ் ஒன்றுதான் என்று கூறுதற்கு இல்லை. ஆறாம் எண் பஸ்ஸில் அவர் சென்றால் அவருடைய அலுவலக வாசலிலேயே போய் இறங்கலாம். ஆனால், அவள் செல்வதோ ஐந்தாம் எண் பஸ். அதில் போனால் அவர் சுமார் இரண்டு பர்லாங்கு தூரம் நடந்து போய் அலுவலகம் சேர வேண்டி வரும். அந்தத் தூரம் ஒரு பொருட்டே அல்ல அவருக்கு. அவர் தினம் தினம் இரண்டு பர்லாங்கு தூரம் நடந்தே அலுவலகம் போனார். பச்சை வாழி அம்மன் பஸ் நிறுத்தத்தில் செண்பகா இறங்கி நடந்து தன் அலுவலகம் செல்வாள். அதுவரை அவரும் அவள் பின்தான் நடந்து செல்வார். பல நாட்களுக்குப் பிறகு ஒரு நாள் அலுவலகத்துக்குள் நுழைந்த செண்பகா அவரைத் திரும்பிப் பார்த்தாற்போல அருக்குத் தோன்றியது. மனப்பிராந்தி என்று சொல்வார்களே அதுவாக இருக்குமோ என்றுகூட அவருக்குத் தோன்றியது. அன்று அவர் நீண்ட நேரம் மொட்டை மாடியில் தூக்கம் பிடிக்காமல் படுத்துக் கிடந்தார். நிலாவும் அவர்கூட உறக்கம் பிடிக்காமல் துணை நின்றது.

அந்தக் காலம்தான் எவ்வளவு ரம்மியமானது? அவர் சமயங்களில் அந்த நினைவுகளில் அமிழ்ந்து போவார். அந்தக் காலங்களில் அவர் கதர் சட்டையும் கதரிலேயே பேண்ட்டும் அணிவார். கதர் சீக்கிரத்தில் அழுக்கடையக் கூடியது. ஆகவே தினம் தினம் துவைத்துப்போடும் வேலை அவருக்கு நேரும். அவ்வேலையில் அவருக்குத் திருப்தியும் சந்தோசமுமே ஏற்பட்டன. தினம்தினம் சவரம். மாசத்துக்கு இருமுறை மயிர் வெட்டல் என்ற ஒரு ஒழுங்கு அவருக்கு நேரிட்டது.

ஒரு தீபாவளியை ஒட்டிய நேரம். அவர்கள் ஏறிச் சென்ற பஸ் நடுவழியில் டயர் வெடித்து நின்றது. பஸ்ஸை விட்டு இறங்கி ஒரு ஓரமாகச் சற்றுத் தவிப்போடு நின்றாள் செண்பகம். ஆட்டோக்கள் அதிகம் பரவாத காலம் அது. அவர் ஒரு குதிரை வண்டியை ஏற்பாடு செய்து கொண்டு வந்தார்.

“நீங்களும் வரலாமே . . . உங்கள் ஆபிசில் இறங்கிக்கொள்ளலாமே . . .?” என்று அவளைப் பார்த்துச் சொன்னார். நாலைந்து வார்த்தைகள்தாம். அதற்குள் அவருக்கு வியர்த்துப் போய்விட்டது.

அவள் மறுக்காமல், “ரொம்ப நன்றி” என்றபடி குதிரை வண்டியின் முன் பகுதியில் அமர்ந்து கொண்டாள். குதிரை, குதிரையைப் போல்தான் இருந்தது. விரைவில் சுருங்கி, இளைத்து, கால்கள் இடித்துக்கொண்டு கழுதையாகும் நிலையில் இருந்தது. அதை ஓட்டிய வண்டிக்காரனே கூட உயிரைச் சுமந்து கொண்டிருப்பவனாகவே தோன்றினான். காய்ந்த புல்லின் மணம் வண்டிக்குள் நிரம்பிச் சுகமான வாசம் தந்துகொண்டிருந்தது. செண்பகா

வெளியில் பார்வையைச் செலுத்தியபடி இருந்தாள். அவள் தலையில் அணிந்திருந்த மல்லிகைச் சரத்தினது வாசம் மட்டும் அவரை அணுகிக்கொண்டிருந்தது. குதிரை வண்டி அசைந்து ஆடி மெதுவாக ஊர்ந்து கொண்டிருந்தது. அது இன்னும் மெதுவாகப் போகாதா என்று ஏங்கினார் குமாரசாமி. செண்பகாவின் அலுவல கம் நெருங்கிக் கொண்டிருப்பது அவருக்கு வேதனையாக இருந்தது. ஏதோ மாயம் நிகழ்ந்து அவள் அலுவலகம் பத்து மைலுக்கு அப்பால் மாறிப் போய்விடாதா என்று கூட அவருக்குத் தோன்றியது. குமார சாமி வண்டிக்காரரைப் பார்த்து, "குதிரை சொந்தமா?" என்றார். ஏதாவது பேச வேண்டுமே! இத்தகு பரவசங்களில் லயிப்பவர்கள் அபத்தமாகப் பேசுவது இயற்கைதான். ஆனால், சம்பந்தப்பட்ட இருவருக்கும் அவை ஆயிரம் அர்த்தம் தொனிக்கிற வார்த்தைகளாக இருக்கும்போலும். குமாரசாமியின் அந்தக் கேள்வியை 'சீரியசாக' எடுத்துக்கொண்ட வண்டிக்காரர் சொன்னார்.

"என்ன கேட்டீங்க. சொந்தமான்னா? வயித்துப் புள்ளையே சொந்தமாகாதப்போ மிருகங்க சொந்தமாயிடுமா, சாமி? வாடகை வண்டிதான்."

தத்துவபரமான அவர் வார்த்தைகள் அந்தச் சூழலுக்குப் பொருந்தாதவையாக இருந்தன. குமாரசாமியால் வார்த்தையை வளர்க்க முடியவில்லை.

"உங்க ஆஃபீசு எத்தனை மணிக்கு?"

அவர் அவளைத்தான் கேட்டார். கேள்வி தம்மைப் பார்த்துக் கேட்பது என்பதை அவள் புரிந்துகொள்ள பல நிமிஷங்கள் ஆயின. திரும்பி, "பத்து மணிக்குத்தான்" என்றாள். அவர் ஆபீசும் அந்த நேரம்தான் தொடங்கிற்று. அதில் ஆச்சரியம் கொள்ளவோ விமரிசனம் செய்யவோ ஒன்றுமில்லை. மேடு பள்ளங்களில் வண்டி ஏறி இறங்கும்போது வண்டிப் பலகையில் தலை இடித்தது. ஏனோ அவருக்கு அது வலிக்கவில்லை. சூரியன் முன் பக்கத்தில் தீவிரமாகக் காய்ந்தது. அவருக்கு அது சங்கடமாக இருந்தது.

"கொஞ்சம் பின்னால் நகர்ந்து அமருங்களேன். வெயில் காய் கிறதே" என்றார் வாஞ்சையுடன்! அவள் திரும்பிப் பல் தெரியாமல் சிரித்தாள். மஞ்சள் பூசியிருந்தாள். தலையிலிருந்து மணப்பொருள் களின் வாசம் மிதந்தது. "பரவாயில்லை" என்றாள். அவள் அலுவல கம் வந்தே விட்டது. அவள் இறங்கச் சௌகர்யமாக அவர் இறங்கி நின்றுகொண்டார்.

அவள் உள்ளங்கையில் அடங்கியிருந்த சின்ன பர்சை எடுத்து, "வண்டிச் சத்தம் எவ்வளவு!" என்றாள்.

"பரவாயில்லை.... நான் கொடுத்து விடுகிறேன், நீங்கள் போகலாம்" அவள் சென்று மறைந்தவுடன், வண்டி ஏறியவர்க்குப் பரிசு மாதிரி ஒன்று காத்திருந்தது.

செண்பகா தலையில் சூடியிருந்த சரத்திலிருந்து ஒற்றை மல்லிகை மலர் அவள் அமர்ந்த இடத்தில் விழுந்திருந்தது. அந்த மலரை எடுத்து முகர்ந்தார். நூறு வெவ்வேறு பூக்களின் வாசனை அதில் இருப்பதாக அவருக்குப் பட்டது. அந்த மலரைப் பத்திரப்படுத்திக் கொண்டார். அன்று இரவும் கூட அவர் உறக்கம் பிடிக்காமல் விழித்துக் கொண்டிருந்தார். நிலவும் அவருடன் விழித்திருந்தது. வாடிய அந்த ஒற்றை மல்லிகை மலரை உள்ளங்கையில் ஏந்திக் கொண்டு அவர் கற்பனை உலகங்களில் சஞ்சாரம் செய்து கொண்டிருந்தார்.

அடுத்த நாள் முதல், அவர்கள் அறிமுகம் கொண்டவர்களாய், புன்னகை செய்யவும், தலை அசைக்கவும் தொடங்கினார்கள். சிலசில வார்த்தைகளைப் பகிர்ந்து கொண்டார்கள்.

"என்ன, பஸ் இன்னும் வரக் காணோம்?"

"அட, என்ன வெயில் இப்படிக் காய்கிறது?"

"வர வர இந்த ஊர்கூடப் பட்டணம்மாதிரி புழுதி படியத் தொடங்குகிறதே"

"இந்தத் தடத்தில் கூடுதலாக இன்னும் இரண்டு பஸ் விடலாம்"

"உங்கள் வாட்ச் நின்று போய் இருக்கா என்ன?"

"நேற்று உங்களுடன் வந்தவர் உங்கள் அண்ணனா?"

"இந்தப் பத்திரிகைதான் நீங்கள் வாசிக்கிறதா?"

"நல்ல புத்தகம். அருமையாக எழுதியிருக்கிறார், படித்துப் பாருங்களேன்,"

"இன்னிக்குக் காலமே ரொம்பச் சீக்கிரம் வந்துவிட்டேன்."

"மழைத்தூறல் உங்கள் மேல் படுகிறதே, ஒதுங்கி நில்லுங்கள்."

இப்படியாக, ஒருவழிப்பாதை மாதிரி ஒருவரே மற்றவரைப் பார்த்துப் பேச மற்றவர் வாங்கிக் கொள்ளவுமாகச் சில நாட்கள் சென்றன. ஒரு மதியப் பொழுதில் மழை கடுமையாகி மாலை ஐந்துக்கும் ஐந்தரைக்கு மேலும் பொழியவே, குமாரசாமி கடைக்கு நனைந்துகொண்டே போய் ஒரு புதுக்குடை வாங்கிச் செண்பகாவின் அலுவலகம் சென்றார். வராண்டாவிலேயே நின்றிருந்த செண்பகா ஆச்சரியம் கொண்டிருக்க வேண்டும். காற்றும் மழையும் கலந்து இடிமாதிரி இறங்கிக் கொண்டிருந்தன.

"நீங்கள் எப்படிப் போவீர்கள்?" என்று கரிசனத்தோடு கேட்டாள் செண்பகா.

"எனக்கொன்றும் அவசரம் இல்லை. இருட்டிய பிறகுகூடப் போகலாம். உங்களுக்குச் சிரமமாகி விடுமே..." என்றார் குமாரசாமி. அவள் நெகிழ்ந்து போயிருக்க வேண்டும். அடுத்த சில நாட்களில், சிறுசிறு சம்பாஷணைகளை அவர்கள் நடத்தினார்கள்.

"எப்போதும் வெள்ளைதான் உடுத்துவீர்களா?"

"ஏன்? நன்றாக இல்லையா?"

"உங்களுக்குப் பொருத்தமாக இருக்கிறது. நிறத்துக்கும் குணத்துக்கும் சம்பந்தம் இருப்பதாகச் சொல்வார்கள்."

மற்றும் ஒரு நாளில்:

"இன்று ஏன் பூ வைத்துக்கொள்ளவில்லை?"

(சிரிப்புடன்) "அவசரத்தில் ஓடி வந்துவிட்டேன்"

"உங்களுக்குப் பூ அதிகப்படியான ஆபரணம்"

மற்றும் ஒரு நாளில்:

"நேற்று வரவில்லையே..."

"அத்தை வந்திருந்தாள்...!"

"உடம்புக்கு ஏதோ என்று பயந்து போய்விட்டேன். அலுவலகத் துக்கு வரலாமா என்று யோசித்தேன். நீங்கள் தவறாக நினைப்பீர் களோ என்று..."

"இதில் தப்பாக நினைக்க என்ன இருக்கிறது? டைப்பிஸ்ட் செண்பக ராஜலட்சுமி என்றால் சொல்வார்கள்."

மற்றும் ஒரு நாளில்:

"நிறையப் படிக்க ஆசைப்பட்டேன். முடியல்லே."

"ஏன்?"

"ரெண்டு தங்கைகள். அவர்களும் படிக்க வேணுமே? சம்பாதிக் கணும்னு அப்பா சொல்லிட்டார்"

"பிரைவேட்டாகப் படிக்கலாமே..."

"யோசிக்கணும்"

"யோசிக்க ஒண்ணுமில்லை. நான் ஏற்பாடு பண்ணறேன்..."

மற்றும் ஒரு நாளில்:

"விடுமுறை நாட்களிலே என்ன பண்ணுவீங்க? எப்படிப் பொழுது போகுது?"

"அம்மா அப்பளம் பண்ணி வீடுகளுக்குப் போடுறாங்க... அவங்களுக்கு உதவியாக இருப்பேன்."

அவள் அப்பாவுக்கு உடல்நிலை கெட்டது. செண்பகா இரண்டு நாள் அலுவலகம் வரவில்லை. அவர் அலுவலகம் சென்று விசாரித்தார். அவள் அப்பா ஆஸ்பத்திரியில் இருந்த செய்தியை அவர் அறிந்தார். இடத்தை விசாரித்து அறிந்துகொண்டு அவர் அங்கு போய்ச் சேர்ந்த வேளையில், அவர் படுக்கையைச் சுற்றிச் செண்பகாவும் அவள் சகோதரிகளும் அழுதுகொண்டு நின்றிருந்தார் கள். அம்மா என்று தோன்றுபவள் அப்பாவின் தலைமாட்டில் உட்கார்ந்து அழுதுகொண்டிருந்தாள். அப்பா ஸ்மரணை அற்ற

சித்தன் போக்கு 53

ஸ்திதியில் இருந்தார். அவர் முகம் மட்டும் தெரிய இருந்தது. நெருப்பை அவித்ததுமாதிரி முகம் கரிந்து போயிருந்தது. அவரைப் பார்த்துச் செண்பகா அதிகம் அழுதாள். அன்று மாலையிலேயே அப்பா காலமானார்.

குமாரசாமி அலுவலகத்தில், ஐந்நூறு ரூபாய் கடன் வாங்கினார். 1968–ம் ஆண்டில் ஐந்நூறு ரூபாய் பெருந்தொகை என்பதில் இரண்டாம் கருத்து இருக்க முடியாது. 'குடும்பத்தில் ஆண்பிள்ளை இல்லையே என்கிற குறையை நீக்கிவிட்டாய்' என்று செண்பகாவின் அம்மாவே குமாரசாமியிடம் சொன்னாள். அந்த ஐந்நூறு ரூபாய்ப் பணத்தில் செண்பகாவின் அப்பா தன் இறுதிப் பயணத்தை மிகக் கௌரவமாக மேற்கொண்டார்.

குமாரசாமி அண்ணா மேம்பாலத்தை அடைந்து, அர்த்தம் இல்லாத குதிரை வீரன் சிலையின் கீழ் நின்றார். புற்கள் ஓரளவு செழித்திருந்தன. கவனிப்பார் இருந்தால் இந்த இடத்தை மிக அழகாக ஆக்கியிருக்க முடியும். சற்றுத் தள்ளி பெரியார், உடைசல் வண்டிகளுக்குப் பக்கத்தில் காவல்காரரைப் போல அனாதரவாய் நின்றார். அந்த இடமும் அழகான பூங்காவாக இருக்கலாம். வேண்டியது அக்கறை . . .!

செண்பகாவுக்கு அடுத்த ஆறாம் மாதம் திருமணம் நடந்தது. மிகவும் மகிழ்ச்சியோடு அவள் அவருக்குக் கல்யாணப் பத்திரிகை கொடுத்தாள்.

"நீங்கள் அவசியம் கல்யாணத்துக்கு வரவேணும். அம்மா உங்களை எதிர்பார்க்கிறாங்க . . ." என்றாள் செண்பகா. மணமகன் தூரத்து அத்தை மகன் என்றாள் அவள். மிராசுதாராம் அவர். மகிழமரத்தின் அடியில் அவர்கள் நின்று கொண்டிருந்தார்கள். மலர்கள் நிழற்குடையின் மேலும் மண்ணிலும் சிந்திக் கிடந்தன. காலை முதிர்கிற நேரம். ஆபீசுக்கான பஸ் இன்னும் வரவில்லை. கல்யாண ஜவுளி எடுக்க மாப்பிள்ளை வீட்டார் காஞ்சிபுரத்துக்கே போகிறார்களாம். நாளை லீவ் போட்டுவிட்டு அவளும் போகப் போகிறாளாம். அவள் மிக மகிழ்ச்சியில் இருந்ததைக் கவனித்தார் குமாரசாமி. பஸ் வந்தது. அவள் ஓடிப்போய் ஏறினாள்.

"நீங்க வரலையா?" என்றாள் செண்பகா ஓடிக்கொண்டே.

"நீங்க போங்க! நான் ஒரு நண்பரை எதிர்பார்க்கிறேன்" என்று விட்டு அவர் அங்கேயே நின்றார், எத்தனை நாழி என்று அறியாது மதியம் வரை அங்கேயே நின்றார். அவரை அறியாது அவர் கண்களில் நீர் கசிந்தது. துடைத்துக்கொண்டார். தொண்டை வறண்டிருந்தது. அருகில் இருந்த ஒரு பெட்டிக்கடைக்குச் சென்று சோடா குடித்தார். சில்லரை கொடுக்கப் பர்சை எடுத்தார். ரூபாயைக் கொடுத்து மீதிச் சில்லறையை வாங்கிப் பர்சில் போடும் போது அந்த ஒற்றை மல்லிகையைக் கண்டார். சருகாகி மடித்து ஆனால் வெகு பத்திரமாய் ஒரு அறைக்குள் இருந்தது அது.

அத்துடன் பழைய பஸ் டிக்கட்டுகளும் கிடந்தன. அவற்றை எடுத்துக் கீழே போட்டார். காலாவதியான டிக்கட்டுகளை பைத்தியங்கள்தான் வைத்திருக்கும்.

குமாரசாமிக்கு உரக்கச் சிரிக்க வேண்டும்போல் இருந்தது. என்றைக்கோ நடந்துபோன ஒரு அற்ப விஷயத்தைக் குறித்து இவ்வளவு யோசிக்க வேண்டுமா. ஆனாலும் அவை அனிச்சை செயல்களாகவே அல்லவா நிகழ்கின்றன? கோடை காலத்தில் குளத்திலிருந்து எழும் ஆவி மாதிரி இந்த எண்ணங்கள். செண்பகா வுக்குப் பிறகு வேறு யாருடனும் ஏமாற வாய்ப்பில்லாமல் போனது குறித்து அவர் எப்போதும் மகிழ்ச்சியடைவார். தான் ஏமாந்து போய்விடவில்லை என்றும், செண்பகாவே கூட ஏமாற்றுக்காரி அல்ல என்றும், சூழ்நிலையே ஒரு மனிதரை இப்படியெல்லாம் பாத்திரமேற்கச் செய்து வசனம் பேச வைத்துவிடுகிறது என்றும் அவர் பல சமயங்களில் நம்பினார்.

மதியத்தை நெருங்கிக் கொண்டிருக்கும் வெயிலற்ற அந்தக் காலைப் பொழுது, ஒரு செடி வளர்வது மாதிரி வளர்ந்து கொண்டி ருந்தது. தரையில் விழுந்த மீன் தண்ணீருக்குள் வந்த மாதிரி அவர் அந்தப் பொழுதை அனுபவித்தார். செண்பகாவுக்குத் திருமணமான கொஞ்ச காலத்துக்கு உள்ளேயே அவருக்கும் கல்யாணம் ஆயிற்று. யசோதை மனைவியாக வந்தாள். குழந்தைகள் வந்தார்கள். உடம்புச் சதை வந்தது. காதோரம் நரை வந்தது. வாயுத் தொல்லை வந்தது. எல்லா விஷயத்துக்கும் தத்துவபரமான சிந்தனைகள் வந்துவிட்டன.

ராதாகிருஷ்ணன் வீதி வழியாகக் கடற்கரை நோக்கி நடையைத் திருப்பினார். கிழக்குத் திசைவழி அவர் நடந்தார். உலக நாடுகள் எதையும் அமைதியாக வாழவிடுவதில்லை என்று உறுதிபூண்டு வாழும் அமெரிக்க நாட்டு அலுவலகம் கடந்து, நடைபாதை வழியாகவே நடந்தார். நாம் காலத்துக்குக் கட்டுப்பட்ட மனிதர் அல்ல என்றும், நாம் எங்கும் செல்ல அல்லது செல்லாமல் இருக்க சுதந்திரப்பட்டவர் என்றும் ஒரு நினைவு அவருக்குத் திடுமெனத் தோன்றவும், தாம் மிகுந்த பலம் கொண்டு விட்டவர், தாமே ஒரு சர்வாதிகாரி அல்லது தாமே அனைத்தும் தானாகி விட்ட சந்நியாசி என்றும் பாவிக்கத் தொடங்கினார். இந்த நினைவு கொடுத்த புத்துணர்ச்சி அவரை நிமிர்ந்து நிற்கச் செய்தது. அவரை இளமைப் பருவம் எய்தச் செய்தது. அவரது காலடியில் சிந்திக் கிடந்த காம்பவுண்டுச் சுவருக்கு உள்ளிருந்த மஞ்சள் அரளி மரத்தின் பூக்கள் அவருக்குப் பூக்களாகத் தோன்றாமல், நட்சத் திரங்களும் உலகங்களும் இணைந்த பிரபஞ்சமாகவே தோன்றியது. அவர் உலகத்தின் தலைவர்! அவரே பிரஜாபதி!!

அட! ஒரு பகல் நேரப் பொழுது இப்படி ஆனந்தமயமாகவா இருக்கும்? இதை அறியாமல் எத்தனை காலங்களை அவர்

சித்தன் போக்கு

வீணடித்து விட்டார். அவர் வானவில்லைப் பிடித்துவிட எண்ணி மாடிப்படி ஏறிய அறிவிலி. தொடுவானத்தைத் தொட்டுவிட நினைத்துப் பரிசல் ஓட்டிய மூடர். அதெல்லாம் பழைய கதை.

விவேகானந்தர் இல்லத்தை ஒட்டி, அவர் ஓய்வு நேரப் புரூஃப் திருத்தும் வேலை செய்யும் தமிழ்க்கடல் பதிப்பகம் இருந்தது. அதன் உரிமையாளர் கோபாலனைப் பார்க்க வேண்டும் என அந்தக் கணம் தோன்றியது. நினைவை உடனே செயல்படுத்த ஆரம்பித்தார். குமாரசாமியை அந்த நேரத்தில் அவர் பார்க்கவும் மிகுந்த ஆச்சரியப்பட்டார்.

"என்ன ஓய். என்ன இந்த நேரத்தில். எப்போதும் ராத்திரிகளில் தானே வருவீர். இன்றைக்கு ஆபீஸ் இல்லையா?" என்றார் கோபாலன்.

குமாரசாமிக்குக்கூட கோபாலன் முகத்தைப் பகலில் பார்ப்பது விந்தையாகவே இருந்தது. கோபாலனைக் கறுப்பு நிறத்தவர் என்று அவர் இதுகாறும் நினைத்திருந்தார். ஆனால் அப்படி இருக்கவில்லை அவர். செம்பழுப்பு நிறத்தில் அவர் இருந்தார். மடிப்புக் குலையாத சட்டையும் தலைமுடியுமாக அவர் இருந்தார். இது ரொம்ப விசேஷமான காட்சியாகக் குமாரசாமிக்கு இருந்தது. மனுஷர்களைக்கூடக் காலம் அல்லாத காலத்தில் அல்லவா அவர் பார்த்து வந்திருக்கிறார். கடைப்பையன் டீ வாங்கி வந்து அவர்களுக்குத் தந்தான். அந்தப் பதிப்பகத்தையும் சுவரை மறைத்து அடுக்கி வைக்கப்பட்டிருந்த புத்தகங்களையும் முதன்முறை பார்ப்பவரைப் போல அவர் பார்த்தார். பெரும்பான்மையான புத்தகங்களை அவர் புரூஃப் பார்த்திருக்கிறார். அந்த நீளநீளமான பேப்பர்களில் அவர் சீர்திருத்திய அச்சுப் பிரதிகள்தாம் புத்தகங்களாக உருவெடுத்துள்ளன.

"என்ன குமாரசாமி. இன்னைக்கு ஆபீசு போகவில்லையா?"

"என்னோட வேலை பார்த்த அடைக்கலசாமின்னு ஒருத்தர். திடீர்னு காலமாயிட்டார். அதனாலே, ஆபீசு விடுமுறை."

"அடடா."

புத்தகம் வாங்க ஒன்றிரண்டு பேர் வந்தார்கள். அவர்களை வேடிக்கை பார்த்துக் கொண்டு அமர்ந்திருந்தார் அவர். ஒருத்தர் 'ஜே.கிருஷ்ணமூர்த்தி இருக்கிறதா?' என்றார். இரண்டாமவர் மாமிசச் சமையல் புத்தகம் வாங்க வந்திருந்தார். எல்லாமே தேவையாகத்தான் இருக்கிறது. தத்துவம், ஆன்மீகம், இலக்கியம், அரசியல், ஊறுகாய், கோழிப் புலவு எல்லாம். அவ்வளவையும் தின்றுதான் மனுஷ ஜீவிதம். அவ்வளவும் சேர்ந்ததுதான் வாழ்க்கை. அது அம்மன் கோயில் பிடாரி. உடுக்கை, கற்பூரம், சாராயம், ஆட்டு ரத்தம், சுருட்டு, முருங்கைக்கீரை எல்லாம் பார்க்கப் படு தமாஷ். குமாரசாமி சிரித்தார்.

"என்ன திடீரென்று?" என்றார் திடுக்கிட்டுப் போன கோபாலன்.

"மன்னிக்கணும். ஒன்றுமில்லை"

"ஒன்றுமில்லாததற்கு என்ன சிரிப்பு?"

"ஒன்றுமில்லை என்று கண்ட பிறகு, சிரிப்பு".

கோபாலனும் சேர்ந்துகொண்டார். இருவரும் மாறிமாறி ஒருத்தரைப் பார்த்து ஒருத்தர் சிரித்துக்கொண்டே இருந்தார்கள். ஆஃபீசில் கிளார்க் வேலையில் புதிதாகச் சேர்ந்திருந்த இளம் பெண் மருண்டு போனாள். அவர்களைப் பார்த்தாள். அப்புறம் கோபாலன் சொன்னார்...

"நான் உமக்குக் கொஞ்சம் பணம் தரவேண்டும். இப்போதைக்கு இருநூறு தர்றேன் குமாரசாமி. வேலை அதிகமாகிட்டிருக்கு. நீர் வீட்டில் இருந்துகொண்டே புரூஃப் பார்த்துக்கொடுமே. உம்ம ஆஃபீசில் என்ன சம்பளம் பெரிசாக் கிழிக்கப் போறான்கள். அதற்கு மேலே நான் தர்றேன்."

கோபாலன் கொடுத்த பணத்தை வாங்கிப் பர்சில் வைத்துக் கொண்டார்.

"உம்ம பெரிய பெண்ணுக்கு டி.வி.கேயில் சொல்லச் சொன்னீரே, அது கிடைச்சுடும் போல இருக்கு. அடுத்த வாரத்தில் அவள் வேலைக்குப் போயிடுவாள். அதுக்கு நான் ஆச்சு. தொடக்கத்திலே ஆயிரம் சம்பளம் வரும்."

"எல்லாம் உங்க பெரிய மனசு."

குமாரசாமி கிளம்பினார்.

"இரும்யா... செட்டியார் மெஸ்லேந்து பிரியாணி வாங்கிவரச் சொல்றேன். சாப்பிட்டுட்டுப் போவீரா..."

இருந்து சாப்பிட்டுவிட்டுக் கிளம்பினார் குமாரசாமி.

ஒரு பிடுங்கி உத்தியோகம் குமாரசாமிக்கு. வெள்ளைக்காரன் காலத்திலிருந்து அவர் கம்பெனி புகழ்பெற்று வந்திருக்கிறது. அதன் ஸ்தாபகர் வெகு ஆசார சீலராயும் வெள்ளைக்காரன் காலாகாலத்துக்கும் ஆட்சி செய்ய வேண்டும் என்ற கருத்துடையவ ராகவும் இருந்தார். அதனாலேயே அவர் கம்பெனியும் அவரும் மேன்மையுற்றார்கள். அந்தக்காலத்தில் பட்டைக்கிராம்பு, வால்மிளகு முதலான பல பொருள்களை அவர்கள் மேனாட்டுக்கு அனுப்பிக் கொண்டிருந்தார்கள். ஸ்தாபகர் 'இறைவனடியை'ச் சேர்ந்த பிறகு அவர் மகன், லண்டனில் படித்தவன், அவர் நாற்காலியில் வந்தமர்ந் தான். கற்பாறைகளைப் பிளந்து பாலீஷ் போட்டு மேல்நாடுகளுக்கு அனுப்பிக் கொண்டிருந்தான். இந்தியப் பெண்களைத் தவிர எல்லாவற்றையும் மேல்நாட்டுக்கு அனுப்பிப் பணம் பார்த்தான். இத்தொழிலுக்கு மேல்நாட்டுக்குப் போய்ப் படிக்க என்ன இருக்கிறது என்று குமாரசாமிக்கு விளங்கத்தான் இல்லை. புதிய தலைமுறை

அப்பாவைத் தாண்டியது உண்மை. ஸ்தாபகருக்காவது வெள்ளைக் காரன் தெய்வமாக இருந்தான். மகனுக்கோ ஆள்பவர்கள் மற்றும் எதிர்க் கட்சிக்காரர்கள் அனைவரும் வழிபடும் கடவுளாக இருந்தார் கள். அடையாற்றுக்கு அருகில் அவனுக்குச் சொந்தமான ஒரு பெரிய வீட்டை வியாபார விஷயங்களுக்காக என்றே வைத்திருந் தான். அங்குதான் அரசியல் தலைவர்கள், ஏதோ ஒரு வகையில் சமூகப் பணியாற்றும் ஸ்திரீகள் ஆகியோரை அவன் சந்தித்தான். அவன் செய்கிற தகிடுத் தத்தங்களுக்கும் அவர் பொறுப்பேற்க முடியாது. அவருக்கு மாசம் பிறந்தால் ஒழுங்காகச் சம்பளம் வந்துவிடுகிறது. அழுக்குப் பஞ்சுகளைக்கூட அவன் விற்கிறான். ஆனால் அவருக்குத் தரும் சம்பள நோட்டுக்களில் அழுக்கில்லை தான். என்றாலும், இந்தப் பகல்பொழுது இவ்வளவு அழகாகவா இருந்து தொலைக்கும்?

காலையில் அலுவலகத்துக்குள் நுழைந்துகொண்டால் செயற்கைக் குளிர்ப்பதன அறையின் சில்லிப்புத் தாக்க, இயற்கைப்பகல் தட்ப வெட்ப சீதோஷ்ணங்களை அறியாது அவருக்கு வரும் கோப்புகளில் அவர் கவனம் புதைக்கப்பட்டு விடுகிறது. ஆஃபீசைச் சுற்றிய மரங்களில் பறவைகள் இருந்தன. கண்ணாடிக் கதவுகளால் மூடப் பட்ட அலுவலகம் ஆனதால் அவற்றின் சத்தங்கள் கேட்பதில்லை. தயிர்க்காரியின் குரல் அனுமதிக்கப்படுவதில்லை. மனுஷ வாழ்க் கையே கல்லறைக்குள் புதையுண்டதுபோல அல்லவா ஆகிவிடுகிறது.

கோப்புகள் மாட்டுச்சாணத்தை நினைவுபடுத்தும். காகிதக் குப்பைகளால் ஆன கோப்புகள். முகம் தெரியாத யாரோ ஒருத்தருக்கு ஆணோ பெண்ணோ, யாருக்கோ வாயு பிரிவதற்காகப் பெருங்காயம் சேகரித்த கோப்பாக அது இருக்கும். முதலாளி யாருக்கோ பகிங்கிரமாகவோ ரகசியமாகவோ கொடுத்த கறுப்புப் பணத்தை வெள்ளையாக்கும் கோப்பாக அது இருக்கும். முப்பத்து மூன்று வருஷங்கள் ஸ்தாபனத்துக்கு உழைத்து, டி.பி. நோயினால் அவஸ்தைப்படும் பாண்டுரங்கத்துக்குப் பண உதவி செய்யலாமா வேண்டாமா? சட்டத்தில் இடம் உண்டா என்று கேட்டு வருகின்ற நன்றிகெட்டதனமான கோப்பாக இருக்கலாம். ஏதாவது ஒரு இழவுக் கோப்பு. சம்பந்தம் இல்லாத முட்டாள்தனமான, மனுஷத் தனம் அற்ற கோப்பு. அதுக்காகப் பொன்மயமான உலகத்தை என்னத்துக்கு இழப்பது.

அடைக்கலசாமி செத்துப்போனார். அவர் நாற்காலியில் யார் உட்கார்வார்கள்? அதற்கென்றே ஒருவன் பிறந்து வந்திருப்பான். அவன் வந்து அந்த இடத்தைப் பூர்த்தி செய்வான். பல வருஷங்கள் அந்தக்கோப்புகளைப் புரட்டுவான். மதியம் ஆறிப்போன சோற்றைத் தின்றுவிட்டு, சிறுநீர் கழித்துவிட்டு வந்து உட்கார்ந்து கோப்பைப் பார்த்துப் பின் அவனும் செத்துப்போவான். அப்புறம் அந்த இடத்தில் மற்றும் ஒருவன். குமாரசாமியும் ஒருநாள் செத்துப்

போவார். மாரடைப்பு? பேதி? புற்றுநோய்? பாத்ரூமில் வழுக்கி விழுந்து கால் உடைப்பு? ஏதோ ஒரு வழி. மரணம் வரும். நோட்டீஸ் போர்டில் நாலுவரிச் செய்தியாக தொங்கும்.

'ஒரு வருத்தத்துக்கு உரிய செய்தி. நம் அலுவலகத்தில் கடந்த இருபத்தெட்டு ஆண்டுகள் பணிபுரிந்த உதவிக் கண்காணிப்பாளர் திரு. குமாரசாமி நேற்று இரவு படுக்கையில் உறங்கியபடியே மாரடைப்பால் காலமானார். அன்னாரின் மறைவுக்காக இன்று அலுவலகம் விடுமுறை விடப்படுகிறது. திரு. குமாரசாமியின் ஆத்மா சாந்தியடைய அனைவரும் பிரார்த்திப்போம். இப்படிக்கு மணிபால் சாத்தே கும்பெனி நிர்வாகி!'

ஊழியர்கள் சந்தோஷமாய் ஆட்டோ, பஸ் பிடித்து அவரது உடலைப் பார்க்க வருவார்கள். கும்பெனி பெயர் எழுதிய மலர் வளையம் கொண்டு வருவார்கள். (என்ன அநியாயம். அடைக்கல சாமிக்கு வாங்கறச்சே மலர் வளையத்தோட விலை பதினைந்து ரூபாய். குமாரசாமிக்கு வாங்கப்போனா இருபது ரூபாவா) அப்புறம் சிலர் வீட்டுக்குப்போய் அரிதாய்க் கிடைத்த விடுமுறையை உறங்கிக் கழிப்பார்கள். சிலர் சினிமாவுக்குப் போவார்கள். அதனால் என்ன? குமாரசாமி செத்துப்போனால் சூரியன் உதிக்காதா? மனுஷர் களுக்குப் பசிக்கக்கூடாதா? இயற்கை உபத்திரவங்கள் இருக்காதா?

வழக்கத்துக்கு மாறாக மூன்று மணிக்கே வீட்டுக்கு வந்த கணவனை அதிசயமாகப் பார்த்தாள் யசோதை. அவருக்கும் அவள் அதிசயமாகத் தோன்றினாள். தலைவாரிக் கொண்டிருந்தாள் போலும். ஒரு கையில் சீப்பு இருந்தது. ஒரு பக்கத்துக் கூந்தல் வாரப்பட்டு, மறுபக்கம் விரித்துப் போடப்பட்டுக் கிடந்தது. ஸ்நானம் செய்திருந்தாள் போலும். சந்தனசோப்பின் வாசனை படர்ந்து கொண்டிருந்தது.

"என்ன இவ்வளவு சீக்கிரம்"

"அடைக்கலசாமி செத்துப் போய்ட்டார்."

அவள் யோசித்துவிட்டுச் சொன்னாள்.

"யார்? நம்ம வீட்டுக்குக்கூட வந்திருக்கிறாரே, கிறிஸ்தவர்"

"அவர் தான்"

"நாளைக்கு ஆஃபீஸ் இருக்கா?"

அவர் கைலியை முடிந்து கொண்டே சொன்னார்.

"அவங்களுக்கு இருக்கும்."

"அவங்களுக்குன்னா?"

"எனக்கில்லை."

"அப்படின்னா?"

"நான் இனிமே ஆஃபீஸ் போகப் போறதில்லை."

அவர் பாத்ரூம் போய்விட்டு வந்து அவளைப் பார்த்துச் சொன்னார்.

"ஏன்னு அப்புறம் சொல்றேன்...இந்தா?" என்றபடி இருநூறு ரூபாய்ப் பணத்தை அவளிடம் சேர்த்தார். அறைக்குச் சென்று மேசைக்கு முன் அமர்ந்து கும்பெனிக்கு ராஜினாமா கடிதம் எழுதி முடித்தார். எல்லையில்லாத அமைதி அவரைச் சூழ்ந்தது.

■

குருதட்சிணை
குருதட்சிணை
குருதட்சிணை
குருதட்சிணை
குருதட்சிணை

1

காச்யபன், ஸ்ரீநிதியைக் கண்டு அடைந்தது சுவாரஸ்யமான நிகழ்ச்சிதான். தெற்கே இருந்து வந்தவன் காச்யபன். ரொம்ப வயசாளி இல்லைதான். நாற்பதைக் கூட அவன் இன்னும் தொடவில்லை. க்ஷேத்திர தரிசனம் செய்துகொண்டு, இந்த ஊரை வந்து சேர்ந்தான். சரியாக அந்த நேரம், கோவிலில் மத்தியான பூஜை நடந்து, மணிச் சப்தம் அவனுக்குக் கேட்டது. கண்டாமணியின் பேரோசை. ஈஸ்வரனே தன்னை அழைக்கிறாற்போல அவனுக்குத் தோன்றியது. கோவிலுக்குள் புகுந்தான். ஆலகால விஷத்தை அருந்திய பெருமானை தேவர்கள் வழிபட்ட ஸ்தலம் என்று ஒரு பக்தர் சொன்னார். ஈசுவரனுக்குப் பெயரே ஆலந்தரித்த ஈசுவரர்தான். அம்மை அல்லியங்கோதை. அல்லிப் பூ மாதிரி

அவளும் சிவந்துதான் இருந்தாள். மடைப்பள்ளிப் பிரசாதமோ அமிர்தம்தான். திருப்தியாக உண்டு, கண்ணில்பட்ட ஒரு வீட்டுத் திண்ணையில் படுத்துக் களைப்புத் தீர உறங்கினான். திடுமென எழுந்த பெரும் ஆரவாரம் அவனை எழுந்து அமர வைத்தது. பள்ளிப் பிள்ளைகள் ஆட்டம் போட்டுக் கொண்டிருந்தார்கள். காச்யபன் வேடிக்கை பார்க்க ஆரம்பித்தான்.

கண்ணாமூச்சு ஆட்டம்தான். ஒருத்தன், கண்களைக் கட்டிவிட்டான். இன்னொருத்தன் கட்டப்பட்டவனை நின்ற இடத்திலேயே மூன்று முறை சுற்றிவிட்டு, பையன்கள் ஓடிப்போய் ஒளிந்துகொண்டார்கள். ஒரு பக்கம் கண் தெரியாதவன். மறுபக்கம் குண்டும் குழியுமான தெரு. தெரு ஓரங்களில் மரங்கள், பையன்களுக்கு ஒளியச் சௌகர்யமாக இருந்தன.

இது, தேடுதல் நிறைந்த ஆட்டம். பாதை உண்டு. ஆனால் தெரியாது. ஒளிந்திருக்கும் பையன் ஒருவனைத் தொடுதலே வெற்றி அல்லது லட்சியம். ஆனால், லட்சியத்தை அடைவதில் ஏகத் தடைகள். முதலில் கண் மறைப்பு, அப்புறம் தெரியாத பாதை. எடுத்த அடி எதன் மேல் என்று தெரியாத சந்தேகம்.

ஒருவன், மரத்தைப் பிடித்தான். ஒருவன், பையன்களுக்கு எதிர்த் திசையில் நடந்து, பெரிய தமாஷை வருவித்தான். பார்த்துக் கொண்டிருக்கும்போதே ஒரு சிறுவனின் முறை வந்தது. குழந்தை அழகாக இருந்தான். எதிராளி, அவன் கண்களை மிகவும் இறுக்கமாகக் கட்டி, அவனைச் சற்று தூரம் அழைத்துச் சென்று, மும்முறை சுற்றி, சாமர்த்தியமாக எதிர்த் திசையில் திருப்பி விட்டான்.

சிறுவன், இரண்டு அடி எடுத்தும் வைத்தான். அப்போதுதான் அந்த ஆச்சர்யம் நிகழ்ந்தது. அவன்தன் கட்டை அவிழ்த்தான்.

"என்னடா?" என்றான் எதிராளி.

"என் கண்ணைச் சரியாகக் கட்டலையே? நீங்க எல்லாம் ஒளிஞ்சிருக்கிற இடம் தெரியுது. திரும்பவும் இறுக்கமா என் கண்களைக் கட்டி விடு."

எதிராளியும் அப்படியே செய்தான். சிறுவன் மிகவும் சிரமப் பட்டது தெரிந்தது. தட்டுத் தடுமாறி, கீழேயும் விழுந்து எழுந்தான். ஆயினும், தன் முயற்சியை அவன் கைவிடவில்லை. ஏதோ ஒரு உள்ளுணர்வில் சரியான திசையை அவன் கண்டுபிடித்தான்.

காச்யபனின் முதுகுத்தண்டு சிலிர்த்தது.

சத்தியசந்தர்கள் அருகி, அபூர்வமும் ஆகிப் போன இந்தக் காலத்தில் இப்படியும் ஒரு பிள்ளையா?

"தம்பி, இங்க வா." என்று அந்தச் சிறுவனை அருகாக அழைத்தான். அவன் மட்டுமல்ல, சிறுவர் பட்டாளமே அவனை நோக்கி வந்தது.

"தம்பி, உன் பெயர் என்ன?"

பிரபஞ்சன்

"ஸ்ரீநிதி, ஐயா."

"சந்தேகம் என்ன? நிதிதான். யார் வீட்டுப் பிள்ளை நீ?"

"வழிப்போக்கரே, இவன் ஒரு அனாதை. தாய், தந்தை இழந்தவன்."

"ஐயோ" என்றவன், ஸ்ரீநிதியைத் தம் அருகாக அழைத்து நோக்கினான். அவனது சாமுத்திரிகா லட்சண அறிவு மேலோங்கியது. சிறுவனின் வயிறு, தோள், நெற்றி, நாசி, மார்பு, கையடி எல்லாம் மேடிட்டு இவன் இந்திர போகம் அனுபவிப்பான் என்றது சாத்திரம். குவளை மலர்போலக் கண்கள், கபாலம், சிவந்த உள்ளங்கை, கூரிய நாசி, மார்பு நீண்டு இவன் உத்தமன் என்றன. நிதியின் விரல்களை அவதானித்தான். நகம் சிறியது. சின்ன மொச்சைப் பயிறுப் பற்களோ, சின்ன முத்துக்கள். புதையல் கிடைத்தது போல இருந்தது காச்யபனுக்கு. அந்தக் கணமே அவன் ஒரு முடிவுக்கு வந்தவன் சொன்னான்.

"நிதி, நீ யாருடைய போஷிப்பில் இருக்கிறாயடா, குழந்தை?"

"என் மாமா என்னைப் பராமரிக்கிறார்."

"நல்லது. நான் அவரைப் பார்க்க வேணுமே?"

நிதி அழைத்துச் சென்றான், மாமா சொன்னார்:

"அனாதைச் சனியனை அழைச்சிட்டுப் போகலாமே, மேளம் கொட்டிக்கிட்டு..."

நிதி, இப்படியாகத்தான் காச்யபனிடம் வந்து சேர்ந்தான்.

2

காச்யபன், தன்னைப் பற்றிச் சொல்லிக் கொள்வதில்லை.

அவ்வப்போது, "நான் யார்? எனக்குத் தெரியாது. அப்புறம், என்னைப் பற்றி நான் என்ன சொல்றது?" என்பான். வளர வளர ஸ்ரீநிதியே கொஞ்சம் கொஞ்சமாக அவனைப் பற்றி அறிந்துகொண்டான்.

நாணல் பூக்களைப்போல வெள்ளையாக இருக்கிறான் என்பதால், அவனைக் காச்யபன் என்றழைத்தார்கள் ஜனங்கள். அவனைச் சித்தன் என்றும் சிலர் சொன்னார்கள். சித்தன் போக்கு சிவன் போக்கு என்றாற்போல! எந்த இடத்திலும் நீண்ட நாட்கள் அவன் நிலைத்திருப்பதில்லை. சிதம்பரத்தில் கொஞ்ச காலம். திருவண்ணாமலையில் கொஞ்ச நாட்கள். காளத்தியில் பல நாட்கள் என்று தன் இருப்பிடத்தை மாற்றிக் கொண்டிருந்தான் காச்யபன். ஊசி நூல் போல அவனைப் பின்பற்றிக் கொண்டான் ஸ்ரீநிதி. ஒன்று மட்டும் தெளிவாகத் தெரிந்தது நிதிக்கு. காச்யபன் நிகரற்ற வைத்தியனாக இருந்தான். 'செத்தாரை எழுப்புவபன்' என்றுகூடப் பெயர் அவனுக்கு இருந்தது.

காச்யபன் சொல்வான்:

சித்தன் போக்கு 63

“நாடிகள் மூணுதாண்டா, நிதி. எல்லா வைத்தியனும் இந்த மூன்றைத்தான் கண்டான். இதைத்தான் மாற்றலும், சரிப்படுத்தலும். ஆனா, நாலாம் நாடி ஒன்று இருக்கு. அதை எழுதி வைக்கலை, யாரும். வள்ளுவன், அறம், பொருள், இன்பத்தைச் சொன்னான். ஏன் ‘வீட்டை’ச் சொல்லலை? அதுக்கு என்ன காரணமோ, இதுக்கும் அதுதான் காரணம். அந்த நாடி – நல்லா கேட்டுக்கோ – அந்த நாலாம் நாடி, வைத்தியன் மனசுக்குள்ளே இருக்கு. நோயாளி, கையைத் தொட்டவுடனே, நம்மோட நாலாம் நாடி நமக்குள்ளே பேசணும்டா. என்ன கேடுன்னு நாடி பேசும். ஆனா சனியன்கள், சரியாப் பேசாது. கொனஷ்டைகள் எல்லாம் பேய்க் குட்டிகள் மாதிரி காலைலே ஒரு பாஷை பேசும், சாயங்காலம் வேற பாஷை பேசும். ஆனா, உன் மனசுக்குள்ளே இருக்கிற நாடி சரியாப் பேசும். தெளிவாப் பேசும். காதை உள்ளுக்குள்ளே வை. அப்போ தான் நீ அரை வைத்தியன்.”

ஒரு கஷ்டம். காச்யபன் நாக்கு துர்வாச நாக்கு. அண்மையில் ஒரு நிகழ்ச்சி நடந்தது. வேட்டவலம் ஜமீன்தார், பக்கவாதம் என்று காச்யபனைத் தேடி வந்தார். தேடி வருபவர்க்கு மட்டும் வைத்தியம் என்று வேறு இருந்தான் காச்யபன். பாவம், ரொம்பக் கஷ்டப்பட்டு மலை ஏறி வந்திருந்தார் ஜமீன்தார். வியர்வையால் குளித்தாற்போல இருந்தார் அவர். மேலும்கீழும் துருத்தி மாதிரி மூச்சு வாங்கிக் கொண்டிருந்தார். காச்யபன், அப்போது தான் ‘லேகியம்’ சாப்பிட இருந்தான்.

“என்ன ஓய், என்ன ஆச்சு உமக்கு?” என்று வரவேற்றான் ஜமீன்தாரை.

“அதைச் சுவாமிதான் பார்க்கவேணும்.”

“பார்க்கிறேன். பார்த்துக் கொண்டுதானே இருக்கேன்.”

ஜமீன்தார் கையை நீட்டினார்.

“வேணாம். அது அவசியம் இல்லை. உமது ரோகத்தின் வாசனை எனக்கு வந்துடுச்சு. ரோகம் என்னோட பேசும்யா. சரி, உமக்குச் சொத்து அபரிமிதம் என்று சொல்கிறார்களே, வாஸ்தவம் தானா?”

“நிசம், சுவாமி”

“எத்தனை பிள்ளைகள் உமக்கு?”

“நாலு ஆம்பிளை, ஆறு பொட்டைகள் சாமி.”

“எத்தனை பெண்ஜாதிகள்?”

“போங்க சாமி! இப்போ இருக்கிறவள் மூணாவது. மற்றது இரண்டில் ஒண்ணு செத்துப் போயிடுத்து. மற்றது, வயிறு வாய்க்கலை.”

சாமி சும்மா உட்கார்ந்திருந்தது.

"சாமி, என் ரோகம் தீர மருந்து அருள வேணும்."

"தேவை இல்லை, வாழ்ந்தது போதும்னு 'அவன்' நினைச்சுட்டான். சொத்தைச் சரியா பிள்ளைகளுக்குப் பகிர்ந்து கொடுமேன். நாலு பேருக்கு நல்லது பண்ணும். வர்ற பவுர்ணமிக்கு மறுநாள், ஆட்கள் வந்துடுவானுங்க. உம்மை அழைச்சுப் போறதுக்கு. அதான்யா, எமராசன் ஆட்கள் . . . தயாராயிடு . . ."

ஜமீன்தாருக்கு மயக்கமே வந்து விட்டது. அவருடன் வந்த ஆட்களோ புலிப்பார்வை பார்த்தார்கள். ஜமீன்தார் கெஞ்சத் தொடங்கினார்.

"சுவாமி, தயவு பண்ணணும். உங்களால்தான் என்னைக் காப்பாற்ற இயலும்."

சாமி சிரித்தது.

"என்னால் மட்டுமல்ல, ஓய், எவனாலும், அவனாலும், இவனாலும் உம்மைக் காப்பாற்ற முடியாது. உம்மைச் சுற்றி எமன் கயிறு தெரியுதுங்காணும் . . . கரும்படலம் உம் தலையைச் சுற்றி எனக்குத் தெரியுதே. சிவனால் மட்டும்தான் உமக்கு விமோசனம் பண்ண முடியும். எதுக்கய்யா சாவப் பயப்படறீரு! பிறக்கப் பயப்படலை. இறக்க மட்டும் என்னத்துக்கு பயப்படறது?"

ஜமீன்தார் போன பிறகு, ஸ்ரீநிதி கேட்டான்.

"சுவாமி, இந்தக் 'கரி' நாக்கு, வைத்தியனுக்குச் சரிப்படுமோ? பாவம்! ஜமீந்தார் ரொம்ப மனவேதனையோடு போகிறார் . . ."

"நான் தாசி அல்லவே நிதி. நான் இனிப்பான வார்த்தைகளைப் பேச முடியாது. நான் உண்மையை நீ விரும்பினாலும் அல்ல என்றாலும் பேச வேண்டும். அது என் சுதர்மம்."

"க்ஷமிக்கணும் சுவாமி. உண்மையை, இங்கிதமாகவும் மனம் விரும்பும்படியாகவும் பேசலாமே?"

சுவாமி சிரித்தது. போதையில் அதன் கண்கள் கோவையெனவும், பச்சைக் கிளியின் வாய் மாதிரியும் சிவந்திருந்தன.

"குழந்தை. நான் ஞானிகளிடம் அவ்வண்ணம் பேசமாட்டேனடா! அவர்களுக்கு மரணம் மகிழ்ச்சி தரும் அநுபவமாக இருக்கும். நான் அற்பர்களிடம் மட்டுமே அப்படிப் பேசுவேன். ஜமீந்தார் முகத்துக்கு நேராக, அவன் இயலாமையை, என்னை அன்றி எவரே பேச முடியும்? அவனுக்கும், அவனை விடவும் பெரியவன் இருக்கிறான் என்கிற சத்தியம் புரிபட வேண்டுமே . . .? என் குரு பட்டினத்தடிகள், ராஜாவுக்கு முன், 'நான் இருக்க, நீ நிற்க' என்று உணர்த்தினானே, அது மாதிரி என்று வைத்துக்கொள் . . .!"

சாமி போதையில் இருக்கும்போது மட்டும்தான் இப்படியெல்லாம் பேசும் என்பதை ஸ்ரீநிதி அறிவான். ஆனால், எப்போதும் அசத்தியம் பேசாது.

ஆனால், சாமி கொடுமைக்கார மனுஷன் என்பதும் இல்லை. ஸ்ரீநிதி அதை அறிவான். அவன்தான் சாமியுடன் வந்த இந்தப் பதினாறு ஆண்டுகளாய் எத்தனை பார்த்திருக்கிறான்? திருமறைக்காட்டில் அவர்கள் தங்கி இருந்தபோது நடந்த ஒரு அபூர்வ நிகழ்ச்சியை அவன் கண் முன்னே பார்த்திருக்கிறானே...

குடும்பன் மகள் வாலையைப் பாம்பு கடித்தது. வேறு என்ன? நல்ல பாம்புதான். இருட்டிய நேரம். தோட்டத்துப் பக்கம் போயிருக்கிறாள். கோழிக்குஞ்சுகள் ஏகமாகக் கத்தித் தீர்த்தன. ஆகையினால், அவள் அம்மா, "என்னன்னு போய்ப் பாரடி" என்றாளாம். தாய்க்கோழி வேறு இறக்கையை அடித்துக்கொண்டு, பம்மிக்கொண்டு குரல் கொடுத்தது. இந்த வகைக்குரல் ஆபத்தைக் குறிப்பதாயிற்றே! வாலை, கோழிக்கூண்டின் அண்மைக்குச் சென்றிருக்கிறாள். குஞ்சுகள் பதறித் துடித்தபடி இருந்தன. கூண்டைத் திறந்தாள். இருட்டில் சரியான இனம் விளங்கவில்லை. காலை வைத்துத் துழாவினாள். 'சுருக்' கென்று கடுத்தது. முள்ளாக்கும் என்று நினைத்தாள். 'உஸ்...' என்று சீறும் சப்தம் கேட்டது. அவளுக்குப் புரிந்து விட்டது. 'அம்மா...பாம்பு' என்று அலறிக்கொண்டு விழுந்தாள்.

விடிவதற்குள் உடம்பு நீலம்பாரித்து விட்டது. வைத்தியர் "எல்லார்க்கும் சொல்லி அனுப்பிடு" என்றார்.

எதேச்சையாகச் சாமி அந்தப் பக்கம் போக நேரிட்டது. எதேச்சை அல்ல, விதி! அவ்வழிப் போக விதித்து இருக்கிறது என்றது சாமி. குழந்தையைப் பார்த்தது. நுரை தள்ளி, மூச்சு நின்று, கண்கள் செருகி, எல்லாம் முடிந்து இருந்தது. உடம்பில் உஷ்ணம் மட்டும் தீர்ந்து போய்விடாமல் இருந்தது.

"அடக்கம் செய்யாதேயுங்கள்" என்று கேட்டுக்கொண்டது சாமி. ஆனால், குடும்பன் வகையறாவோ, அவநம்பிக்கையோடுதான் சம்மதித்தது. என்ன மாயமோ, மருந்தோ? காட்டுக்குள் புகுந்தது. மனித சஞ்சாரம் அற்ற காட்டில், எந்தப் புல்லை, எந்தப் பூண்டை, எந்த இலையைப் பறித்து ரசம் இறக்கியதோ? பல்லை இடுக்கி போட்டுத் திறந்து, வாலையின் உடம்புக்குள் செலுத்தியது. தைலம் பண்ணி, உடம்பில் தேய்த்து விட்டது. என்ன ஆச்சரியம்? வாலை விழித்துக் கொண்டாள். அம்மாவைப் பார்த்து, "பசிக்குது... சோறு போடு" என்று சொன்னாள்.

அந்தக் கணமே அந்த இடத்தை விட்டுப் புறப்பட்டுவிட்டது, சாமி. குடும்பன் தேடி இருப்பான்.

“என் வேலை முடிஞ்சுட்டது. உத்தரவு பண்ணினவன் ஒருத்தன். என் மூலம் செய்வித்துக் கொண்டான். அப்புறம் என்ன?” என்றது சாமி.

3

கார்காலம் வருகிறது. சாமி எதன் காரணத்தாலோ, இப்போதெல்லாம் மிகுந்த உணர்ச்சி வசப்பட்டது. இது அண்மைக்கால வழக்கம்.

“மழைக்கு முன்னால் நாம் மருத்துவாமலைக்குப் போய்விட வேண்டுமடா ஸ்ரீநிதி” என்றது ஒரு சமயம்.

“பச்சிலை அங்கே மிகவும் விசேஷமாகக் கிடைக்கும் என்கிறார்களே, சுவாமி”

“அதுவும் ஒரு காரணம்...” என்று பூடகமாகச் சிரித்தது சாமி. தொடர்ந்து,

“குழந்தை! உனக்கு சஞ்சீவினி வித்தை ஒன்றைக் கற்றுக்கொடுக்க வேண்டும்; சஞ்சீவினி வித்தை ஒன்றல்ல, பல! ஏராளமான தினுசு. சுக்கிராசாரியார் கசனுக்குக் கற்றுக்கொடுத்த சஞ்சீவினி ஒரு ரகம். வைத்தியர்களாகிய நம்மைக் காப்பாற்றும் சஞ்சீவினி என்கிறது ஒரு ரகம். சமயம் வரும்போது சொல்கிறேன்.”

“சுவாமி... மருத்துவாமலை, இங்கிருந்து பல காத தூரம் ஆச்சுதே,”

“இருக்கட்டும். வாயு வேகத்தை விடவும் மனோவேகம் அதி சீக்கிரம் அல்லவா? நடப்போம்.”

இரவும் பகலுமாக அவர்கள் நடந்தார்கள். பசி வரும்போது ஏதேனும் கிராமங்களில் பிட்சை ஏற்றுப் புசித்தார்கள். ஓர் இரவு, ஒரு சத்திரத்தில் அவர்கள் தங்க நேர்ந்தது. மங்கலான விடிவிளக்கின் வெளிச்சத்தில் சாமி சொன்னது;

“ஸ்ரீநிதி... எங்கே உன் கையைக் காட்டு.”

அவனது இரண்டு கைரேகைகளையும் சாமி கூர்ந்து நோக்கியது. புரட்டிப் புரட்டிப்பார்த்தது. சகல விரல் முனை மேடுகள், சுழிகள், ரேகைகள் அனைத்தையும் கூர்ந்து கவனித்தது. தன் வெளுத்த தாடியைத் தடவிக்கொண்டு சிரித்தது.

“நாம், சரியான இடத்தை நோக்கித்தான் போய்க் கொண்டிருக்கிறோமடா?”

பயணம் தொடர்ந்தது. நதிகள், மலைகள், ஊர்கள் சகலத்தையும் கடந்து அவர்கள் போய்க் கொண்டிருந்தார்கள்.

“சாமி... எங்கே இருக்கிறது, மருத்துவாமலை?”

“நாபிக் கமலத்தில் இருக்கிறதடா...”

ஸ்ரீநிதி, புருவம் சுருங்க அவரை நோக்கினான்.

"பூமியின் நாபிக் கமலத்திலடா . . .!"

பூகோளம் பற்றிச் சாமி சொல்லிக்கொண்டு வந்தது. நிதர்சன மாகக் காட்டிக் கொண்டு வந்தது.

"குழந்தை. கவனமாக வாங்கிக்கொள்ளடா! இதையெல்லாம் யார் உனக்குக் கற்பிப்பார்? சீக்கிரம் வாங்கிக்கொள். எனக்கு ரொம்பக் களைப்பு ஏற்படுகிறதடா . . .! தோபார். உனக்கு முன் பார். கோங்கு, மருது, அரசு, நிலத் தாமரை, துளசி எல்லாம் பார். புறா, கிளி, அன்னம் முதலான பறவைகளையும் பார். மிகுந்த கபத்தைத் தரும் பூமியடா இது. இதன் பேர் சிவ பூமி."

பின், அவர்கள் நிலங்களைக் கடந்தார்கள். பன்னிரண்டு வகையான நில வகைகளைச் சாமி சொன்னது.

"தும்பை, புளி, புங்கமரம், செம்பருத்தி, அன்னம், சாமான்யப் பறவைகள் இருக்கு பார். இது வைஷ்ணவ பூமி. ரொம்ப சிலாக்கியம் இங்கே ஜீவனம் பண்ணுவது. எங்கே ஆம்பல் புஷ்பங்கள் நிறைந்திருக்கிறதோ, செங்கழு நீர், நெய்தல் மணல் உடையதோ, எங்கே விவசாயம் நடைபெறுகிறதோ, அதன் அருகே, நீ உன் வீட்டை அமைத்துக் கொள்ளடா! எனக்குப் பிறகு, இந்தப் பைராகி வாழ்க்கை வேண்டாமடா குழந்தை! நீ உலகை வெல்வாய்."

ஸ்ரீநிதியின் கண்களில் இருந்து மழைபோல்.

"சாமி, அப்படியெல்லாம் சொல்லாதேயுங்கள்."

"வைத்தியனுக்கு, உடம்பு அநித்யம் என்று தெரியாதா? எனக்கு என்னைத் தெரியுமடா, குழந்தை. என் வேலை முடிந்ததும், ஒரு கணம் இந்தச் சட்டையை வைத்திருப்பேன் என்றா நினைக் கிறாய்? பறந்து விடமாட்டேனா . . .?"

வெயில் வெள்ளையாக, கடுமையாக வீசிக் கொண்டிருந்தது. தெரு நாய்கள், தங்கள் சிவந்த நாக்கை வெளியில் துருத்திக் கொண்டு அலைந்தன. ஊருக்குப் புறமாக, ஒரு அரச மரத்தடியில் அமர்ந்தார்கள். கட்டுச் சோற்றை அவிழ்த்து உண்டார்கள்.

"ஸ்ரீநிதி வரும் கிருத்திகைக்கு உனக்கு இருபத்திரண்டு வயது நிறைகிறதடா. தெரியுமா?"

"அப்படியா சுவாமி?"

"ஆம்! பதினாறு ஆண்டுகள் என்னுடன் அலைகிறாய். உனக்கு இந்த ஜீவிய முறையில் அலுப்பு ஏற்பட்டிருக்க வேண்டுமே?"

"எனக்கு வேறு வாழ்க்கை முறை எதுவும் தெரியாதே . . ."

"அதுதான், தாய் யானை பின்னால் ஓடும் குட்டியானை மாதிரி என்னைப் பின் தொடர்வதே தவம் என்று வாழ்ந்து விட்டாய். குழந்தை . . . எப்போதாவது உனக்குத் தாய், தந்தை நினைவு வந்து துன்புறுத்தி இருக்கிறதா?"

ஸ்ரீநிதி யோசித்தான்.

"இல்லை சுவாமி. என் தாய், தந்தை முகமே எனக்குத் தெரியாதே. மாமா இல்லத்தில் துன்பப்பட்டது எனக்குத் தெரிகிறது. அப்புறம் நீங்கள்... ஒரு கேள்வி மட்டும் எனக்குச் சமீபத்தில் தோன்றியது சாமி."

"என்ன அது?"

"என்னை என்னவாக ஆக்க உத்தேசிக்கிறீர்கள்? நான் என்ன வாக இருக்கிறேன்?"

சாமி சிரித்தார்.

"நல்ல கேள்வி கேட்டாயடா? ஒரு மனிதனாக, பூரண மனிதனாக மாற்ற முயற்சிக்கிறேனடா! பூரண மனிதன் என்பவன் ஞானி! உன்னை ஞான சூரியனாக வடிவமைக்க முயற்சி செய்தேன். நீ அப்படித்தான் இருந்தாய். உன்னை உனக்கு நான் அறிவுறுத்தினேன். அவ்வளவுதான் குழந்தை, என் வழி கிரியை. ஏதோ செய்து கொண்டே இருக்க வேண்டும். அந்தக் கிரியைவழி ஞானம் அடைய வேண்டும். ஞானமார்க்கத்துக்குச் சார்பாகத்தான் உனக்கு வைத்தியம் கற்றுக் கொடுத்தேன். இந்த க்ஷணம் உன்னை வெற்றி கொள்ளும் மருத்துவன் பூமி மேல் இல்லையடா குழந்தை. இன்னும் ஒன்று பாக்கி."

"சுவாமி, என்ன அது?"

"ரஸம். ரஸ வித்தை. தங்கம் பண்ணுகிற வித்தை. இருப்பதில் சிறந்ததைத்தான் ரஸம் என்பார்கள். பூதங்களில் ரஸம் மண். மண்ணின் ரஸம் தண்ணீர். தண்ணீரின் ரஸம் தாவரங்கள். தாவரங்களின் ரஸம் மனிதன். மனிதனின் ரஸம் வாக்கு... வித்தைகளில் ரஸம் சொர்ண வித்தை. அதையும் தெரிந்து கொள்ள வேணுமடா...! களவும் கற்று மறக்க வேண்டுமடா?"

"களவையுமா, சாமி?"

சாமி சிரித்தது.

"களவு என்பது திருடுதல் அல்லடா, குழந்தை... களவு காதலின் ஒரு வடிவம். சமூகம் அறியாத ரகசியக் காதல். அதைப் பயிலலாம், அதையே நீட்டிக்கக் கூடாது. குடும்பஸ்தனாகி விட வேணும்..."

4

சாமி சொர்ண வித்தையைத் தொடங்கியது. இரும்பு, செம்பு என்று உலோகங்களைச் சேமித்தது. மலைக்காட்டுக்குள் புகுந்து, இலை, வேர், தண்டு என்று எதையோ சேமித்தது. சட்டி, ஸ்புடம் போடப் பாத்திரங்கள், மெல்லிய வடிகட்டு வஸ்திரங்கள் என்று சாமக்கிரியைகள் எல்லாம் சேமித்தது. ஒவ்வொன்றையும் ஸ்ரீநிதிக்குச் சொல்லிச்சொல்லிச் செய்தது.

ஒரு வளர்பிறையில் வித்தை தொடங்கி, பௌர்ணமியின் இரவில் முடிந்தது. சாமி சொன்னது:

"ஸ்ரீநிதி ஸ்புடச் சட்டியை எடுத்துக் கொண்டு மலைச்சரிவுக்கு வா."

சுவாமி முன் ஏக, நிதி அதைத் தொடர்ந்து சென்றான். மலைச்சரிவில், மந்தாகினி நதி ஓரம் சாமி போய் நின்றது. இரவின் நிசப்தம், ஜலப் பிரவாகத்தால் ரணம் ஆகிக் கொண்டிருந்தது. பூச்சிகள் எவையோ, இடையறாது ஒலி எழுப்பிக் கொண்டிருந்தன.

"மேலே மூடியை எடு."

நிதி எடுத்தான்.

"தழைகளை ஒரு குச்சி கொண்டு எடு."

எடுத்தான்.

"லேசாக ஊது. கண்ணை மூடிக்கொண்டு ஊது."

ஊதினான்.

குபீரென்று வெளிச்சம் அவன் முகத்தில் வீசியது. 'நெருப்பு, நெருப்பு' என்று கூவ இருந்தான் நிதி. அது நெருப்பல்ல, நெருப்பு மாதிரி ஜொலித்தது. பொன்! சுத்த மாற்றுப்பொன்! தங்கம்.

நிதியின் விழிகள் விரிந்தன.

"தங்க விளையாட்டைப் புரிந்து கொண்டாயா?"

"கொண்டேன், சுவாமி."

"அதோ அந்த மந்தார இலையைப் பறித்து அதன் மேல் இந்தத் தங்கக் கட்டியை வை."

வைத்தான். இலையின் மேல் இருந்த பொன், தாமரை இலை மேல் தண்ணீர்.

"பார்த்து முடித்தாயா?"

"முடித்தேன் சாமி."

"அதை நதியில் போடு. திரும்பிப் பார்க்காமல் நம் குகையைப் போய்ச் சேரடா, குழந்தை. இது நமக்கு என்னத்துக்கு? தேவை நமக்கு இல்லை என்பதாலேதான் செம்பு தங்கமாச்சு..."

தங்கத்தை எறிந்து விட்டு, மகிழ்ச்சியுடன் குகைக்குத் திரும்பினார்கள், குருவும் சிஷ்யனும்.

5

மழை தொடங்கிவிட்டிருந்தது.

மின்னல் வெட்டிவெட்டி முழங்கியது. மழை தொடர்ந்து, வானுக்கும் பூமிக்கும் வாய்க்கால் வெட்டிய மாதிரி பொழிந்து

கொண்டே இருந்தது. இருட்டு, ரொம்பச் சீக்கிரமே குகைக்குள் வரத் தொடங்கிஇருந்தது.

அன்று அதிகாலை தொட்டே, காற்றும் மழையும் இடை இடையே மின்னலுமாக இருந்தது. மதியத்தின் போது, ஒரு ஸ்திரீ குகைக்குள் நுழைந்தாள். சாமி ஏதோ சுவடிகளை ஆராய்ந்து கொண்டிருந்தது. வைத்திய அகத்தியர் பாட்டுகள் சிலவற்றுக்கு அர்த்தம் சொல்லிக்கொண்டிருந்தது.

புது விருந்தாளியைக் கண்டு சாமி, "யாரம்மா?" என்றது.

"சுவாமி. நான் சமர்ப்பவி. மேலே, உச்சியில் இருக்கிற மருந்தீசர் கோவில்லே பணிபூண்டு இருக்கேன்."

"அப்படியா? உட்கார்."

அந்தப் பெண் அமர்ந்தாள். பதினெட்டுப் பிராயத்தாள். இரண்டாம் முறையும் பார்க்கத் தூண்டும் வடிவைக் கொண்டிருந்தாள் அவள். வெள்ளை ஆடையும் சிவப்புப் போர்வையும் அவள் அணிந்திருந்தாள்.

நெற்றியில் விபூதியும் குங்குமமும் அணிந்திருந்தாள்.

"சுவாமியையும் சிஷ்யரையும் ஒருநாளும் நான் கோவிலுக்குள் பார்த்தது இல்லையே?"

"அதுவா... அதில் எனக்கு விசேஷ ஈடுபாடு இல்லை, சமர்ப்பவி. ஒரு காலத்தில், க்ஷேத்திராடனம் எனக்கு மிகவும் உவப்பாய் இருந்தது. இப்போ இல்லை. இருக்கும் இடத்தில் ஈசன் இருப்பான்."

அவள் ஸ்ரீநிதியைப் பார்த்தாள். கைகட்டிப் பத்மாசனத்தில் அமர்ந்திருக்கும் அவன் 'பாவம்' அவளுக்கு என்ன யோசனையை ஏற்படுத்தியதோ?

"சுவாமி... உங்களுக்கு நான் இங்கு வந்ததில் ஆட்சேபணை இல்லையே?"

"ஆட்சேபணை என்ன இருக்கும்?"

"துறவிகள் பலருக்குப் பெண் என்றால் வெறுப்பு."

சாமி சிரித்தது.

"பெண்ணை வெறுப்பவனும் பொன்னை வெறுப்பவனும் மண்ணை வெறுப்பவனும் துறவியாக மாட்டான் பெண்ணே. வெறுப்பில் ஞானம் முகிழ்க்காது. மாறாக, அன்பில்தான் ஞானம் லபிக்கும். மனிதர், மரம், விலங்கு, எல்லாம் அவன் படைத்தவை என்கிற ஞானம் வந்தாற் பின் வெறுப்பு எங்ஙனம் வரும்?"

"சுவாமி உங்கள் சிஷ்யர் என்ன பேசாமடந்தையா?"

"தலை இருக்கையில் வால் ஆடக் கூடாது என்று இருக்கிறான். அறிஞன் அவன். ஆகவே, அடக்கமாக இருக்கிறான்."

சாமி அவளிடம் கேட்டது:

சித்தன் போக்கு 71

"என்ன காரியமாக இங்கு வந்தாய் பெண்ணே?"

"ஒரு காரியமும் இல்லை சுவாமி. குகையில், பெரிய மகான் எழுந்தருளி இருக்கிறார் என்று ஜனங்கள் பேசிக் கொண்டார்கள். ஆகவே, தங்களைப் பார்த்து ஆசி பெற வந்தேன்."

சாமி அதிகமாகச் சிரித்தது.

"என்னை மகான் என்றா ஜனங்கள் சொல்கிறார்கள்? பாவம், ஜனங்கள் நல்லவர்கள். எங்களைப் போன்றவர்கள் எல்லாருமே மகான்கள் என்று அவர்கள் நம்புகிறார்கள். அப்படி இருக்க வேண்டும் என்று ஆசைப்படுகிறார்கள். சிவனிடத்திலோ பாம்புகள் வெளியே. எங்களில் பலருக்கு உள்ளே. எத்தனைக் கசடர்கள், காவியில் உலகை ஏமாற்றிக் கொண்டு திரிகிறார்கள்? அம்மா, நான் ஒரு சாதாரண மருத்துவன். மகான் இல்லை. இதோ இவன் அப்படி ஆகலாம். நான் இல்லை."

"சுவாமி, முற்றிய பயிர் தலைகுனிந்து நிற்கும். இளம் குருத்துகள் தலைநிமிர்ந்து நிற்கும். தாங்கள் மிகவும் அடங்கிப் பேசுகிறீர்கள். சுவாமி, தங்கம் பண்ணுகிறதாமே...? ஊர் பேசுகிறது."

சுவாமி வருத்தம் தொனிக்கச் சிரித்துக்கொண்டு சொன்னது.

"கேவலம் இதை என் சாதனையாக ஜனங்கள் காண்கிறார் களே ... சமர்ப்பவி, அந்த வித்தையையும் இவனுக்குக் காட்டிக் கொடுக்கலாம் என்றே ரசவாதம் செய்தேன். அது ஒரு விஷயமே இல்லை அம்மா ... பாம்பைப் பயிற்றுவதுபோலத் தாயே. எஜமா னுக்கும், எதிரிக்கும் வித்தியாசம் தெரியாத நச்சுப் பாம்பு அது..."

"ஓ...! உங்கள் சிஷ்யருக்கும் அது தெரியுமா, சுவாமி?"

"அவன் உத்தமன், அவனால் ஆகாதது வானத்துக்குக் கீழே எதுவும் இல்லை."

6

மழை, வெறி பிடித்துக்கொண்டாற்போலப் பெய்து கொண்டி ருந்தது. சாமி, ஏதோ ஒரு இலையைத் தேடிக்கொண்டு மலை அடிவாரத்துக்குப் போயிருக்கிறது. மழைக்காலத்தில் மட்டும், மலைச்சாரலில் முளைக்கும் மோகினிச் செடி அது.

"அதன் பெயர் மோகினி என்று வரக்காரணம் என்ன சாமி?"

"குழந்தை. அது இரவில் மட்டும் கண்ணுக்குப் புலப்படும். கையில் எடுத்தால், மனதை மருட்டும். ஆசையைத் தூண்டும். உன்மத்தம் பிறக்க வைக்கும். தொட்டால், குளிர்ச்சி தரும். உள்ளுக்குள் உஷ்ணம் எரியும். மிகவும் விசித்திரமான மூலிகை அது. அதைத் துணி போட்டு மூடியே பறிக்க வேண்டும். பட்டுத்துணி, நிர்வாணக் கை, அதுக்கு ஆகாது..."

நிதி, நெருப்பை வளர்த்துக் குளிர் காய்ந்து கொண்டு அமர்ந்திருந்தான். அக்னி, நின்று நிதானமாக எரிந்து கொண்டிருந்தது. அதன் முன் சம்மணம் இட்டு அமர்ந்திருந்த நிதி, அக்னியின் நாக்கை ரசித்தபடி அமர்ந்திருந்தான்.

"அக்னி தேவா ... உலக ஜீவனத்தின் ஆதாரமே, சகல அசுத்தங்களையும் தின்று, மனித குலத்துக்குச் சாஸ்வதம் தரும் சிரஞ்சீவியே ... உடம்புக்கு உள்ளும் வெளியிலும் இருந்து ஆத்மாவை ரஞ்சகப்படுத்தும் மூல பூதமே, உன்னை நமஸ்கரிக்கிறேன் ..."

நெருப்பு, அவனை ஆதரிப்பது போல, வெடித்துச் சிதறி, சப்தம் எழுப்பியபடி எரிந்து கொண்டிருந்தது. வெளியே மழை கொட்டித் தீர்த்துக்கொண்டிருந்தது. நிதி எழுந்து வெளியே வந்து பார்த்தான். இருட்டு உலகை விழுங்கியது போல, இருட்டே வெளியாக இருந்தது. சாமியைக் காணோமே என்கிற கவலை அவனுக்கு எழுந்தது. சாமிக்கு எந்தத் துன்பம் நிகழும்?

அக்னியின் முன் மீண்டும் வந்து அமர்ந்தான். வேத உபநிஷத்துக்கள் அக்னி பற்றிச் சொன்ன சுலோகங்களை ஒவ்வொன்றாக மனத்துக்குக் கொண்டு வந்து, உருப்போடத் தொடங்கினான்.

வாசலில் அரவம் கேட்டது.

"சுவாமி" என்றபடி எழுந்தான் நிதி.

"சுவாமி இல்லை நிதி. நான்தான், சமர்ப்பவி. சாமி இல்லையா? மழையில் எங்கே?"

சமர்ப்பவி வந்து அக்னியின் அருகே அமர்ந்தாள். தொப்பலாக நனைந்து இருந்தாள் அவள்.

"மழையில் அதிகம் நனைந்து விட்டீர்களா? மாற்றுடை அணியுங்கள். இல்லையெனில் மழை உடம்புக்குள் நீர்க்கோவையை உண்டு பண்ணும். உலர்ந்த என் வேஷ்டி இருக்கிறது. உடுத்தி கொள்கிறீர்களா?" என்று கேட்டான் நிதி.

"வேணாம் நிதி. வெயிலில் உலர்கிறோம். மழையில் நனைவதில் தப்பில்லையே?"

"வெயிலில் வேறு, மழையில் வேறு."

"தெரியும் உங்கள் மருத்துவ அறிவு. சும்மா இருங்க."

சும்மா இருப்பது எளிதா என்ன? கட்டை உருவிக்கொண்டு துள்ளும் கன்றுக்குட்டி மாதிரி மனமும் புலன்களும் ததும்பிக் கொண்டே இருக்கிறது.

நெருப்புக்கு எதிரில், எரியாத நெருப்பாக அமர்ந்திருக்கும் நிதியைக் கவனித்தாள் சமர்ப்பவி. நெருப்பின் ஜுவாலை பட்டு, அவனைச் செம்மை செய்திருந்தது. சந்தனக் கட்டை மாதிரி இருந்த அவனிடம் கேட்டாள்.

"சிஷ்யரே?"

"என்ன சமர்ப்பவி?"

"நீர், ஸ்திரீ சுகம் கண்டதுண்டா?"

வியப்புடன் அவளை நோக்கினான் நிதி,

"இல்லை."

"அது அவஸ்யம் என்று தோன்றியது இல்லையா?"

"அது என்னவாய் இருக்கும் என்று அறியாதவர்க்கு ஆவல் எங்ஙனம் தோன்றும் பெண்ணே?"

"சிஷ்யரே. நீர் அந்த ஆச்சர்யத்தை இழந்து விட்டிருக்கிறீர் ஐயா. மனிதர் பெற வேண்டிய அநுபவங்களில், ஆகச் சிறந்த ஒன்றை அடையாமல் இருக்கிறீரே? காலம், யௌவனம், உமது அந்த மூடிய கண்ணை இந்நேரம் திறந்து விட்டிருக்குமே . . .?"

பாளம் பாளமாக வெடித்திருந்த அவன் அகன்ற மார்பை அவள் ஆர்வமுடன் நோக்கினாள். குழந்தைகளின் கண்களைப் போல, மாசு மருவற்று ஒளிர்ந்த அந்தக் கண்களை ஆசையுடன் பார்த்தாள்.

"சிஷ்யரே, என்னைப் பாரும் . . .!"

உறை விட்டு நீங்கும் கத்தி மாதிரி தன்னை வெளிப்படுத்திக் கொண்டிருந்தாள் அவள். அக்கினியின் ஜுவாலை பட்டுக் கத்தி ஒளிர்ந்தது. அக்கினியின் சுடர் குறைந்தும் மிகுந்தும் எழுகிறபோது கத்தியின் தீட்டிய வெண்மை, பாம்பின் படம் போலும் அச்சம் கலந்த அழகைக் கொட்டியது. பாடப் புத்தகத்தில் மட்டும் அறிந் திருந்த அவயவங்களை நேரில் முதல்முறை பார்த்தான் நிதி.

"நிதி . . . என்ன பார்க்கிறாய்? உன் கண்களில் இருந்து எழும் தணல், என்னைக் கொதிக்க வைக்கிறது. புருஷா, இந்தக் கத்தியை எடுத்து வீசு. உன் பிரும்மச்சர்யம் என்கிற தடையை வெட்டிப் போடு. இந்த அனாவசிய கௌரவத்திரை நமக்குள் எதற்கு?"

திரைவேண்டாம் என்றுதான் நினைத்தான் நிதி.

7

கார்காலம் முடிந்து, பனி தொடங்கி இருந்தது. மலர்கள் மலர்ந்து, கொழித்திருந்தன. அரும்புகள் பூத்து, பூத்தவை காய்த்து, பழுத்துப் பருவ மாறுதலை இயற்கை கொண்டாடிக் கொண்டிருந்தது. மண்ணைப் பிளந்து கொண்டு, ஆயிரக்கணக்கான தும்பிகள் வந்தாற்போல, காற்றை அடைத்துக் கொண்டிருந்தன.

குகை வாயிலில் உட்கார்ந்திருந்தது சாமி.

"இந்தக் குழந்தையை எங்கே காணும்?"

மதியம் போனவன் நிதி. இருட்டிக் கொண்டிருந்தது. இப்போது உள்ளும் வெளியுமாக இருந்தது சாமி. கடைசியில் பூக்குடலையுடன் வந்து சேர்ந்தான்.

"குழந்தை. எங்கேயடா போயிருந்தாய்? என் கண்கள் பூத்து விட்டன."

"உச்சிக்கோயில் வரைக்கும் போயிருந்தேன், சாமி."

"சுவாமி தரிசனமா? ரொம்பச் சரி."

சுவாமி சோறு பொங்கி வைத்திருந்தது.

"சாமி, உங்களுக்கு ஏன் சிரமம்? நான் வடித்திருக்க மாட்டேனா?"

"பசியோடு வருவாய் என்றுதான். பசி ஆறினாயா என்ன?"

"இல்லை சாமி."

"அப்போ ஸ்நானம் செய்து விட்டுச் சாப்பிடு."

நிதி பக்கத்தில் இருந்த அருவிக்குச் சென்றான். ஸ்நானம் செய்தான். வந்தான். சாப்பிட்டான். சாமி சொன்னது:

"குழந்தை, இன்னும் கொஞ்ச காலம். எனக்கு அழைப்பு வந்துவிடும். அதுவரைக்கும் என்னுடனே இருடா நிதி."

"சாமி, நான் எப்போதும் உங்களுடன்தானே இருக்கிறேன்?"

"சரி! ஏதோ என்னை விட்டு தூரம்தூரமாகப் போகிறாயோ என்று எனக்குத் தோன்றுகிறது."

"அது பிரமைதான் சாமி."

"பிரமைதான். எல்லாமே பிரேமைதான். நான், நீ, நம் கடவுள், எல்லாம். நம் ஆசை, நம் பற்று, நம் பாசம், காதல், எல்லாம்."

சாமி பொதுவாகச் சொன்னதாக இருக்கலாம். நிதிக்குச் சுருக்கென்றது.

8

நிதி ஒரு தவறைச் செய்திருந்தான். அதன் காரணமாக, இப்போதெல்லாம் சுவாமியைப் பார்க்கவே மனம் சங்கடப்பட்டது. அந்தக் குளிர்கால இரவில் நிகழ்ந்த அந்த முதல் அநுபவம் தொடர் அநுபவமாகிக் கொண்டிருந்தது. பல சமயங்களில் இது வேணாமே, என்று அவனுக்குத் தோன்றியது உண்டு. எனினும், சமர்ப்பவியை நேரில் காணும்போது அவன் வைராக்கியம் சிதறிப் போய்க் கொண்டிருந்தது. ஒருநாள் சமர்ப்பவியைக் கோயிலில் சந்தித்தான்.

"என்ன நிதி, என்ன முகவாட்டம்? நான் கசந்து கொண்டிருக் கிறேனா?"

"இல்லை. குற்ற மனப்பான்மை என்னை மருட்டுகிறது. சுவாமிக்கு இது தெரியக்கூடாதே என்று அஞ்சுகிறேன். அவரிடம் இயல்பாக என்னால் இருக்க முடியவில்லை. ஏன்?"

"இதைக் கள்ளம் என்று நீ நினைக்கிறாய்."

"கள்ளம் இல்லாமல் வேறு என்ன?"

"இது இயற்கை என்று எண்ணு. நீ உன் குருவிடம் சொல்லி விடேன். அவர் இதைத் தவறாக எண்ண மாட்டார்."

"அப்படியா சொல்கிறாய்?"

அவனை அவள் ஆசுவாசப்படுத்தினாள். அவர்கள் சந்தோஷ மாக இருந்தார்கள்.

"நிதி."

"என்ன பெண்ணே?"

"மருந்தீசர்க்கு நான் ஒரு கைங்கர்யம் செய்ய ஆசைப்படுகிறேன்."

"ஆகா! சுவாமி கைங்கர்யம் செய்."

"எனக்கு உன் உதவி தேவை."

"இறைப்பணிக்கு நான் உதவி செய்யாமலா?"

"மடைப்பள்ளியைச் சுவர் எழுப்ப வேண்டும். ஜனங்கள் வரும் பாதையைச் செப்பம் செய்ய வேண்டும். சுவாமிக்கு, அம்மைக்குத் தாலி செய்து போட வேண்டும். அம்மன் தாலிக்குப் பொன் வேண்டும்."

"ஒத்தைக் காசும் இல்லாத ஆள் நான்."

"இல்லை. நீ ஒரு தங்கச் சுரங்கம்."

"என்ன சொல்கிறாய்?"

"எனக்கு...எனக்காக அல்ல, சுவாமிக்காகத் தங்கம் செய்."

அவன் நடுங்கினான்.

ஆனால் அவன் ஒப்புக்கொள்ளும்படி ஆயிற்று. மடைப் பள்ளிக்கு மேற்குப்புறம் இருந்த பாழ்மண்டபத்தில் ரசவாதம் செய்வது என்று முடிவாயிற்று...

அன்று மறுநாள், சாமி காலில் முள் தைத்துக்கொண்டு திரும்பியது. நிதி முள்ளை எடுக்க அவர் பாதம் பற்றினான்.

"என்ன முள் சாமி."

"பயண முடிவைக் காட்டும் முள் குழந்தை."

"சாமி!"

"பதறாதே! எனக்கு என் இறுதி நாள் தெரியுமடா. அழைப்பை எப்படி அறிவிப்பது என்பது சிவனுக்குப் பல நாள் குழப்பம். கடைசியாக முள்ளை அனுப்பி இருக்கிறான்."

"நான் எடுத்து விடுவேன், சாமி."

"தடுத்துவிடுவாயோ, பேதையே!"

சாமி சொன்னது உண்மையாகும்போல இருந்தது. அடுத்த நாள் அவர் உடம்பு காய்ந்தது. பிரக்ஞை அற்றுப்போகும் அளவுக்குக் காய்ச்சல் ஏறியது. கால், சுரைக்காய் மாதிரி வீங்கியது. விளாம்பழம் போலப் பழுத்தது. நிதி தான் அறிந்த எல்லா மருத்துவ முறைகளையும் பிரயோகித்தான். சாமி சிரித்தது.

"குழந்தே...சிவனுடன் போட்டி போடுகிறாயாடா, பேதையே! நீ வைத்தியன் மட்டும் தானடா! அவனோ வைத்தியநாதனடா"

நிதி, தன் முயற்சியை நிறுத்தவில்லை.

அந்த நாளும் வந்தது. தொடர்ந்து மூன்று நாள் கண் மூடிக் கிடந்த சாமி கண் விழித்தது. சாமி முகத்தில் அலாதியான பிரகாசம் தென்பட்டது.

"நிதி...பவுர்ணமி என்றைக்கடா?"

"நாளை சாமி."

"நாளை, பௌர்ணமி ஏழாம் நாழிகைக்கு என் உயிர் பிரியுமடா, குழந்தை."

"சாமி."

"மரணத்தை மகிழ்ச்சியுடன் எதிர்நோக்கு."

சாமி நிதியின் கைகளைப் பற்றிக் கொண்டது. நிதி அழுதான்.

"காலம் அழகியது. குழந்தை, அதோ பார் தும்பிகள், வண்டுகள் ஆனந்தமாகத் தேன் குடிப்பதை."

"சாமி."

"சொல்."

"வண்டு தேன் அருந்துவது இயற்கையா? அது பசிக்காகவா, ருசிக்காகவா?"

"என்ன கேள்வி இது. இயற்கைதானே? உண்பது, பசிக்காகவும் இருக்கலாம், ருசிக்காகவும் இருக்கலாம். இரண்டுமே புரிந்து கொள்ளக்கூடியதுதான் குழந்தை."

"அது அறநெறிக்கு முரண்பட்டதா?"

"இல்லை. கண் பார்க்கும். கை பணி செய்யும். வயிறு பசிக்கும். இதில் அறம் இருக்கிறது. முரண் இல்லையே."

"சுவாமி. இந்த வண்டுகளைக் காமி என்கிறார்களே? மலர்க்காமி என்கிறார்கள். காமம் பாவமா சாமி?"

"அது பாவம் என்றால், நம் தாய் தந்தையும் பாவியாடா, குழந்தை?"

"சுவாமி" அவன் தேம்பினான்.

சித்தன் போக்கு 77

"மனசை போஷி. ஆனால் கடிவாளத்தை உன் கையில் வைத்துக்கொள். அது போதும். நிம்மதி பெறு. நீ உத்தமனடா குழந்தை. நீ தொட்டதெல்லாம் துலங்கும்."

அந்தக் கணமும் வந்தது. சாமி தெளிவாக இருந்தது.

"சாமி...எனக்கு உபதேசம் என்ன?"

அவன் பணிந்து கேட்டான்.

"உன் வித்தை தோற்காது. தோற்றால், உன் மனம் சுத்தமாக இல்லை என்று பொருள்."

"சாமி. எனக்கு சஞ்சீவினி வித்தை ஒன்று பாக்கி இருக்கிறதாகச் சொல்லி இருந்தீர்கள்."

"நாளை, உனக்கே அது தெரியும்."

சுவாமி, பிரக்ஞை இழந்தது. சில வார்த்தைகள், அதனிடம் இருந்து வந்தன.

"இலை, தழை, மணம் வீசுகிறதடா. பூக்கள், எங்கும் பூக்கள்."

சுவாமி அடங்கியது.

9

நதியில் மூழ்கி எழுந்தான், ஸ்ரீநிதி.

"நிதி. உனது குரு, ஒரு முள் குத்திக் காலமானாரே?"

அவன் சூரிய நமஸ்காரம் முடித்தான். பாழ்மண்டபம் நோக்கி நடந்தான்.

தங்கம் தயாராகி இருக்குமோ?

'இருக்க வேண்டும்.'

நிதி, ஸ்மரிக்க வேண்டிய மந்திரங்களை ஜபித்தான்.

ஸ்புடத்தை ஜாக்கிரதையாகக் கலைத்தான். சாம்பலை ஊதினான். குச்சி கொண்டு வெளிக்கொணர்ந்தான் உலோகத்தை.

வெகு ஆர்வமுடன் சமர்ப்பவி அதைக் கவனித்தாள்.

செம்பு!

செம்பாகவே இருந்தது செம்பு.

உட்கார்ந்தவன், அப்படியே இருந்தான்.

"என்ன சிஷ்யரே, பதம் கெட்டுவிட்டதா? சேர்மானம் தவறிப் போச்சா?"

அவன் கற்சிலையென அமர்ந்திருந்தான். அவன் கண்களில் இருந்து கண்ணீர் வழிந்துகொண்டிருந்தது.

"என்ன சிஷ்யரே, என்ன நடந்தது?"

அவன் மொழி மறந்தவன் போல் அந்த உலோகத்தையே பார்த்துக் கொண்டிருந்தான்.

"சிஷ்யரே... இது போனால் என்ன? இன்னொரு புடம் வைத்தால் போச்சு."

"இன்னொரு முள்ளா?"

"என்ன, முள்ளா? என்ன சொல்கிறீர்?"

"முள்! என் குரு இதயத்தில் நான் ஏற்றிய முள். ஒரு முள்ளாக நானே அவரைக் குத்தினேன்."

அவன் எழுந்தான். நேராகக் குருவைப் புதைத்த இடத்துக்கு வந்து நின்றான் நிதி.

"சாமி."

"என்ன குழந்தை?"

"அந்தக் கடைசி சஞ்சீவினி வித்தையையும் கற்றுக்கொண்டேன்."

சாமியின் சிரிப்பு காற்றில் கேட்டது.

"சாமி."

"என்ன குழந்தை?"

"என்னை மொட்டாகக் கொண்டு வந்தீர்கள். புஷ்பமாக மலரச் செய்தீர்கள். நானோ உங்களுக்கு முள்ளைத்தானே கொடுத்தேன். என் குரு தட்சிணை எத்தனை கொடுமையானது!"

சாமி சிரித்தது, மீண்டும்!

"என்னை மன்னிப்பீர்களா சாமி."

"குற்றம் எது, சரி எது? எல்லாம் பிரமை தானேடா குழந்தை. மனசை அடிக்கடி துடைத்துச் சுத்தம் செய்துகொள். அது போதும்."

மாலை, சமர்ப்பவி குகைக்கு வந்தாள். குகை இருந்தது. மனிதர் உலவிய சுவடு இருந்தது. நிதி இல்லை.

ஸ்புடம் போடும் சட்டிகள் உடைக்கப்பட்டிருந்தன.

ஸ்ரீநிதியை அவள் அதற்குப் பின் பார்க்கவே இல்லை.

■

சித்தன் போக்கு

சித்தன் போக்கு
சித்தன் போக்கு
சித்தன் போக்கு
சித்தன் போக்கு

அதை முதலில் பார்த்தது, அம்சவல்லி அத்தைதான். அவள்தான் ஊருக்குள் வந்து அந்த சமாச்சாரத்தைச் சொன்னாள். அத்தை அதைப் பார்த்தது இன்று மூன்றாம் நாள். தினம், விடிந்து நாலு நாழிகைகளுக்குப் பிறகு, பொம்பிளைகள் குளிக்கிற படித் துறைக்கு அந்தப் பக்கம், அரச மரத்தடி யண்டைதான் அத்தை குடம் விளக்கி நீர் எடுப்பது. அந்த அரச மரத்துக்குக் கொஞ்ச தூரத்தில், நெட்டிலிங்கம் மரம் பக்கமாக இருக்கும் வெ.சித. சிங்கப்பூர் செட்டியின் கல்லறைப் பலகை மேல் அது உட்கார்ந்திருந் ததை அத்தை கவனித்திருக்கிறாள். 'அசலூர் மனுஷனாட்டும் இருக்கிறானே' என்று நினைத்தாளாம் முதல் நாள். தோளில் காசித் துண்டு மாதிரி ஒரு துண்டு. அரையில் என்ன நிறம் என்று அனுமானிக்க முடியாத ஒரு நிறத்தில் வேஷ்டி! ஓடும் தண்ணீரைப் பார்த்துக்கொண்டு அமர்ந்திருந்தது அது.

அத்தைக்கு, அதன் பார்வை அதிசயமாக இருந்ததாம். அது என்ன, பத்திரிகைக் காகிதத்தைப் படிப்பார்களே, அதுமாதிரி ஆற்று ஜலத்தைப் படித்துக் கொண்டிருக்குமோ, ஒரு மனுஷன்? படிக்கிறதுக்கு அங்கு என்னதான் இருக்குமோ? சுத்தப் பைத்தியக்கார மனுஷனாட்டம் இருக்கும்போல, என்று எண்ணித் தண்ணீர் எடுத்துக்கொண்டு திரும்பினாளாம். ரெண்டாம் நாளும் ஏதோ அகஸ்மாத்தாகப் பார்த்தாளாம் அத்தை. நேற்று இருந்தமாதிரி அச்சுஅசலாகப் அப்படியே நீரைப் பார்த்துக்கொண்டு உட்கார்ந்திருந்ததாம் அந்த மனுஷன்.

ஏதோ ஆவல் மீதூற, அத்தை அந்த மனுஷனுக்கு அருகில் போய்ப் பார்த்ததாம். பக்கவாட்டு முகம் மட்டும்தான் அத்தைக்குத் தெரிந்ததாம். பார்த்துக்கொண்டே இருந்ததாம். கத்தியின் முனைமாதிரி இதென்னடியம்மா இப்படி ஒரு நாசி. ஜடை மாதிரி அலட்சியமாக வளர்ந்திருந்த தலைமுடி, காதுக்கும் கீழே ஆலவிழுது மாதிரி விழுந்தது. தோள் மேல் வந்து தாங்கியது. சாமியாராக இருக்குமோ என்று தோன்றியதாம். என்றாலும், ஆள் அரவம் இல்லாத இடத்தில், அன்னிய மனுஷனுக்கு அருகில் எப்படி ஒரு பொம்பிளை போவாளாம்? இதை ஒருத்தியிடம் சொல்லப் போய் அத்தை வாங்கிக் கட்டிக்கொண்டாள்.

"அத்தை உனக்கு என்ன வயசு? அம்பத்தைஞ்சுக்கும் மேலே! அப்புறம் என்ன பொம்பிளை? உன்னைப் பார்த்தால் என்ன செய்ய முடியும். என்னத்துக்கு உனக்குப் பயம்?"

இந்தப் பெண்டுகளுக்குத்தான் வாய் என்ன அகலம்?

மூன்றாம் நாள், படுக்கையில் கண்ணைப் பிட்டுக் கொண்ட போதே, அது ஞாபகம்தான் வந்ததாம். எதுக்கும் இருக்கட்டும் என்று சாமிமாடத்தில் இருந்த ரெண்டு வாழைப் பழங்களை எடுத்துக்கொண்டு போனதாம் அத்தை. குடத்தைக் கரையில் வைத்துவிட்டு, மனசைத் தைரியப்படுத்திக்கொண்டு அதன் அருகில் போனதாம். என்ன ஆச்சர்யம்? முந்தின இரண்டு நாட்களும் இருந்தமாதிரியே இன்னும் இருந்ததாம் அது. அச்சு அசல் அப்படியே! அந்தப் பக்கவாட்டு முகம். அதே கத்தி மூக்கு. ஒவ்வொரு அடியாக அதன் பக்கம் போய் நின்று, 'சாமி' என்றாளாம் அத்தை. சாமியிடம் இருந்து எந்தச் சலனமும் இல்லை. எட்டி, சாமி பார்க்கிற அதே தண்ணீரைத் தானும் பார்த்தாளாம் அத்தை. வெறும் தண்ணீர்தான். விசேஷமாகச் சாமிக்கென்று எதுவும் எழுதி இருக்கவில்லை.

"சாமி"

சாமியிடம் இருந்து எந்த எதிர் அசைவும் இல்லாமல் இருந்தது.

அத்தை, இரண்டு கைகளையும் பக்கவாட்டில் ஊன்றிக் கொண்டு, சம்மணம் போட்டு அமர்ந்திருந்த சாமியின் அருகாகச்

சித்தன் போக்கு

சென்று, கொண்டு போயிருந்த இரண்டு வாழைப்பழங்களையும் சாமியின் காலண்டை வைத்தாளாம் அத்தை.

சாமி சற்று லேசாக அசைந்ததாம். பின்பு, பழங்களைப் பார்த்த தாம், அதன்பின் சற்றுத் திரும்பி அத்தையைப் பார்த்தாம். அப்பா! என்ன கண். நெருப்புத் துண்டம் அம்மா அது! சட்டென்று, கண் குளிர்ந்ததாம். ஒரு குழந்தை. குழந்தையினது போல இருந்ததாம் அதன் முகம். தாடி, மீசை, சடை மாதிரி முடிகளூடே முகம். மேகங்களுக்கிடையே சிக்கிக்கொண்ட சந்திரன் போல! அத்தைக்குக் கும்பிடத் தோன்றியதாம். சாமி இதழ் பிரிக்காமல் சிரித்ததாம். கண்ணால் சிரிக்கிற சிரிப்பு. அத்தைக்கு, முதல்முறையாகக் கண்ணாலும் சிரிக்க முடியும் என்கிறது தெரிந்திருக்கிறது. சாமி, பழத்தைத் தொட்டு, அப்புறம் அத்தையைப் பார்த்துச் சிரித்ததாம் மீண்டும்.

"சாமி, மூணு நாளா சாப்பிட்டீங்களா? இருந்த இடத்திலேயே இருக்கீங்களே?" என்று கேட்டாளாம் அத்தை.

சாமி அதுக்கும் சிரித்ததாம். சாமிக்குக் காது கேட்கிறது என்பது உறுதியானது.

அத்தைதான் ஊருக்குள் வந்து, விஷயத்தைப் பரப்பினாள். முதலில், மணியக்காரர் மருமகள் அத்தையின் எதிரே வந்தாள். பிள்ளையாண்டிருந்தாள் அவள். அடுத்த மாசம் தாண்டாது. பெண்ணாய் இருக்கும். முகம் ஜிவுஜிவுக்கிறதே!

"சுந்தரி தெரியுமோ சேதி?" என்று, தான் பார்த்த சாமியாரைப் பற்றிச் சொன்னாள் அத்தை. எல்லாவற்றையும் அமைதியாகக் கேட்டுவிட்டு அந்தப் பெண் சொன்னாள்.

"அத்தை. முப்பது வருஷத்துக்கு முன்னாலே ஓடிப் போய்ட்டாருன்னு சொன்னீங்களே, உங்க புருஷன். அவராக இருக்குமோ, இந்தச் சாமியார். நல்லாப் பாருங்கோ."

குறும்புதான் இவளுக்கு!

சின்னி கோபால் முதலியார், சங்கர செட்டி என்று ஊர் முக்கியஸ்தர்கள் திரண்டு சாமியாரைப் பார்க்கப் போனார்கள். ஒரு விஷயம் அவர்களுக்குத் தெளிவாயிற்று. சாமியார், ஒரு மௌன சாமியார் என்பது. முக்கியமான விஷயம், சாமியாரைச் சாமியாராக அவர்கள் ஏற்றுக்கொண்டார்கள் என்பதுதான்.

சாமியாரின் ரிஷி மூலம் யாருக்கும் தெரியாதுதான். தெரிந்து கொள்ள வேண்டிய அவசியமும் இல்லைதானே? சாமி மிகவும் விசித்திரமான பேர்வழியாக இருந்தது. யாருடனும் பேசுவதில்லை. முத்துலக்கையின் உப்பு மண்டிக்குப் பின்னால் இருக்கிற பாறைக் கல்லில் வந்து உட்காரும். தரையைப் பார்க்க ஆரம்பித்தால் மணிக் கணக்காகப் பார்த்துக்கொண்டே இருக்கும். மேலே ஆகாயத்தைப் பார்த்தது என்றால், மணிக்கணக்காகப் பார்த்துக்கொண்டிருக்கும்.

யாராவது போய், "சாமி" என்று கூப்பிட்டு, உலுக்கி, "வாருங்க, நம்ம வீட்டுல சாப்பாடு" என்று திரும்பத் திரும்பப் பத்து வாட்டியா வது கூப்பிட்டு வலுக்கட்டாயம் பண்ணினால் சாமி எழுந்திருக்கும்.

சாமியிடம் இன்னுமொரு விசேஷமான பழக்கம் இருந்தது. இலையில் போடப் போடச் சாப்பிட்டுக்கொண்டே இருக்கும். எதையும் மிச்சம் வைக்கக்கூடாது என்று பிரமாணம் எடுத்ததுமாதிரி சாப்பிட்டுக்கொண்டே இருக்கும். ஆரம்பத்தில், சமைத்ததையெல் லாம் சாமிக்குக் கொட்டி விதிர்விதிர்த்துப் போனார்கள் பெண்கள். போகப்போக அவர்களே ஒரு வரம்பை வைத்துக் கொண்டார்கள்.

ஆடை விஷயத்திலும் சாமி இப்படித்தான் இருந்தது. அழுக்கு, ஆடையாகும் வரைக்கும், கட்டின துணியை அவிழ்க்கும் பழக்கம் சாமிக்கு இல்லாமல் இருந்தது. அதுவே, பழம் மாதிரி இற்றுவிழ வேண்டும். தெரு ஆம்பிளைகள், சாமியைக் கொண்டு போய், ஆற்றில் முங்க வைத்து, யானையைக் குளிப்பாட்டுவது மாதிரி, தண்ணீரை வாரி அடித்துக் குளிப்பாட்டுவார்கள். சாமி குளிப் பாட்டுவது என்பது, ஊரில் குழந்தைகளுக்கு மிகவும் விளையாட் டான விஷயமாகி இருந்தது. சாமி பின்னால் ஒரு படை கும்மாளம் இட்டுக் கொண்டு போகும். சாமி, புன்னகையோடு குழந்தை களுடன் ஆற்றுக்குப் போகும். என்னவோ, குழந்தை என்றால் சாமிக்குக் கொள்ளைப் பிரியம்.

அத்தை, நாலு வீட்டில் பத்துப் பாத்திரம் தேய்த்து வாழ்கிற எளிய ஜீவனம்தான். என்ன காரணத்தாலோ, தினத்துக்கு வேலு நாடார் கடையில் இரண்டு பழம் கடன் சொல்லியாவது வாங்கி, சாமிக்குத் தருவாள். சாமி, அதில் உடனடியாக ஒன்றை யாரேனும் குழந்தைக்குக் கொடுத்துவிடும் கண்ணில்பட்ட குழந்தைக்கு. குழந்தைகள் கண்ணில் தட்டுப்படவில்லை என்றால் தென்படும் வரை ஒன்றை வைத்துக் கொண்டே இருக்கும்.

சாமி, கோயிலுக்குப் போய் யாரும் பார்த்தது இல்லை. சாமி நாஸ்திகர் என்று யாரும் சொல்ல முடியாதுதான். ஏனோ போவ தில்லை. யாராவது சம்சாரி குளிப்பாட்டிச் சுற்றிவிடும் துணியோடு தரையில் விழுந்து கிடக்கும். மண் தரையில் அழுக்கு பற்றிக் கொஞ்சமும் கவலைப்படாமல்.

சாமி என்றால் திருநீறு கொடுக்காமல் எப்படி? ஜனங்களுக்குத் துன்பம் ஏற்படுவது, பசி எடுப்பதுமாதிரி ரொம்ப இயற்கையான விஷயமாக இருந்தது! ஆகவே அவர்கள் சாமிக்கு முன்னால் வந்து தங்கள் குறைகளை விண்ணப்பித்துக் கொண்டிருந்தார்கள். அப்புறம் கையை நீட்டினார்கள். யாசகர்கள் மாதிரி நீட்டிக் கொண்டே இருந்தார்கள். சாமி, மண்ணைக் கொத்தாக எடுத்து நீட்டிய கைகளில் போட்டது. சந்தோஷமாக "சாமி வரம் கொடுத்துடுச்சு" என்றபடி போனார்கள்! மனத்துயரம் போனால் மற்ற துன்பங்கள் போனது மாதிரிதானே!

இன்னுமொரு சுவாரஸ்யமான பழக்கமும் சாமியிடம் இருந்தது. எப்பவாவது ஒரு நாளைக்கு, கண்ணில்பட்ட கடைக்குள் செல்லும். கடைக்காரர் பதறிப்போய் எழுந்து, "வாங்க சாமி வாங்க" என்றபடி கல்லாப் பெட்டியைத் திறந்து வைப்பார். சாமி, தன் இடக்கையால், கொத்தாக அள்ளி எடுக்கும். அது ரூபாய் நோட்டுகளாகவும் இருக்கும். சில்லரைகளாகவும் இருக்கும். அதைக் கொண்டு வந்து, கண்ணில் வரும் ஏழைகள் பிச்சைக்காரர்களுக்குப் போட்டுவிட்டுப் போகும். சாமி, எந்தக் கடையில் புகுந்து காசை அள்ளுகிறதோ, அந்தக் கடையின் வியாபாரம் செழித்தது என்று கடைக்காரர்கள் சொன்னார்கள். ஈ கரு மாவன்னாவின் கடைக்குப் போய், காசை எடுத்துப் பிச்சை போட்டதாம் சாமி. பாருங்கள், பல வருஷங்களாக இழுத்துக் கொண்டிருந்த கோர்ட் வியாஜ்ஜியம் முடிந்தது. மாவன் னாவுக்கு நாலு லட்சம் பெறுமான சொத்து வந்து சேர்ந்தது என்கிற சங்கதி, மார்க்கெட்டில் பரவியது.

பங்காரு அம்மாள் தலைப்பெண் சீதாலட்சுமி, ருதுவாகி எட்டு வருஷங்கள் கல்யாணம் குதிராமல், "ஊசிப்போய்" இருந்தாள். என்ன ஆச்சர்யம். சாமி மண் கொடுத்த மூன்றாம் நாள் வடக்கே இருந்து வரன் வந்து, கண் மூடிக் கண் திறப்பதற்குள் கல்யாணமும் ஆகி, அத்தோடு சரியாகப் பத்தாவது மாசம் கொழுக் கொழுக் கென்று ஒரு பெண் பிள்ளையையும் பெற்றுக்கொண்டாள் என்கிற சங்கதியும் பரவப்பரவ மண்ணுக்கு மௌசு பெருகத் தொடங்கிற்று.

முதல் நாள், அந்த ஊருக்கு வந்தபோது, சாமி எப்படி இருந்ததோ, அப்படியேதான் மூன்று வருஷங்கள் இருந்தது. ஆற்றங் கரை, உப்பு மண்டி பாறைக் கல், நாயக்கர் தோப்பு தென்னங் கொல்லை, தெரு, வீட்டு வாசல், அத்தையின் குடிசைக்கு வெளித் தரை என்று கிடந்தது சாமி. சாப்பிடக் கூப்பிடாமல், ஜனங்கள் மறந்து போன நாட்களில், சாமி எத்தனை நாட்களானாலும் பட்டினி கிடக்கும். எவரிடமும் வாய் திறந்து கேட்காது.

அத்தை, மணியக்காரர் வீட்டில் சமையல் வேலை பார்த்தாள். இரண்டு வேளை சோறு போட்டுச் சம்பளம். நாலைந்து வீடுகளில் பண்டம் பாத்திரம் கழுவி வயிறு வளர்த்தாள் அத்தை. அத்தையை வேலைக்காரி என்பதும் பொருந்தாது. வாழ்ந்து கெட்டவள். வீட்டு மனுஷி மாதிரி மதித்து வேலை வாங்கிக் கொள்கிறவர்கள் வீடுகளில் மட்டுமே அத்தை வேலைக்குப் போவாள்.

சாயங்காலம் வேலைகளை முடித்துக் கொண்டு, குடிசையில் வந்து விழுவாள். சமயங்களில், சாமி அவள் வீட்டு வாசலில் படுத்துக் கிடக்கும். அத்தைக்கு இதில் மகாப் பெருமை.

"அது சரி. நீயும் எங்கேதான் போவே? பெரிய பெரிய மவராசன் மாரெல்லாம் மாடி மேல மாடி வச்சுக் கட்டிக்கிட்டு உன்னை வந்து தங்குன்னு கூப்பிடறாங்க. நீ அடம் பிடிக்கிற குழந்தை மாதிரி அங்கே போகமாட்டேங்கறே. இந்த ஒன்னும்

இல்லாதவள், வீட்டு வேலை செஞ்சு வயிறு கழுவுகிறவள் வீட்டுல வந்து விழுந்து கிடக்கிறே. நான் உனக்கு என்னத்தைக் கொடுக்க? யார் பெத்த குழந்தையோ? என் வயிறு கிடந்து எரியுது. சாப்பிட்டையோ, இல்லையோ, எத்தனை நாளாச் சாப்பிடலையோன்னு எனக்கு மனசு அடிச்சிக்கிடுது. நீ வருவேன்னு சோறு எடுத்து வச்சா வரமாட்டே. எடுத்து வச்சது கிடந்து நாறிக் கெடுது. வரமாட்டேன்னு நாய்க்கு வழிச்சு போட்டா, . . . அழும்பா . . . வந்து நிக்கறே. நான் என்ன பண்ணட்டும் . . .” என்று சலித்தபடி, இருப்பதை எடுத்துப் போடுவாள். இல்லையென்றாலோ, நாடார் கடைக்குப் போய் வாழைப்பழம் வாங்கி வந்து கொடுப்பாள்.

“முகத்தைப் பார்த்தா பால் வடியுது. தலையைக் கல் மேலயும் வைக்கமாட்டறே! சாமி. உனக்கு ரா முழுக்க தலையணை தச்சேன்” என்று ஒருநாள், தான் அரிதில் முயன்று தைத்த தலையணையைத் தந்தாள் அத்தை. வெறும் பழம் சாக்கை மடித்து மேலே, பழந்துணி ஒன்றைக் கொண்டு உறை பண்ணி இருந்தாள்.

சாமி, அதைத் தன் முன் பார்த்ததும், அவளைப் பார்த்துச் சிரித்தது. அதே உதடு பிரியாத சிரிப்பு. என்ன அழகான சிரிப்பு.

“இந்நேரம் நீ கல்யாணம் பண்ணிட்டு இருந்தா, நாலு புள்ளைகளைப் பெத்துக்கிட்டு இருப்பே. என்னத்துக்கு இந்த மாதிரி ஊர்ச் சுமையைத் தோள்லே, போட்டுகிட்டு திரியறே, சாமி? எனக்குத் தெரியும். எதுக்கு மனுஷர் குடும்பத்தைத் துறக்கணும்? பொண்டாட்டி, புள்ளை சுகத்தை இழக்கணும்? எனக்குத் தெரியும். சாமியார்னு ஒரு மனுஷன் என்னத்துக்கு புறப்படணும்? எல்லாரையும் அன்பு பண்ணணும். பொண்டாட்டி புள்ளைன்னு ஆயிட்டா, எல்லாத்தையும் சமமாப் பார்க்க முடியாதே. அதான் வீட்டை விட்டு புறப்பட்டுட்டியாக்கும். அதுவும் சரிதான். சொல்ல மறந்துட்டனே. சுப்புணி நேத்து என்னைக் கூப்பிட்டு விட்டார். அதான் சாமி, ஸ்டோர்ஸ் வச்சிருக்காரே மொத்த வியாபாரி. ஊருல பெரிய கடை முதலாளி. அந்த ஆள்தான். என்னன்னு போய்க் கேட்டேன். உங்க சாமி, எல்லா கடைக்கும் போவுது. நம்ம கடைக்கு மாத்திரம் ஏன் வரல்லைன்னாரு. . . எனக்கென்ன தெரியும். சித்தன் போக்கு, சிவன் போக்குன்னு சொல்வாங்க. அது மாதிரியாங் காட்டியும் இது. அப்படின்னேன். நீ சொல்லு அத்தையம்மான்னு சொன்னார். ‘நீங்க சொல்றதுக்காக, நான் சாமிகிட்டச் சொல்றேன். கேக்றதும் கேக்காததும் அது இஷ்டம்’னேன். சொல்லிட்டேன். போறதும் போகாததும் உன் ஜோலி . . .”

சுப்புணி பற்றி ஊருக்குத் தெரியும். பேசும். நேரில் பேசாது. பின்னால்தான். பணக்காரன், என்னத்துக்கு வம்பு என்கிற கோழைத்தனமான அபிப்பிராயம்தான். இப்போதெல்லாம் இதை நீக்கு போக்கு, நாகரிகம் என்றும் சொல்வார்கள். சுப்புணி பாக்கு, பருப்பு என்று பலதுக்கும் மொத்த வியாபாரி என்பது மட்டும்

விஷயம் இல்லை. கொஞ்சம் கொஞ்சமாக வீட்டுப் பேரில், நிலத்தின் பேரில் பணம் கொடுத்துச் சொந்தம் பண்ணிக் கொள் வார் என்றும் சொல்லப்படுவதுண்டு. வம்பு தும்பு எதுக்கும் அஞ்சாத மனுஷன் என்கிற பேர் உண்டு. ரெண்டும் கெட்டானாக ஒரு பிள்ளை உண்டு. அதுக்கு 'ரதி' மாதிரி பெண் பார்த்துக் கல்யாணம் பண்ணினார். நடந்தது என்னவென்றால், அந்த ரதி, சுப்புணியைத்தான் மன்மதனாகக் கொண்டுள்ளாள் என்றும் ஊர் பேசும். சுப்புணி மாதிரி ஆள்கள்தான் கோவிலுக்கு டிரஸ்டி யாக வருவார்கள். அந்தப்படி சிவன் கோயிலுக்கும் கிருஷ்ணன் கோயிலுக்கும் அவரே டிரஸ்டியாகவும் ஆனார். விளைவு! அம்பாளும் தாயாரும் கவரிங் நகை போடும்படியாயிற்று என்று ஊர் பேசும். எல்லாம் சரி. இதெல்லாம் கறிக்குதவாத பேச்சு. சுப்புணி நாளுக்கு நாள் மேலே மேலே என்று போய்க் கொண்டு இருந்தார்.

சுப்புணி, கல்லா அடியில் வந்து அமர்ந்தார். கடைக்குள், அனேகமாக எல்லாச் சாமிகளும் அவர்களுடைய தேவிமார்களு மாக இருந்த படம் மாட்டப்பட்டிருக்கும். எல்லாவற்றிற்கும் தினம் தினம் புஷ்பம் சார்த்தி, சூடம் கொளுத்த என்றே, ஒரு பிராமணரை நியமித்து இருந்தார் சுப்புணி.

அவரும் வந்து சேர்ந்து தன் கடமையை ஆற்றிவிட்டுச் சென்று விட்டிருந்தார். மாங்காட்டு வியாபாரிதான் முதல் போணியாக வந்திருந்தார். பாக்கு வியாபாரம் நடந்து கொண்டிருந்தது. சுப்புணி கல்லாப் பெட்டியைத் திறந்தார். சுகமான சாம்பிராணிப் புகை வெளியேறிற்று அதற்குள்ளிருந்து. வந்திருக்கிற வியாபாரி, பழைய வாடிக்கைதான் என்றாலும் ராசிக்காரனா என்று தெரியவில்லையே? இரவு வீட்டுக்கு எடுத்துச் சென்று சாமி படத்துக்கு முன் வைத் திருந்து, காலையில் கடை திறக்கும்போது, பணத்தைக் கொண்டு வந்து கல்லாவில் வைப்பது என்பது அவர் வழக்கமாக இருந்தது. இன்றைக்கும் பணக்கட்டுகளை அவ்வாறே வைத்தார்.

வாசலில் சலசலப்பு எழுந்தது.

சாமி உள்ளே வந்துகொண்டு இருந்தது. அந்த பழசான அழுக்கு வேஷ்டியோடு யாரையும் கவனிக்காமல் உள்ளே நுழைந்தது சாமி.

சுப்புணி திடுக்கிட்டு, ஆனந்த அதிர்ச்சியோடு எழுந்து நின்று வரவேற்றார்.

"வாங்க சாமி வாங்க . . . வாங்க . . . எப்பவோ வந்திருக்கணும் . . . இப்போதான் வேளை வந்துச்சி. வரணும் . . . வரணும் . . ." என்றபடி கல்லாவைத் திறந்து வைத்து விட்டு ஒதுங்கி நின்றார். சாமி கல்லாவுக்கு முன் வந்து நின்று, ஒரு கணம் தயங்கியது.

"எடுங்க சாமி. எவ்வளவு சாமி நினைக்கோ, அந்த அளவு எடுங்கோ . . . பிச்சைக்காரங்களுக்குப் போடுங்கோ."

கடை, விஷயங்கள், வாடிக்கையாளர்கள் எல்லோருமே சாமியைப் பார்த்துக் கொண்டிருந்தார்கள்.

சாமி கொத்தாகப் பணத்தை அள்ளியது, இடது கையால்! சுப்புணியைப் பார்த்துச் சிரித்தது, பல் தெரியாமல்! பணத்தைச் சுப்புணியிடம் நீட்டியது. தன்னை அறியாமல் கை நீட்டினார், சுப்புணி. தன் இடக்கையிலிருந்து, யாசகக் கையாக நீண்ட சுப்புணியின் கையில் பணத்தைப் போட்டது சாமி.

∎

தோழமை
தோழமை
தோழமை
தோழமை
தோழமை

ரத்தத்தைத் தோய்த்து அடித்தாற்போலச் சிவப்பும் அதன் ஊடே வெள்ளைக் கோடுகளுமாக, அந்த இருட்டிலும், காக்கைக் குஞ்சின் திறந்த வாய் போல இருந்தது அந்தக் கட்டடம். இப்படி ஒரு வண்ணக் கலவையைத் தேர்ந்தெடுத்துப் பூசி இருக்கிற அந்த மனிதர்களின் ரசனைக் குறைவு வேலுவுக்கு அந்தச் சந்தர்ப்பத்திலும் சிரிப்பைத் தந்தது. என்றாலும் ரசனை என்பது மனிதர்களின் தன்மையைப் பொறுத்தது என்கிற உண்மை நினைவுக்கு வர, காவல் நிலையத்தின் சுவர், அப்படி இருப்பதன் நியாயம் வேலுவுக்குப் புரிந்தது.

ஒரு முரட்டுக் கை அவன் பிடரியைப் பிடித்து உந்தித் தள்ளியது. அவன் தடுமாறி விழ இருந்தான். என்றாலும் சுதாரித்துக் கொண்டான். வாசல் சுவரைப் பிடித்துக் கொண்டு விழாமல் தன்னை நிலைநிறுத்திக் கொண்டான். பின்னால் ஜீப்பை விட்டுத் 'தொபு தொபு' என்று குதித்தவர்கள்,

அவனைச் சற்றேறக்குறைய இழுத்தபடி வராந்தாவின் இருட்டு மூலைக்குத் தள்ளிக்கொண்டு வந்தார்கள். வலப்பக்கம் அறைகள் பல இருந்தன. நடை நேராகச் சென்று, சுவரில் மோதி நின்றது. கொத்தாக இருட்டு அங்கு குவிந்திருந்தது.

வேலுவின் கைகளில் இருந்த விலங்கு சரியாக இருக்கிறதா என்று ஒருவன் பரிட்சை செய்தான். பின், அவன் தோளைப் பற்றி அழுத்தினான். உட்காரச் சொல்கிறான் என்று புரிந்து கொண்டு, சுவரில் முதுகுதேய, வேலு அமர்ந்தான். பக்கத்தில் மனித வாசனை வந்தது. இருட்டுக்குப் பழக்கப்பட்ட கண்கள் இப்போது புற உலகைப் புரிந்துகொள்ளத் தொடங்கின. அவன் பக்கத்தில் ஒரு பெண் அமர்ந்திருந்தாள். அந்த இருளில், அவள் பல்வரிசை தெரிந்தது. ஓவியத்தின் வெளிக்கோடு மாதிரி, அவள் உருவம் தென்பட்டது.

ஜானகிதான்.

அப்பா! நிம்மதியாக இருந்தது. கடந்த மூன்று பகல்களும் இரவுகளும் அவளைப்பற்றியும் நினைத்துக் கொண்டிருந்தான் அவன்.

“ஜானகி?” என்றான், ரகசியமாக, மூடப்பட்ட குரலில்.

“நான்தான்” என்றாள் ஜானகி.

சற்று நேரம் அமைதியாக இருந்தான். நிறையக் கேள்விகள் அவளிடம் கேட்க வேண்டியிருந்தது. என்றாலும், “ரொம்ப துன்புறுத் தினாங்களோ” என்றான். அந்த இருளில் அவள் தொண்டைக் கூடுகள் ஏறி இறங்கியது அவனுக்குத் தெரிந்தது. ஒரு கணம்தான். அவள், தன் நிலைக்குத் திரும்பினாள். சிரித்தாள். அருகில், மிக அருகில் இருந்ததால், அவளிடமிருந்து கொய்யாக்காய் வாசனை இவனுக்கு வந்தது. அவள் சிரமப்பட்டுச் சொன்னாள்.

“எல்லாம் வழக்கப்படி நடக்கிறதுதானே. புதுசா?” என்றாள். இந்தச் சில வார்த்தைகளையும் அவள் மிகவும் சிரமப்பட்டே சொன்னாள். அவள் உதடுகள் வீங்கி இருந்ததும் கன்னங்களிலும் நெற்றியிலும் காயம் உலராத ரத்தக் கசிவையும் இருட்டு காரணமாக அவன் பார்த்திருக்கவில்லை என்பது அவளுக்கு ஆறுதலாக இருந்தது.

“என்ன கேட்டாங்க?” என்றான் மிகவும் மெல்லிய குரலில்.

“அப்பு இருக்கிற இடத்தை” என்றாள் ஜானகி மிகவும் மெல்லிய குரலில்.

சற்று நேரம் அமைதியிலேயே சென்றது. பூட்ஸ் சப்தங்கள், ஏதோ பேசுகிற, சிரிக்கிற ஓசைகள் என்று கலவையாக வந்த வண்ணம் இருந்தன.

“சத்யா . . .?”, என்றான் வேலு சன்னமாக!

“போலீஸ்காரங்க கிட்டதான் இருக்கணும். நான் பார்க்கலை.”

குழந்தையை என்ன இம்சைக்கு உள்ளாக்கி இருக்கிறார்களோ என்று தோன்றியது அவனுக்கு. துக்கமும், விசாரமும் பொங்கிக் கொண்டு வந்தன. அடக்கிக் கொண்டான்.

ஒருத்தன், அவர்களை நோக்கி வருவது தெரிந்தது. சற்று தூரத்தில் நின்றபடி, "ஏய்...வேலு...வா, ஐயா கூப்பிடறாரு" என்றான்.

வேலு எழுந்தான். ஜானகி இருந்த பகுதியைப் பார்த்தான். பிறகு, நடந்தான். ஒரு அறைக்கு அவன் அழைத்து வரப்பட்டான். குறுக முடி வெட்டிய, முகத்தை மீசை இல்லாமல் முழுக்கவும் சவரம் செய்த ஒருவன் ஒரு நாற்காலியில் அமர்ந்திருந்தான். வெளிச்சம் கண்ணைக் கூசும்படியாக இருந்தது. மேசை மேல் சில காகிதங்கள், தடி, ஒரு பேனா, சிகரெட், தீப்பெட்டி ஆகியவை இருந்தன. அவனுக்குச் சரியாக, நேராக நிறுத்தப்பட்டான் வேலு. அவன், நீல நிற ஸ்டார் போட்ட பெட்டியில் இருந்து ஒரு சிகரெட்டை எடுத்துப் பற்ற வைத்துக்கொண்டு, வாயிலிருந்து புகை வழிய, வேலுவைக் கூர்மையாகப் பார்த்தான். எந்த உணர்வையும் வெளிப்படுத்தாத முகம் அவனுடையது. அவன் பேசினான்.

"வேலு... உங்க குழுவில் நீதான் அதிகம் படிச்சவன். நீதான் அவர்களுக்கு மூளையுமாக இருக்கிறே... உன்னைச் சேதப்படுத்த நான் விரும்பலை. ஒரு கேள்விதான். அதுக்குப் பதில் சொல்லிட்டு உன் பெண்டாட்டியையும் அழைச்சுக்கிட்டு நீ போயிடலாம், என்ன?"

வேலு சற்று சிரித்தபடி சொன்னான்.

"என் குழுவில் இருக்கிற எல்லாரும் படிச்சவங்க. விஷயம் தெரிஞ்சவங்கதான் சார். எனக்கு மட்டும் தனியான கிரீடம் எல்லாம் தேவை இல்லை."

அவன் புகை விட்டான். குனிந்து மேசை மேல் கையை ஊன்றியபடி.

"சொல். அப்பு எங்கே இருக்கான்" என்றான்.

"தெரியாது."

"இல்லை. உனக்குத் தெரியும். அவனைத் தப்பிக்க விட்டது நீயும், ஜானகியும்தான். அக்டோபர் மாதம் 12, 13, 14 அதாவது போன வாரம் மூணு நாளும் அவன் உன் வீட்டுலதான் இருந்தான்."

"இல்லை."

"எங்களுக்குத் தெரியும். அவன் இருந்தான்."

வேலு, அமைதியாக விலங்குகளை முன் வைத்துக்கொண்டு நின்றான்.

"உனக்கு அதிகமாச் சொல்லத் தேவை இல்லை. என்ன மரியாதையெல்லாம் கிடைக்கப் போவுதுன்னு உனக்குத் தெரியும். 18-ம் தேதி, திருவாசகம் வர்றார். அதுக்குள்ளே எல்லாம் முடிவுக்கு

வந்தாகணும். வேலு, யோசிச்சுப் பார். இதனால எல்லாம் சமூகத்தை மாற்றிவிட முடியும்னு நினைக்கிறீயா ...? காலம் பூரா, மறைஞ்சு வாழ்கிற வாழ்க்கை. அகப்பட்டா மரண அடி. நீ மட்டுமா? உன் மனைவி, குழந்தை எங்க கஸ்டடியில்! உன் மனைவியைக் கௌரவமா காப்பாத்தறதாதானே கல்யாணம் பண்ணிக்கிட்டே? நாளைக்கு அவளை நிர்வாணப்படுத்தி நிறுத்தப் போறோம்... என்ன பண்ண முடியும் உன்னால? மனைவி மானம் என்னாகும். யோசிச்சுப் பாரு... நான் ஒரு உறுதி தர்றேன். திருவாசகத்துக்கிட்ட சொல்லி, அரசாங்கத்துல வேலை வாங்கி வைக்கிறேன். கௌரவமா குடும்பம் நடத்தலாம்..."

வேலு சொன்னான்.

"ஜானகி எனக்குத் தோழர். மனைவி இல்லை. மானம்கிறது நிர்வாணத்துல, காவல் நிலையத்துக்குள்ளே உங்களால் நிர்வாணப் படுத்தறதுல இல்லை. சமூகம் மாறுதா இல்லையாங்கறது, எதிர்காலக் கவலை. சமூகத்தோட மனச்சாட்சியைத் தொடறதுதான் எங்க லட்சியம்."

"அப்பு, தர்மபுரியிலதான இருக்கான்?"

"தெரியாது."

"இது என்ன தெரியுமா?"

"தடி"

"இதை உன் பொண்டாட்டி உள்ளே விடுவோம்."

அவன், இதைச் சொல்லிவிட்டு வேலுவை அவதானித்தான்.

வேலுவின் முகம் சுருங்கவில்லை. உடம்பு அதிரவில்லை. வேலு, அவன் முகத்தைக் கூர்ந்து நோக்கினான். ஒரு வனவிலங்குக் கூடாரத்துக்குள் இருக்கிற உணர்வில் அவன் இருந்தான். அதிகாரியின் முகம் நரி, நாய், புலி என்று மாறி மாறித் தோன்றியது.

சற்று நேரம், அவன் எதையோ எழுதிக்கொண்டிருந்தான். பின நிமிர்ந்தான்.

"அப்பு எங்கே?"

வேலு தலையை அசைத்தான்.

வேலுவின் அலறல், ஜானகிக்குக் கேட்டது. அப்படிக் கேட்க வேண்டும் என்பதுதான், அவர்களின் நோக்கமாகவும் இருந்தது. கதறும் குரல், அவள் செவியை மோதி, வெறுமையாகத் திரும்பியது. தீனமான குரலுக்கு அவள் செய்ய ஒன்றும் இல்லை. மனித குலமே பூண்டற்றுப் போன பிறகு, ஜீவிக்க நேர்ந்த அந்தக் கடைசி மனிதனின் அவலக் குரலாக அது இருந்தது. ஆனால், மனிதர்களுக்கு மத்தியில் இருந்தே அவன் அந்தக் குரலை எழுப்பிக் கொண்டிருந் தான். விட்டு விட்டுப் பல மணி நேரங்கள் அந்தக் குரல் கேட்டுக் கொண்டே இருந்தது.

இரண்டு பேர், ஜானகிக்கு முன் வந்து நின்றார்கள். கறுப்பு ஷூக்கள் தன் தலைக்கு முன் வந்து நின்றதைக் கண்டு, அவள் எழுந்து அமர்ந்தாள்.

"கேட்டியாடி, உன் புருஷன் அலறியதை."

அவள் நிமிர்ந்து அவன் முகத்தைப் பார்த்தாள். அவர்கள் அமைதியாகச் சிரித்துக் கொண்டிருந்தார்கள்.

அவள் தலையைக் கவிழ்த்துக் கொண்டாள்.

"அடுத்தது உன் முறைதான். தயாரா இரு. ஒழுங்கு மரியாதையா, அப்பு எங்கிருக்கான்னு சொல்லிடு. இல்லை...?"

அவர்கள் சென்றார்கள். உள்நாக்கு அவளுக்குக் கசந்தது. வேர்வையில் ஊறிய ஜாக்கெட் கசகசத்தது. குளித்து மூன்று நாளாகி இருந்தன. களைப்பும், உடம்பு வலியுமாக, அவள் மீண்டும் படுத்துக் கொண்டாள். லத்தியைத் தொடை மேல் வைத்து உருட்டியதில், அவள் இடுப்புக்கும் கீழே மரணாவஸ்தை ஏற்பட்டிருந்தது. சிறுநீர் ரத்தமாக வெளிப்பட்டிருந்தது. முதுகில் விழுந்த லத்தி அடிகளால், படுக்க முடியாமல் சிரமப்பட்டாள் ஜானகி.

மிகுந்த சிரமப்பட்டு ஒருக்களித்துப் படுத்தாள்.

ஜானகி விழித்துக் கொண்டிருந்தாள். சிம்னி விளக்கின் வெளிச்சத்தில், சுவர்களில் பூதாகாரமான நிழல் விழ, வேலுவும் அப்புவும் பேசிக் கொண்டிருந்தார்கள். அப்பு, அன்று வெளிவந்திருந்த பத்திரிகைகளைக் கையில் வைத்துக் கொண்டு, படிப்பதும் படித்த சங்கதிகளைப் பேசுவதுமாக இருந்தான்.

தீவிரவாதம் என்கிற விஷயமே, பேச்சின் பொருளாக இருந்தது. உண்மையான தேச பக்தர்களையும் மக்கள் நேயர்களையும் இப்படிப் பெயரிட்டு அழைப்பது இலாகாவின் வழக்கமாக இருந்தது. நாலு காணி நிலத்தை வெறும் நூறு ரூபாய்க் கடனுக்காகப் பிடுங்கிக்கொண்டு, விவசாயியை அவன் நிலத்திலிருந்து துரத்திய கோபாலகிருஷ்ண நாயுடு, இலாகாவுக்கு நல்லவராகத் தோன்றினார். போன வாரம் கல்யாணமான பெண்ணை, அவள் கணவன் கண் முன்பாகவே பலாத்காரம் செய்த குற்றாலிங்க முதலியார், இலாகாவுக்குச் சாதுவான மனிதர். தன்னை எதிர்த்தார்கள் என்கிற காரணத்தாலேயே, பொய்க் கொலைக்கேசு போட்டு, வீரம் பொருந்திய இளைஞர்களைக் கொலை காரர்களாகச் சிறைக்கு அனுப்பிய வைத்தியநாதபிள்ளை, காந்தியவாதி. கம்மல்களை, அடமானம் வைத்துக்கொண்டு, மீட்க வரும்போது, இரும்புத் திருகாணி செய்து கொடுத்து கிராம மக்களின் தங்கத்தை களவாடிய கிஷன்சந்த், இலாகாவுக்கு மகாத்மா...!

விளக்கு, சட்டென்று எகிறி எகிறி எரிந்து கொண்டிருந்தது. தூரத்தில் எங்கோ ஒரு நாய் குரைத்தது. சரசரவென்று காலடிச் சத்தம். ஜானகிதான் முதலில் அதைக் கேட்டாள். அவர்களுக்குச் சைகை காட்டினாள். விளக்கை முதலில் அவர்கள் ஊதி அணைத்

தார்கள். ஜானகி, அப்புவிடம் பின்பக்கக் கதவைக் காட்டினாள். பிறகு, எழுந்து இருளில் மூடப்பட்ட சன்னலைச் சற்றே திறந்து வெளியே பார்த்தாள். வீட்டைச் சுற்றிக் காவலர்கள் நிற்பது தெரிந்தது. எல்லோரும் கையில் துப்பாக்கி பிடித்து இருந்தார்கள். வீட்டின் பின்பக்கம் வழியாக, அவர்கள் வரச் சாத்தியம் இல்லை.

அப்பு எழுந்தான். வேலுவுக்குக் கை கொடுத்தான். புறப்பட்டான். அதே நேரம் கதவு தட்டப்பட்டது. இயன்ற வரை தாமதம் செய்ய வேண்டும் என்று அவள் நினைத்தாள்.

கதவு இப்போது இடிக்கப்பட்டது. அதிகாரக்குரல்கள் உள்ளே வந்து தரையில் விழுந்தன. ஜானகி, கதவின் உட்பக்கம் இருந்து அதை முட்டுக் கொடுப்பது மாதிரி நின்றாள். வேலு, அவள் உதவிக்கு வந்தான்.

"நீங்க போயிடுங்க" என்றாள் கறாராக ஜானகி. வேலு ஒரு நிமிஷம் தயங்கினான். பிறகு வேகமாக ஓடினான். அவன் ஓடிப் போனான் என்று தெரிந்ததும், அவள் கதவைத் தாங்குவதை நிறுத்தினாள். சத்தத்தில் விழித்துக்கொண்ட குழந்தை சத்யா அழத் தொடங்கியது.

கதவை உடைத்துக் கொண்டு உள்ளே நுழைந்தது பட்டாளம்.
"எங்கேடி அப்பு? ..." என்றான் ஒரு காவலன்.
"தெரியாது" என்றாள் ஜானகி.

திடுமென பேய்த்தனமான அறை அவள் கழுத்தில் விழுந்தது. நாலைந்து பேர்கள் அவளைச் சுற்றி நின்றுகொண்டு தாக்கினர். மனித கௌரவத்தைச் சிதைத்தார்கள். பயிற்சிப் பள்ளியில் கற்றுக் கொடுக்கப்பட்டது அது.

குழந்தை வீரிட்டு அழுதது.

முதுகில் யாரோ உதைத்தார்கள். அவள் கண் விழித்துப் பார்த்தாள்.

"எந்திரி" என்றான் ஒருத்தன்.

அவளை, ஒரு அறைக்குத் தள்ளிக்கொண்டு வந்தான் ஒருவன்.

அங்கு ஏழெட்டுப் பேர் இருந்தார்கள். கையில் தடியோடு, அதிகாரி என்று கருதப்பட்டவன் இருந்தான். அவன் 'உம்' என்று கட்டளை இட்டான். அப்போது தான் வேலு கைகள் கட்டப்பட்டு, நிர்வாணமாக நின்று கொண்டிருப்பதை அவள் கண்டாள். இரண்டு பேர் முன் வந்து அவளைத் துகிலுரித்தார்கள். கைகள் கட்டப்பட்டிருந்த அவள் ஏதும் செய்ய முடியாமல் இருந்தது.

ஆபாசமாகப் பேசிக்கொண்டே அவள் உடலைச் சீண்ட ஆரம்பித்தார்கள். அவள் கொஞ்சம் கொஞ்சமாகத் தன்னை மரத்துப் போகப் பண்ணிக் கொண்டிருந்தாள்.

சித்தன் போக்கு

"ம் . . . சொல்லிடு. அப்பு இப்போ எங்கே? உங்களுக்குத் தெரியாமே இருக்காது."

"தெரியாது" என்றாள் ஜானகி.

அவள் கீழே படுக்க வைக்கப்பட்டாள்.

"சொல்லு."

அவள் தலையசைத்தாள்.

வேலுவுக்கு விழிப்புத் தட்டியது. கழுத்தின் கீழ் தரை சில் லென்றது. முகத்தில் இருந்து நாற்றம் கிளம்பி அவனை மீண்டும் மயக்கியது. மயங்கி விழும் முன்பாக 'தண்ணி, தண்ணி' என்று அவன் இறைஞ்சியது நினைவுக்கு வந்தது. அப்போது ஒருவன், அவன் அருகே வந்து, 'தண்ணியா வேணும்' என்று கேட்டது நினைவுக்கு வந்தது. வேலு 'ஆம்' என்று தலையை அசைத்ததும் வந்தவன் கால் சட்டைப் பட்டனைக் கழற்றி அவன் வாயில் மூத்திரம் பெய்தது நினைவுக்கு வந்தது. அவன் தலையைத் திருப்பிக் கொள்ளவும், மற்றும் ஒருவன் வந்து அவன் தலையை நேராகப் பிடித்ததும் அவன் நினைவுக்கு வந்தது. சற்று நேரத்துக்குப் பிறகு ஒருவன் வாயில் எதையோ பூசியதும், தான் துப்பியதும் நினைவுக்கு வந்தது.

கண்ணை அகலமாகத் திறந்தான். சற்று தூரத்தில், இடுப்புக்குக் கீழே ரத்தம் கசிந்து பரவிக் கிடக்க, ஜானகி படுத்துக் கிடந்ததைப் பார்த்தான். அவளுக்கும் உணர்வு திரும்பி இருந்தது.

அதே நேரம் சிலர் உள்ளே வந்தார்கள். அவர்களைச் சுவர் ஓரமாக நிற்க வைத்தார்கள். நிற்க முடியாமல், ஜானகி சுவரில் சாய்ந்துகொண்டு கிடந்தாள். ரத்தம் காலடியில் வழிந்தபடியே இருந்தது. ஈரமும் வலியுமாக அவள் வேதனையில் முனகினாள்.

அந்தக் கிறக்கத்தையும் மீறி 'அம்மா' என்கிற அலறல், அவளை விழிப்படைய வைத்தது. சிரமப்பட்டு, கண்ணை விழித்தாள். குழந்தை சத்யாவைத் தலைகீழாக, மேலிருந்து தொங்கிய கயிற்றில் கட்டிக் கொண்டிருந்தான் ஒருவன்.

'அம்மா, அம்மா' என்று அலறியது குழந்தை. அம்மா, அப்பா முகத்தை மாறிமாறிப் பார்த்துக்கொண்டு இருந்தது அது. கால்களை உதைத்துக் கொண்டு தலைகீழாகக் கிடந்து கதறியது. அம்மா, வந்து கயிற்றை அவிழ்த்து விடுவாள் என்று எதிர்பார்த்தது போலும் குழந்தை. கடிகாரத்தின் பெண்டுலம்போல, அங்கும்இங்குமாகக் கயிற்றில் ஆடியது குழந்தை. குழந்தையைச் சுற்றிக் கார் டயர் ஒன்று பொருத்தப்பட்டது. டயருக்குள் நின்று கொண்டு நீச்சலடிக் கும் பாவத்தில் இருந்தது சத்யா.

"ஏய் . . . நாயே . . . இப்ப உன் குழந்தை டயர்லே அமர்ந்து எரியப் போவுது. டயர்லே பெட்ரோல் ஊற்றி வச்சிருக்கோம். இப்ப சொல்லு . . . எங்கே அப்பு?"

அவள் சொன்னாள்:

"தெரியாது."

அவர்கள் இருவரையும் இழுத்து வந்து ஒரு அறையில் அடைத்தார்கள். ஈரமும் சொதசொதப்புமாக இருந்தது அது. குழந்தையின் அலறல் விடாது கேட்டுக் கொண்டே இருந்தது. டயர் எரியும் வாசனை, புகை எல்லாம் அவர்களை எட்டின.

"ஐயோ குழந்தை" என்றான் வேலு. அழத் தொடங்கினான்.

"உஸ்..." என்று அவனை அடக்கினாள் அவள்.

மறுநாள் காலை. ஒரு குடுவையில் சாம்பலைக் கொண்டு வந்து அவர்கள் முன் வைத்தான் ஒருவன்.

"குழந்தையின் சாம்பல்."

ஜானகி, அதைப் பார்த்தபடி இருந்தாள்.

சிறை வாசலில் தோழர் ஆறுமுகம் நின்றிருந்தார்.

ஜானகியைக் கண்டதும், "வணக்கம் தோழர்" என்றார்.

"வாங்க வீட்டுக்கு" என்றார் ஆறுமுகம்.

ரிக்ஷாவில் அவர்கள் ஆறுமுகம் வீட்டை அடைந்தார்கள்.

"பத்மா... தோழர் ஜானகி வந்துட்டாங்க, பார்."

பத்மா இடுப்பில் குழந்தையை வைத்துக் கொண்டு வெளியே வந்தாள்.

"வாங்க ஜானகி" என்றாள் பத்மா.

பத்மாவின் முழங்காலைப் பிடித்துக்கொண்டு நம்ப முடியாமல் அம்மாவின் முகத்தைப் பார்த்துக்கொண்டு நின்றிருந்தது சத்யா.

அதிர்ச்சி அடைந்தாள் ஜானகி.

அருகில் சென்று, குழந்தையைத் தூக்கி அணைத்துக் கொண்டாள்.

ஜானகிக்கு, வேலுவை நினைத்து அழுகை வந்தது.

பத்மா, தன் குழந்தையிடம் சொன்னாள்.

"அப்பு, அக்காவுக்கு வணக்கம் சொல்லு."

அப்பு சிரித்தது.

■

சித்தன் போக்கு

அமானுடன் . . .

அமானுடன் . . .
அமானுடன் . . .
அமானுடன் . . .
அமானுடன் . . .

"தாழி . . . காலைலேந்து, காலை மரிச்சு மரிச்சுக்கிட்டு வந்து நிக்கிறான். என்னன்னும் சொல்லித் தொலைய மாட்டேங்கறான். ரொம்ப குசும்பனாயிட்டான் அவன் . . ." என்று தனக்குள் சொல்லிக் கொண்டார் முத்துப் பாண்டி.

நேர்வகிடு மாதிரி இருந்தது வரப்பு. வரப்பு வழி அவர் களத்துமேட்டில் ஏறி, தெற்குப் புளியமரத்துப் பக்கமாக வந்து நின்றார். மாலைக் கடன் கழிக்க, குளக்கரைக்கு வந்தவர் அவர். அப்படியே குளத்தில் ஒரு முங்கல். துவட்டிக்கொண்டு நீண்டு வளர்ந்திருந்த தலை முடியை உலர வைத்துக்கொண்டு நின்றவர்க்கு, வயிறு கிள்ளியது. பேச்சி கடைக்குப் போய் ரெண்டு வடைகளைப் பிட்டுப் போட்டுக் கொண்டு, ஒரு டீயைக் குடித்தால் தேவலை என்று இருந்தது. துவைத்த வேஷ்டியை அகல விரித்து முதுகுப்புறமாகப் பிடித்துக்கொண்டு, கோவணத்துடன் நடந்து களத்து மேட்டுவழி தெருவுக்கு வந்தார். பகல் நேரத்திலும்கூட

இருண்டு கிடக்கும் புளியஞ்சாலை. தெற்கு மரத்தண்டை அவர் வந்தபோது, திடுமென உடம்பு மயிர்க்கூச்செறிந்தது. லேசான மயக்கம்கூட வந்துவிட்டது அவருக்கு. கால் பின்னிக்கொண்டு தடுமாறியது. ஆவேசம் வந்துவிட்டது என்பது அவருக்குப் புரிந்தது.

"த்தூ...சமயா சமயம் தெரியாமே, இப்படிக் காலைச் சுத்திக்கொண்டு நின்னா எப்படிடா, பெரிய கருப்பா?" என்று மர உச்சியைப் பார்த்துக்கொண்டு சொன்னார் முத்துப்பாண்டி. அந்த இடத்தில்தான் அவன் குடி இருக்கிறான் என்பதை நிச்சயமாக அறிந்தவர் அவர். அந்த இடத்திலேயே நின்று, அரைஞாண் கயிற்றில் கட்டித் தொங்கவிட்ட விபூதிப் பையிலிருந்து ஒரு சிட்டிகை திருநீற்றை எடுத்து நெற்றியில் 'சம்போ மகாதேவா' என்றபடி பூசிக்கொண்டார்.

"காத்து மாத்து அண்டாமே, காடன் மாடன் அணுகாமே காத்து ரட்சியும் கருப்பசாமி...காட்டுக் கரம்பு வேல்சாமி..." என்று முணுமுணுத்துக் கொண்டார். ஆவேசம் நீங்கியது மாதிரி இருந்தது. தன் இடப்பக்கமாகப் பார்த்தார். அவன் நின்று கொண்டிருந்தான் ஒரு பனைமரம் உயரத்துக்கு. அப்புறம் குள்ளக் கத்தரிக்காய் உருவம் எடுத்துக் கொண்டான் அவன்.

"தாழி...வரியா... வா... பேச்சிப்பய கடைக்குத்தான் போறேன். வா பேசிட்டே போவோம்... நீயும்தான் என்ன செய்வே..." என்றபடி மறுபடியும் தோளில் போட்ட வேஷ்டியைப் பிரித்துக் காயப்போட்டபடி நடந்தார். அவருடன் அவன், பேரக்குழந்தை தாத்தாவோடு நடப்பது மாதிரி நடந்து வந்தான்.

மண் குளிர்ந்திருந்தது. இருட்டத் தொடங்கி இருந்தது. தெருவின் இருபுறமும் ஆங்காங்கே தென்னை ஓலை வேய்ந்த ஓடுகள். உரலில் கட்டின ஆடுகள், இவர்களைப் பார்த்ததும் ஆவேசமாகக் கத்தின. கயிற்றை அறுத்துக்கொண்டு போக முயல்வன மாதிரியாக அலைந்தன.

"பார்த்தியா...ஆட்டுக் கண்களுக்கு உன்னைத் தெரியுதுடா கருப்பா..." என்றார்.

"ம்ங்..." என்று அவர் சொன்னதை ஒப்புக்கொண்டான் கருப்பு. தொடர்ந்து அவனே சொன்னான்.

"பாம்பும், ஆட்டுக் கிடாவும், நாயும் அறியும்; மனுசங்கதான் என்னை அறியமாட்டாங்க..."

"அட, சரி! தாழிகளுக்கு ஊளக் கண்ணுதானே...!" என்று அவன் சொன்னதை ஒப்புக்கொண்டார் அவர்.

திடுமென, ஆள் அரவமற்ற அந்த இடத்தில் சுருட்டு வாசம் வீசியது. இடப்பக்கம் பார்த்தார். அவன் ஒரு அடி நீளத்துக்கு ஒரு சுருட்டைப் புகைத்துக்கொண்டு வருவது தெரிந்தது. கருப்பு சுருட்டுப் பிடிப்பான். கூடவே சாராயமும் குடிப்பான். அது

சித்தன் போக்கு

அவன் வழக்கம். கொடை நடக்கிறது என்றால் சாராயம், தெருவை நனைக்குமே. தண்ணீர்பட்ட பாடாய் ஓடும். அது ஒரு காலம். தாழிகள் இப்போதெல்லாம் எவன் கொடை கொடுக்கிறான்? பூசை வைக்கிறான்? எல்லாம் கலிகாலம். சாமியாவது பூதமாவது என்று பேசத் தொடங்கிவிட்டார்கள். நகரத்துக்குப் போய் படித்து விட்டு வருகிற தாழிகள் ஒருத்தருக்கும் கருப்பு, சின்னக்கருப்பு, மாடன், தலையன், மம்பட்டியான் என்று கொஞ்சமாவது பயம் இருந்தால்தானே? மசுருப் படிப்பு படிக்கிறானுங்க...

"அது சரிதான்! எல்லாம் குறைஞ்சு போச்சு" என்றான் கருப்பன். அவர் நினைப்பதைப் புரிந்துகொண்டவனாக!

"அதுல பாரு கருப்பா... ஊர்க்கவுண்டர் வீட்டுல பொண்ணுக்கு கல்யாணம் குதிர்ந்துச்சுதே... அவர் எப்படியாக்கொத்த மனுஷர். அவர் கொடை போடுவார். ஒரு ஆடாவது அடிப்பார்னு இருந்தேன். என் வாயிலே மண்ணைத்தான் போட்டார்..."

"ஆமா... நான் கூட எதிர்பார்த்துகிட்டுத்தான் இருந்தேன். ஆசாமி ஏமாத்திபூட்டார்."

"கவுண்டர் நல்ல மாதிரிதான். சாமி, பூதம்னா பயந்துக்குவார்... அவர் மகன் இருக்கானே? பிரசெண்டு. அந்தத் தாழிதான் வேண்டாம்னுட்டார். சிலை தெய்வம்லாம் வேணாமாம். என் முன்னாலேயே சொன்னான்னா பாரேன். எவ்ளோ கொழுப்பு இருக்குன்னு ...தி... தாழி... கொஞ்சம் உன் 'பவரை'க் காட்டினாத் தானே? ராத்திரியில இந்தப் பக்கமாத்தானே வீடு திரும்பறான். பயலை ஒரு அறை அறையேன். வழிக்கு வந்துருவானே... காலம் மாறிப்போச்சு கருப்பா...! உயிரோடதான் இருக்கோம்னு அடிக்கடி தாழிகளுக்கு நிரூபிச்சுக்கிட்டே இருக்கணும். தூங்குறபோதுகூட கால்விரலை ஆட்டிக்கிட்டே இருக்கணும்... இல்லேன்னா, செத்துட் டாம்னு கொண்டு போயிப் புதைச்சுப் போடுவாங்கோ... நீ, என்னடான்னா... அநியாயத்துக்கு அடங்கிப் போயிட்டயே கருப்பா... கிழவன் கைத்தடி மாதிரி கொஞ்சம் விருட்டும் முரட்டும் வேணுமப்பா! நீயே ஒரு காலத்துல எப்படி இருந்தே...? இந்த ஏரியாவிலே மனுஷன் நடக்க முடியுமா, நடக்க விட்டியா. உறுமை வேளையிலே நடந்தான்னு புள்ளத்தாச்சியை அறைஞ்சி தாய் வேறயா, புள்ளை வேறயா ஆக்கினேயே...? எத்தனை பயல்களை அறஞ்சி ஒழுங்கு பண்ணி இருக்கே... எனக்கேகூட, எத்தினி பயம் உன் மேலே! என்னயே அலமந்து பண்ணிட்டயே... அப்படியாக்கொண்ட உனக்கு என்ன வந்துச்சு. இப்படி வாலாட்டுற நாய் ஆயிட்டயே? இப்பம், ஒன்னும் ஆயிடலை. ரெண்டு வாட்டி, உன் விசுவரூபத்தை எடுத்து நில்லு. நாலு பேரை ரத்தம் கக்க வையி... கொஞ்சம் பேரை வயிறு நோக வையி... அப்போதான் தாழிங்க மனசுல கொஞ்சமாவது பயம் வைக்குமப்பா... இல்லேன்னா சோத்துக்குப் பறக்கிற நாய்கள்கூட குண்டிக்குத்

தண்ணிகொண்டு வரச் சொல்லுவாங்க ... உன்னியே ... என்னமோ போ ...”

மிகக் கவனமாக அவர் சொல்வதைக் கேட்டுக்கொண்டு நடந்து வந்தான் கருப்பன். ‘ஆமாம்’, ‘அவர் சொல்வதெல்லாம் உண்மை’ என்கிறாற்போல தலையை அசைத்துக் கொண்டான் அடிக்கடி.

டீக்கடை பெட்ரோமாக்ஸ் வெளிச்சம் தெரிந்தது.

“நான் டீக்குடிக்கப் போறேன். உனக்கும் ஒரு சிறட்டையில வாங்கித் தரவா? கடைக்குப் பின்னாலே வர்றியா?”

“வேணாம்.”

முத்துப்பாண்டி யோசித்துக்கொண்டு நின்றார். அப்புறம் சொன்னார்.

“ஒரு கில்லாடித்தனம் பண்ணுவோமா? நீ சரின்னா, நம்ம ரெண்டு பேருக்கும் நல்லது.”

“சொல்லுமே.”

“டீக்கடைக்காரன் இருக்கானே, அதான் பேச்சிப்பய. கொஞ்சம் ‘சல்லுபுல்லுன்னு’ நாலு காசு பண்ணி இருக்கான். ஆள் நம் வளைப்புக்கு வளைவான். அவன் மக ஒருத்தி இருக்கா... விடை குட்டி. நீ அவளைப்பிடியேன். பள்ளிக்கூடம் விட்டு இந்த வழியாத்தானே வருவா ... பக்குன்னு பிடி! சேஷ்டை பண்ணு ..! ஆள் பேயோட்ட என்கிட்டதானே வரணும் ...”

“ஆனா, இங்க நான் பிடிச்சுடுவேன். ஆனா, அந்த இடம் மாடசாமிக்கு அதிகாரம் உள்ள இடம். அங்கனே வந்து நான் தின்கவோ, குடிக்கவோ முடியாதே ...”

“அப்படியும் வேற இருக்கா...?”

“ஆமாம் ... சிவனார் எங்களுக்கு அதிகார எல்லை பிரிச்சுக் கொடுத்திருக்கார்.”

“எனக்கு வேண்டியது காசு. உனக்குக் கோழியும் சாராயமும். இப்படிப் பண்ணினா என்ன.”

“சொல்லும்.”

“பூசை முடிச்சுக் கோழியையும் சாராயத்தையும் இங்க கொண்டு வந்துடறேன்.”

“ரொம்பச் சரி ...”

“எப்படி நம்ம டுபாக்கூர் வேலை?”

“ஆங் ... என்ன வேலை?”

“டுபாக்கூர் வேலை. அப்படின்னா, பேத்து மாத்து வேலை. என்ன கருப்பா, தமிழே தெரியலயே உனக்கு? சரி பசிக்குது. நான் கிளம்பறேன்... நாளைக்கே பிடிச்சுக்கிடணும், பேச்சி மவளை. சரியா?”

“சரி! நான் புறப்படறேன்.”

“சரி! புறப்படு. எங்கனே இப்போ . . .”

“மரத்துக்குத்தான்” என்று களைப்புடன் சொன்னான் கருப்பன்.

“சரி! நானும் மேலும் நாலு இடத்துல முயற்சி பண்ணறேன். நாலு கொடை, ரெண்டு கடா வெட்டு, ரெண்டு பேய் விரட்டுன்னு நடந்தாத்தானே நமக்கும் நல்லது. ஊருக்கும் நல்லது . . .”

டீக்கடை, கூத்து முடிந்த மைதானம் மாதிரி வெறுமையாகக் கிடந்தது. பேச்சி, தன் மனைவியுடன் சாவகாசமாகப் பேசிக் கொண்டிருந்தான். ஆம்பிளையைக் கண்டதும் பேச்சியின் மனைவி எழுந்து, சாக்குப் படுதாவை விலக்கி, அந்தப்புரத்துக்குப் போனாள். வந்தவர் கோமணத்துடன் வேறு இருந்தாரே?

“வாங்க, மந்திரக்காரரே. குளியல் ஆச்சாக்கும் . . .”

“ஸ்நானம் ஆச்சி . . .” என்றார் முத்துப்பாண்டி. அப்படிச் சொல்வதில் ஒரு மரியாதை. மேலான பண்பு மிளிர்வதை அவர் உணர்ந்து இருந்தார். வேஷ்டியை உதறி இடுப்பில் சுற்றிக் கொண்டார். மூதாட்டிகள் மார்பு மாதிரி நீண்டு தொங்கின விபூதிப்பையிலிருந்து, திருநீற்றை எடுத்துப் பூசிக்கொண்டார். அவர் நின்ற இடம், கல்லாவுக்கு எதிரே! அங்குதான் முருகன் தன் மனைவிமார்களுடன் காட்சியளித்துக் கொண்டிருந்தார். கண்ணை மூடிக்கொண்டு சில நிமிஷங்கள் மந்திரம் போலச் சில வார்த்தைகளை முணுமுணுத்தார்.

பேச்சி அவரைப் பார்த்துக் கொண்டிருந்தவன், அவனையும் அறியாமல் எழுந்து நின்றான். இயல்பாகவே தன் கைகளைக் கட்டிக் கொண்டான்.

“முட்டு வினையெல்லாம் தீர்த்துவிடு முருகா . . .

ஏவல் பில்லி சூனியம் எடுத்துவிடு கருப்பா . . .

கண்ணேறு, கருப்பு, கழித்துவிடு பெரிய கருப்பா . . .

பெண்ணைவிட்டுப் போயிடுவாய் பிள்ளை மேல் வாராதே . . .

கண்ணைப்போலப் பாதுகாரு பச்சைமரக் கருப்பு தேவா . . .” என்று சொல்லிக் கொண்டே வந்தவர், பல்லை ‘நறநற’வெனக் கடித்துக்கொண்டு, ‘ம்’ . . . ‘சே’ . . . ‘தாழி’ என்று ஒலிக் குறிப்புகளை எழுப்பிக்கொண்டு நின்றார். பேச்சிக்குப் பயம் பிடித்துக் கொண்டது.

“மந்திரக்காரரே . . . மந்திரக்காரரே . . .” என்றார் இரண்டு முறை பேச்சி.

முத்துப்பாண்டி கண்விழித்தார். தன் சுற்றுச்சூழலை ஆச்சர்யமுடன் ஏதோ அயல் கிரகத்தில் இருந்து வந்தவர் போன்று ஒருமுறை பார்த்துக்கொண்டார். உடம்பை உதறிக்கொண்டார்.

"ம்! அப்படியா சங்கதி?" என்று கூரையைப் பார்த்துச் சொன் னார். விசுப்பலகையில் அமர்ந்தார்.

"என்ன, மந்திரக்காரரே?" என்றார் பேச்சி.

"என்னவோ மாதிரி உடம்பை முறிச்சுப் போடறாம்பா ... அவன்."

"யாரு?"

"வேற யாரு ... கருப்பன்தான். பெரியவன்."

"யார், யாரு சொன்னிய?"

"பெரிய கருப்பு. எத்தனைவாட்டி சொல்றது? அவன் தானே என்கிட்டே ஒண்டிக்கிட்டு என் வாக்குல வர்றது! நான் சொல்றது எல்லாம் பலிக்குன்னா சங்கதி அதுவாம் இல்லை? பய, என் கைப்பிடியில அடக்கம்லா?"

"என்ன சாப்பிடறிய ...?" என்றபடி ஒரு காய்ந்த வாழை இலைத்துண்டை எடுத்து, அழுக்கு வேஷ்டியில் துடைத்து, அதில் இரண்டு வடையை வைத்து அவர் முன் வைத்தான் பேச்சி.

"எதுக்கு இந்த இழவு!"

"தின்னுங்க ..." என்று வேண்டினான் பேச்சி.

வேண்டாவெறுப்பாக வடையைப் பிட்டு வாயில் போட்டுக் கொண்டார் அவர். இஞ்சி தட்டுப்பட வடை நன்றாகவே இருந்தது. பேச்சி, டீ போட்டுக் கொண்டு கேட்டார்.

"கூரையைப் பார்த்துவிட்டு என்னவோ சொன்னிய, என்னன்னு விளங்கலையே."

"அவன்தான் என்னமோ சொன்னான் ... ஏதோ சொன்னதைச் செய்யாத சொங்கிப்பயன்னு, உன்னைத்தான்! என்னமாவது வேண்டுதலைச் செய்துக்கிட்டு, அதை நிறைவேற்றலையோ? வீட்டுல யாருக்காச்சும் சுகவீனமோ? எல்லாம் கருப்பன் வேலை."

டீயை ஆற்றிக்கொண்டு இருந்தவன் கை படக்கென்று நின்றது.

"ஆமாங்க ... இந்தப் பொம்பளை உடம்பு சுகவீனமா இருந்தப்போ கோழி போடறேன்னு சொன்னேன். எங்கே பண்றது? சனி சம்சாரத்தோடு வந்த மாதிரி, வந்து போனா ஒரு வில்லங்கம். என்ன பண்ணச் சொல்றிய ...? அதை ஞாபகத்துல வச்சுக்கிட்டுக் கேக்குதாக்கும்?"

"பொல்லாத பயன்னா அவன்? ஒரு வார்த்தையை விட்டுட்டா பிடுச்சுக்குவானே? இங்கனே சுத்திச் சுத்தித் திரிவான். வீட்டுல யாருக்காச்சும் உடம்பு சுகவீனமா இருக்கணுமே."

"சரியாச் சொன்னிய ... பொட்டைக் குட்டிக்கு நேத்திலேந்து சாயங்காலம் ஆனா அனல் காயுது, உடம்பு சுடுது! என்னடான்னு பார்த்தேன். இதுதான் சங்கதியா?"

சித்தன் போக்கு 101

"பின்னே வேற! நான் வர்றச்சே பார்த்தேனே. அந்த தண்ணி அண்டாவுக்குப் பக்கத்துல குந்திக்கிட்டு இருந்தான்..."

"அதா?"

"ஆமாம். வேற யாரு தாழி அவன்தான்."

பேச்சியின் முகம் வெளிறிப் போயிற்று. பித்தளை அண்டா வையே பார்த்துக் கொண்டு இருந்தான். அண்டாவுக்குப் பக்கத்தில் இடம் இருந்தது.

"மந்திரக்காரரே... பூசை போட்டுடுவம். என்ன ஆகும்?"

டீயைக் குடித்துக்கொண்டு முத்துப்பாண்டி சொன்னார்.

"பொண்ணு, அந்தி நேரத்தில யாரோ அறுத்துப் போட்ட கோழிக்காலை மிதிச்சு இருக்கா..."

"தாழி மவ செய்தாலும் செய்திருப்பா... என்ன பண்றது மந்திரக்காரரே..."

"பரிகாரம்தான். பயலுக்குப் பூசை போட்டுடுவம். ஒரு இருநூறு ரூபாயாவது வேணும். இப்படியே விட்டா, பொண்ணுக்கு வயிறு வீங்கி வயித்தாலே போயி, அப்புறம்..."

"வேணாம். உங்க வாயாலே அதைச் சொல்ல வேணாம்..."

"பின்னே? தாழி கோழி கெட்ட கேடு, என்ன விலை விக்குது. யோசிச்சுப் பார்க்கணும். இதையே ஐம்பது ரூபாயிலும் பண்ணலாம். ஆனா, எதுக்குப் பண்ணறோம். கருப்பு சந்தோஷப்பட வேணாமா? ஏதோ பண்ணோம்னு பண்ணா, என்ன பிரயோசனம். எனக் கென்ன போச்சு, ஒத்தை ரூவா கொடு பண்ணி வைக்கிறேன்."

"வேணாம். வேணாம் மந்திரக்காரரே. சாமிக்குப் பண்றதுலே குறை வைக்கப்படாது. நூத்து அம்பது கொடுத்துடறேன். நிறைவா பண்ண வையுங்க. வயசுப்பொண்ணு. சுருண்டு படுத்துக்கிட்டா மனசு கேக்கவா செய்யுது...?"

கல்லாவைத் திறந்து, பத்து, இருபது, அஞ்சு, இரண்டு, அழுக்கு ஒற்றை ரூபாய் நோட்டுகளையெல்லாம் சேர்த்து, ஒரு வழியாக நூற்று ஐம்பதைத் தயார் செய்து அவரிடம் தந்தார் பேச்சி.

"அப்ப சரி... நாளை வெள்ளி, ராத்திரிக்குப் பூசை வச்சுக்கு வோம். வடை, டீக்கு என்ன காசு?"

"சும்மா இருக்கட்டும். போங்க...! இதெல்லாம் ஒரு சங்கதி யாட்டும்?"

கையில் சில்லறை புழங்கியது. வேலையும் ஒன்று வந்திருக்கிறது. மிகுந்த உற்சாகம் கொண்டவராக ஆனார் முத்துப்பாண்டி... தென்னஞ்சோலை சாராயக் கடைக்கு போய்க் குடித்தார். சாராயம் கூட இனிப்பாக இருப்பது மாதிரி தென்பட்டது அவருக்கு.

“வியஞ்சனம் என்ன வேணும்யா? ஊறுகாய் தரட்டுமா!” என்றான் கடைக்காரன்.

“தாழி ... ஊறுகாயா? என்ன இருக்கு உன் கடையில!”

“கறி இருக்கு. தலைக்கறி, நண்டுப் பொரியல், எறா எல்லாமும் தான் இருக்கு. உனக்கு என்னையா வேணும் ...”

“உனக்கு எதுக்கடா இந்தச் சங்கதியெல்லாம்” என்கிற தொனி. அவன் வார்த்தையில் இருக்கிறதை அவர் உணர்ந்தார். சொன்னார்.

“நண்டும், எறாவும் கொண்டா ...”

கடைக்காரன் அவரை ஆச்சர்யத்துடன் பார்த்துச் சொன்னான்.

“உக்காருங்க அண்ணாச்சி ...”

முத்துப்பாண்டி தனக்குள் சொல்லிக்கொண்டார்.

“காசில்லா ஆம்பிளையக் கட்டியவள் வேண்டாள்.

வேசியும் விரும்பாள் உறவுகளும் விலகிடுமே ...”

நிறையவே குடிக்க முடிந்தது அவரால். ஆனாலும் நிலை தடுமாறுவது என்பது அவர் அளவில் இல்லை. அவிழ்ந்து தோளில் புரளும் கூந்தலை அள்ளிக் கொண்டையாக முடிந்துகொண்டார். வேஷ்டியை இறுக்கிக் கட்டிக்கொண்டு தோப்புக்கு அந்தப்புறமாக இருந்த வெள்ளச்சி வீட்டுப்பக்கம் நடந்தார். ஒரு கையில் பாட்டி லில், அவரின் பிரியமானவளான வெள்ளச்சி குடிக்க என்று சாராயம் வாங்கி இருந்தார். கடை திருப்பத்தில் வெற்றிலை பாக்குக் கடையில் நல்ல கைச் சுருட்டாக நாலு வாங்கி முடிந்துக் கொண் டார். வெள்ளச்சிக்குச் சுருட்டு பிடிக்கும். தோப்புக்கு வடக்காக, வடகரை போகிற ரஸ்தாவில் அரைமைல் நடந்தால், வடக்கு வாசல் விழும். அங்குதான் சவுக்குத் தோப்புக்குள், குடிசை போட்டுக் குடி இருந்தாள் வெள்ளச்சி.

வெள்ளச்சியோடு அவருக்கு அண்மைக் காலத்துப் பழக்கம் தான். சுமார் நாலைந்து வருஷத்து உறவு. வெள்ளச்சியின் பட்டிய லில் அடிக்கடி சில பெயர்கள் ஏறும். சில பெயர்கள் வீழும். சமீப காலங்களில் மேலத்தெரு பால்கார பத்மநாதன் அவளைக் கொண்டிருந்தார். என்றாலும், முத்துபாண்டியையும் அவள் கைவிட விரும்பவில்லை. ‘தாய்க்கு நாலு குழந்தைகள் இருந்தால் நாலையுமே அவள் விரும்புவது இல்லையா’ என்று கேட்பாள். யாருக்குத்தான் தத்துவம், மெய்ஞானம் லயிக்காது?

தோப்புக்கு வெளியே நின்று, ஜாக்கிரதையாகப் பால்காரன் வில்வண்டி நிற்கிறதா என்று கண்காணித்தார். இல்லை. ஆக அவர் தைரியமாகக் கதவைத் தட்டலாம். தட்டினார்.

“யாரு?” உள்ளிருந்த குரல் கேட்டது.

“நான்தான் முத்துப்பாண்டி.”

கொஞ்சம் அமைதி. எண்ணெய் காணாத கதவு, நரநரவென்று சப்தத்துடன் திறந்துகொண்டது.

வெள்ளச்சி, கசங்கிய புடவையுடனும் கலைந்த கூந்தலுடனும் நின்றிருந்தாள்.

"இப்பத்தான் வழி தெரிஞ்சதாக்கும்!" என்றாள் வெள்ளச்சி. கலைந்த கூந்தலை முடிந்துகொண்டாள். "என்ன பண்றது வெள்ளை. தாழி நம்ம பிழைப்பு நாறிப் போச்சே... இந்தா..."

"என்னது!"

"உனக்குப் பிடிச்சதுதான்..."

பாயில் அமர்ந்தார்கள் இருவரும். நகர்ந்து சுவரில் சாய்ந்து அமர்ந்துகொண்டார் அவர். இரண்டு அலுமினிய டம்ளர்களை எடுத்தாள் வெள்ளை.

"எனக்கு வேணாம்..."

"நிறைய போட்டுக்கினியோ! பதார்த்தம் ஒன்னும் வாங்கி யாரல்லையா?"

"மறந்துட்டேன்."

அவள் சாராயத்தில் தண்ணீர் கலந்து ஒரே 'தம்'மில் குடித்தாள்.

"எங்க ஊருலதானே இருக்கீரு?"

"ஊருலேதான். எங்க போறது வேறே? மனுஷங்க, தாழி தெய்வபயம் அத்துப் போயிட்டாங்க. தாழி ஊருல ஒருத்தனும் விளங்கப் போறது இல்லை..."

அவள் சிரித்தாள்.

"என்ன சிரிப்பு?"

அவள், ஊறுகாய் மட்டை தேடி எடுத்து வந்தாள். உட்கார்ந்து மீதியையும் குடித்து முடித்தாள். ஊறுகாயை வழித்து நாக்கில் தடவிக் கொண்டாள்.

"வயிற்றாலே விடுற சாபம் எல்லாம் பலிக்குமா?"

"வயிற்றாலேயா?"

"பின்ன என்ன? நீரு, கொடை, பலின்னு ஊரை ஏமாத்திக்கிட்டு இருப்பீரு. ஜனங்க, ஏமாந்தா அவங்க நல்லவங்க. ஏமாறலைன்னா, நீரு சாபம் கொடுப்பீரு. என்னையா, நியாயம் பேசறீரு! வயிறு காஞ்சி சாபம் விட்டா அது பலிக்குமா?"

"நான் ஊரை ஏமாத்தறதா சொல்றே? கருப்புகூட பட்டினி கிடக்கிறான். அவனைத் திருப்திப்படுத்தினா, நாலு நல்லது நடக்குமா, நடக்காதா? நீயே சொல்லு."

"யார் பட்டினி கிடக்கிறான்னு சொன்னே?"

"நம்ம பெரிய கருப்புதான்..."

வெற்றிலையைத் துப்பிவிட்டுச் சிரித்தாள் வெள்ளச்சி.

"இந்தக் 'கப்சா'ல்லாம் என்கிட்டே வேணாம். பேய் கிட்டே நீ பேசினியாக்கும் ...? ஆச்சு. எனக்கும் நாற்பத்தி ஏழு. இதுவரைக்கும் ஒரு மூதிகூட என் கண்முன்னாலே வரல்லையே ..."

"தூஷணை பேசாதே ... வெள்ளை. நேத்திக்குச் சாயங்காலம் கூட கருப்பு என்கூட நடந்து வந்தான். பாவம், மெலிஞ்சு போய்க் கிடக்கான். சவரட்ண இல்லை. அந்தக் காலத்துல ஆடு, கோழின்னு நிறைய கிடைச்சுது. இப்ப, தாழி எல்லாப் பயலும் இங்கிலீஷ் படிச்சுட்டு சாமி பூதம் இல்லைங்கறான். அவனுக்காகவே நான் ஒரு ஏற்பாடு பண்ணி இருக்கேன் ..."

"ஊரை ஏச்சுப் பிழைக்கிற பொழைப்பு எதுக்கு பண்ணீரு? ஒழுங்கா ஏதானும் வேலையைப் பாரும்யா. வேணும்னா சொல்லு. பால்காரர்கிட்டே சொல்லி உனக்கு ஒரு வேலை போட்டுத் தரச் சொல்றேன். என்ன சொல்றீரு?"

"அவன் கிட்டயா?"

"ஏன்?"

அவள் பாயை உதறிப் போட்டு போர்வையை அதன் மேல் விரித்தாள்.

"இந்தா சுருட்டு?"

வெள்ளச்சி, சுருட்டைப் பற்றவைத்து புகையை விட்டாள். பெண் சுருட்டு பிடிப்பதை அதன் அழகை ரசித்தார் முத்துப்பாண்டி.

"ஏன் அவர்கிட்டே வேலை பார்க்கக்கூடாது?"

"அவன் பிரியாணிப் பொட்டலம் வாங்கி என்கிட்டயே உனக்குக் கொடுத்து அனுப்புவான். இது நமக்குத் தேவையா? நம்மாலே மாமா வேலை பார்க்க முடியாது. மந்திரவாதியா, மாமாவா? நீயே சொல்லு."

"உன் இஷ்டம்"

அவள் காறி எச்சிலை உமிழ்ந்தாள்.

"பணம் ஏதாச்சும் இருக்கா?"

"பேச்சி நூறு கொடுத்தான். கொடை போடணும் கோழி வாங்கணும்."

"ஏழு எட்டு ரூபாயை விட்டெறிஞ்சா கோழி கிடைக்குது. நூறு ரூபாய் என்னத்துக்கு? அம்பது கொடுத்துட்டுப்போம். விடிஞ்சா செலவு இருக்கு."

"அம்பது போதுமா?" என்றபடி அதைக் கொடுத்தார்.

"பாவம் உமக்கும் வேணுமே வச்சிக்கிடும் ..."

விநாயகா டாக்கிஸ் விளக்கும் அணைந்து கிடந்தது. மணி இரண்டுக்கும் மேலே என்று புரிந்தது முத்துப்பாண்டிக்கு. ஜனங்கள்

ஒருத்தரும் நடைபாதையில் இல்லை. போதை சுத்தமாகப் போய்விட்டிருந்தது அவருக்கு. 'வெள்ளச்சி ... வெள்ளச்சிதான்' என்று தனக்குள் சொல்லிக் கொண்டார். பேரன் பேத்தி எடுத்த இந்த வயசிலும் எப்படி ஒரு குதிரைத் தெம்பு? இதுகள்ளாம் ஒரு வார்ப்பு! இது மாதிரி தொழில்பண்ணி வாழறதுக்கு அதுக்குத் தக்க உடம்பு வேண்டும்தானே? இல்லையென்றால் பால்காரன் என்னத்துக்கு அவள்மேல்? அள்ளிக் கொட்டுகிறான். எல்லாம் சுழிதான். அண்டமா முனிவர் எல்லாம் அடங்கும் இடம் அல்லவா? அடக்க ஸ்தலம். ஜனன வாயில். என்ன முரண்?

ஓடை சலசலத்தது. இறங்கிக் கால், கை, முகம் கழுவிக் கொண்டார். முகத்தில் இருந்த வெற்றிலை எச்சிலைத் துடைத்துக் கழுவினார். புளியஞ் சாலையைக் கடந்து தெற்குப் புளிய மரத்தண்டை வந்து சேர்ந்தார்.

உடம்பு நெட்டி முறித்தது. மயிர் குத்திட்டது. உடம்பு ஆவேசம் வந்ததுபோல் ஆயிற்று. சுருட்டு வாசனை கம்மென்று கமழ்ந்தது.

கருப்பு அவர் எதிரில் நின்றான்.

"வா ... கருப்பா. உனக்கு நூறு வயசு. இப்பத்தான் உன்னை நினைச்சேன்."

"நூறா? நான் இந்த இடத்துக்கு வந்து ஐநூறு வருஷமாட்டு" என்றான் கருப்பு.

"ம் ... மனுஷனுக்குச் சொல்றதை உனக்குச் சொல்லிட்டேன்." ஒரு விஷயமில்லாமல் அவர்கள் களத்துமேட்டுப் பக்கம் நடந்தார்கள்.

"பேச்சிப் பயலை அமுக்கிட்டேன். பய பணம் கறந்திருக்கான். நாளை ராத்திரி பலி. ஷோக்கான கோழி. எல்லாம் உனக்காகத்தான் ராசா. பாவம். நீயும் தான் எத்தனை நாள் பசியா கிடப்பே. நீயும் வேலையைக் கச்சிதமாய் பண்ணி இருக்கியே ..."

கருப்பன் முத்துப்பாண்டி முகத்தைப் பார்த்தார். அது சந்தோஷத்தில் இருந்ததாக அவருக்குப் பட்டது.

"எங்கேந்து வர்றீரு. கவிச்சை வாசனை வீசுதே."

"சரியான துர்வாசனைக்காரம்பா நீயி. வெள்ளச்சி வீட்டுல இருந்துதான். அதுக்கு உன் மேல நம்பிக்கையே இல்லைப்பா ..."

பயந்துக்கிறவனுக்குத்தான் நாங்க எல்லாம். அப்படித்தான் சிவனார் எங்களுக்கு வரம் கொடுத்திருக்கார். அவளே ஒரு பேய். நான் என்ன பண்ண முடியும். நீரே சொல்லும்."

"அது சரி. நம்பினவருக்குத்தானே நாராயணன். நாளை ராத்திரிக்கு சரியா இரண்டு மூன்று மணிக்குள்ளாற வந்துடறேன். கோழி ரத்தமும் சாராயமும் அவ்ளோதானே?"

"அவ்ளோதான்."

"சுருட்டு."

கருப்பன் திடுமென புகைவிட்டது. எத்தனை பெரிய சுருட்டு.

"இது மாதிரி எவன் இப்போல்லாம் பண்றான்? எல்லாம் விரல் நீளம்" கருப்பன் சிரித்தார்.

களத்துமேடு வந்தது.

"இதுக்கு மேலே நான் வரமுடியாது. அது மாடசாமி தங்கி இருக்கிற இடம். இப்படியே நின்னுக்கிறேன்."

"நல்லது. நாளைக்கு வர்றேன்."

"சரி. மறக்க மாட்டீரே . . ."

கொஞ்சம் தூரம் போய், திரும்பிப் பார்த்தார் முத்துப்பாண்டி. தென்னை மரத்துக்கும் மேலே உயரமாக நின்றான் கருப்பன்.

பேச்சியின் மகள் மிரள மிரள விழித்தாள். 'ஹி . . . ஹி . . .' என்று குதிரை கனைப்பது மாதிரி சிரித்தாள். அப்புறம், "எங்கேடா கோழி?" என்றாள். முத்துப்பாண்டியைப் பார்த்து, "வாடா, என் மவனே, பேமானி" என்றாள் அவள்.

பெற்றோர்கள் மட்டுமல்ல, முத்துப்பாண்டியே கொஞ்சம் அதிரத்தான் செய்தார்.

"தாழி கருப்பன்தான். ரொம்ப 'ஸ்டாங்கா' பிடிச்சிருக்கான். தாழி . . . இன்னிக்கு அவனா, நானான்னு பார்க்கலைன்னா, நான் முத்துசாமி மகன் இல்லேப்பா."

"புடுங்கக்கூட முடியாது."

அம்மாக்காரியும் பேச்சியும் திடுக்கிட்டார்கள்.

"வண்டைவண்டையா பேசுது பாருங்க, இம்மாம் பொண்ணு."

"இவளா பேசறாள்? அந்தத் தாழில்லே பேசறான். இன்னும் அரை 'அவர்லே' பாரு . . ."

முத்துப்பாண்டி கோலமாவு வாங்கி, சக்கரம் வரைந்தார். பதினாறு மூலை கொண்ட சக்கரம். அதன் மேல் மந்திர எழுத்துக்கள் எழுதினார். அதன் மேல் பலகை போட்டு, பெண்ணை அமர வைத்தார்கள். பெண், தலையை விரித்துப் போட்டுக் கொண்டு பயங்கரியாக அமர்ந்திருந்தாள்.

வேப்பிலைக்கொத்தை எடுத்துக்கொண்டு முத்துப்பாண்டி கேட்டார்.

"கோழி ரெடியா!"

"ரெடி சாமி"

"சாராயம்?"

"ரெடி"

"சுருட்டு?"

“வைக்கப்பட்டிருக்கு”

“என்ன சமையல்?”

“நீங்க சொன்ன மாதிரிதான். கோழிக் குழம்பு, மீன் குழம்பு, கருவாட்டுக் குழம்பு.”

“போட்டுப் பிசந்திட வேணாம். தனித்தனியாவே இருக்கட்டும்.” அவருக்குத் தனித்தனியாகச் சாப்பிடத்தான் பிடிக்கும்.

“நான் சொன்ன மாதிரி மண்கலயங்கள் தயாரா?”

“ஆகா”

முத்துப்பாண்டி, வர்ணிக்க ஆரம்பித்தார்

“வாடா கருப்பா ... வானத்தில் வாழ்வோனே ...
தேடுவார்க்குத் தெம்பூட்டும் தென்னை மரக் கருப்பா.
கண்ணுக்குத் தெரியாமல் கனவருகில் வாழ்வோனே ...
மனசுக்குத் தெரியாமல் மண் மேலே வாழ்வோனே ...
கோழி ரத்தம் குடிச்சுவிட்டுக் குலமகளைக் காத்திடடா ...
சாராயம் குடிச்சுப்போட்டுச் சரவிளக்கைக் காத்திடடா ...
சுருட்டைக் குடிச்சுக்கிட்டு சுந்தரியைக் காத்திடடா ...
இறைச்சிக்கறி தின்னு இளமகளைக் காத்திடடா ...
பூசைகளை ஏற்றுப் புத்திரியைக் காத்திடடா ...
கொடையை ஏற்றிக் கொழுகொம்பைக் காத்திடடா ...

ஒரு வழியாக நள்ளிரவு தாண்டிக் கருப்பன் போகச் சம்மதித்தான்.

“போறியா?”

“போறேன்”

“எந்த வழியாப் போறே”

“வந்த வழியாப் போறேன்.”

“திரும்பி வருவியா?”

“திரும்பி வரமாட்டேன்.”

“மீண்டும் வருவியா?”

“எல்லை தாண்டி வரமாட்டேன்.”

“சிவன் மேலே சத்தியமா?”

“சிவனார் மேலே சத்தியமா”

“சரி ... போ ...”

“போறேன் ...”

முத்துப்பாண்டி சொன்னபடியே கலயங்களில் சோறு, கறி, குழம்பு என்று வைத்துக் கொடுத்ததை எடுத்துக் கொண்டார்.

பையில் சாராயத்தோடு, தோளில் கால் கட்டிய கோழி பாதி உயிரை வைத்துக்கொண்டு 'கீ கீ' என்று குரல் எழுப்ப, முத்துப்பாண்டி, தட்சணைப்பணம் அம்பது ரூபாயுடன் நடந்தார். மனம், உற்சாகத்தில் குதி போட்டது. கருப்பன் காத்திருப்பான்.

புளியஞ்சாலைப் பக்கமாகத் திரும்ப இருந்தவர், ஒரு கணம் யோசித்தார். சவுக்குத் தோப்பு வழியாகத் திரும்பி நடந்தார். இன்றைக்கும் பால்காரன் வந்திருக்கக்கூடாது என்று கடவுளை வணங்கிக் கொண்டார். அவர் எதிர்பார்த்தபடி தான் நடந்தது. வெள்ளச்சி கதவைத் திறந்தாள்.

முத்துப்பாண்டிக்குக் கருப்பன் நினைவு வரவே இல்லை. விடியும்வரை கருப்பன் மனிதனுக்காகக் காத்திருந்தது.

■

சுகி

சுகி
சுகி
சுகி
சுகி

ரங்கு கச்சேரிக்குப் புறப்பட்டுக் கொண்டிருந்தான். அறைக்குள் அவன் பயணத்துக்கான முஸ்தீபில் இருந்ததை அங்கிருந்து வெளிப்பட்ட சத்தம் உணர்த்தியது. சத்தங்கள் மனிதர்களை அறிவிக்கும் மணியோசை. பெட்டிக்குள் கட்டாயம் வேஷ்டி, சட்டைகள் எடுத்து வைத்துக் கொள்கிறானோ இல்லையோ, பெட்டியை அத்தர், புனுகு, ஜவ்வாது, வெளிநாட்டு 'ஸ்பிரே' வகைகள் இந்நேரம் அடைத்துக் கொண்டிருக்கும். வாசனை! ரங்குவை வரையச் சொன்னால், ப்ரீதி இப்படித்தான் வரைவாள்.

ஒரு வட்டம், தலை, இருபுறமும் காதுகள், குச்சி குச்சி உடம்பு, பட்டு டாலடிக்கும் ஜிப்பா, பட்டு வேஷ்டி. புடவைக்கு ஈடுகொடுக்கிற ஜாக்கெட் பிட்டுக்கு ப்ரீதி அலைகிற அலைச்சலுக்குக் கொஞ்சமும் குறையாமல். ரங்கு கடை கடையாக ஏறி இறங்கி, சட்டையின் சந்தன நிறத்துக்கு ஏற்ற

வேஷ்டியைத் தேர்ந்தெடுக்க அரை நாளைச் செலவழித்ததைக் கூடவே இருந்து பார்த்தவள் ப்ரீதி. ஆகையால் ஒரு நிறத்தில் சட்டை வரைந்து வேஷ்டி வரைந்து அவற்றில் இருந்து ஆவி ரூபமாக 'வாசனை' புறப்படுவதாக அவள் படம் வரைவாள்.

தஞ்சாவூருக்குப் போகிறேன் என்று நேற்று ராத்திரி அவன் சொன்னான். அனுமார்கோயில் உற்சவம் என்றான். ஆண்டுதோறும் ரங்கு கச்சேரி இல்லாமல் அனுமார் கோயில் உற்சவம் நடக்காதே! ஒரு தகவலாகத்தான் இதைச் சொல்லி இருந்தானே தவிர, 'வருகிறாயா' என்று கேட்கவில்லைதான். இவளும் நான் வருகிறேன் என்று சொல்லவில்லை. மனம் ஏதோ கல்லாகிக் கொண்டிருக்கும் வஸ்து மாதிரி இருக்கிறது தனக்கு என்று எண்ணிக் கொண்டாள் ப்ரீதி. இரண்டு வருஷத்துக்கு முன்னால் என்றால் ப்ரீதி வாய் விட்டுக் கேட்டிருப்பாள். அதிகாரத்துடன் இப்படிச் சொல்லி யிருப்பாள்.

"சரி, திருச்சி பாஸஞ்சரில் ரெண்டு ஃபர்ஸ்ட் கிளாஸ் எடுத்துடு . . . என்ன? ஏ.ஸி. வேணாம். உள்ளே நுழைந்ததுமே தொண்டை கட்டிக்கிடறது சாமி."

அப்போதெல்லாம் ரங்கு சுலபமானவனாக இருந்தான். மேஜை மேல் இருக்கிற பேப்பர் வெயிட் மாதிரி. எப்போதும் எடுத்து உள்ளங்கையில் வைத்துக் கொள்ளலாம். 'சில்' உள்ளங்கையில் மயிலிறகு ஐஸ் கட்டியில் தோய்ந்து உருகுவதுபோல இருக்கும் பேப்பர் வெயிட். அப்போதெல்லாம் வேறு ஊருக்குக் கச்சேரிக்கு என்று அவன் புறப்படுகிறபோதெல்லாம், முந்தின நாள் இரவு, இருவருமே அமர்ந்து கச்சேரியில் என்னஎன்ன பாடுவது என்று தீர்மானம் செய்வார்கள். ரங்கு ஒரு பேப்பரையும் பால் பாயிண்ட் பேனாவையும் எடுத்துக்கொண்டு அமர்வான். வாய் நிறைய வெற்றிலை அடைத்துக்கொண்டிருக்கும்.

"ம் . . . ழொல்லு . . ." என்பான் அண்ணாந்துகொண்டு. தலை யணையில் முழங்கையை ஊன்றிக்கொண்டு அவள் சொல்வாள் . . .

"பாம்பணையின்மேல் பள்ளி கொள்ளும் சேலைகட்டிய ரங்கநாதர் நீ . . ."

"ப்ச் . . .எழுதுமேன்" என்பாள் கட்டளை இடும் தோரணையில்.

"ஏதாவது ஒரு வர்ணம் . . . அது உம்ம சாய்ஸ் . . . சதஸைக் கவனியும். என்ன பாடினால் நிறக்கும்னு நீரே முடிவெடும். சில கீர்த்தனைகள், அப்புறம் . . . எந்தரோ மகானுபாவுலு கட்டாயம். தஞ்சாவூர் பெரிய ஞானவான்கள் இருக்கிற இடம். இது எடுபடும். அப்புறம் விரிவான ஆலாபனை . . . என்ன பாடறீர்? போன வருஷம் என்ன பாடினது . . . காம்போதின்னா, அப்படின்னா இந்த வருஷம் சங்கராபரணம். நிரவல், கல்பனா ஸ்வரம் என்று ஒன்றிரண்டு. கட்டாயம் ராகம் தானம் பல்லவி . . . இந்தவாட்டி

கல்யாணியை எடுத்துக்குங்கோ . . . லயத்தில் தனி. அப்புறம் இருக்கவே இருக்கு ஜாவளி, பதங்கள், க்ஷேத்ரக்ஞரை எடுத்துக்கும். வெற்றிலை போட்டுச் சிவந்த வாய் மாதிரி நிறக்க இருக்கும். தில்லானா என்ன எடுத்துக்கப் போறீர்? லால்குடிதான் எமன் மாதிரி நிறைய பண்ணி வெச்சிருக்கே அழகழகாக . . . ஒண்ணை எடுத்துக்கிறது. ராகமாலிகாவில் ராமலிங்கசாமி கட்டாயம் இருக்கோணும். மனசோட ஈரத்தைத் தொடற வார்த்தைகளாச்சுதே ராமலிங்கசாமி. அப்புறம் திருப்புகழ். கச்சேரின்னா இத்தனையும் இருக்கணும் . . . எப்படி இருக்கு ரங்கு?"

"கைத்தட்டல் சத்தம் இப்பவே காதிலே விழறது" என்பான் ரங்கு. அவனுக்கு ப்ரீதி ஒரு பெருமை. அவள் சங்கீத ரசனை ஒரு பெருமை. அவளுடைய லௌகீகம் ஒரு பெருமை. அவளது பிரகாசம் ஒரு பெருமை.

சமையலை முடித்துவிட்டு வெளியே வந்தாள் ப்ரீதி. இரண்டு பெரிய பிரீஃப்கேஸ்கள் ஹாலில் இருந்தன. ரங்கு வெளிப்பட்டான். ஜீன்ஸும் தொளதொள என்று பனியன் ஷர்ட்டும் அணிந்திருந் தான். இதுவும் ப்ரீதி அவனுக்குக் கற்றுக் கொடுத்ததுதான். கச்சேரி மேடைக்குப் போகும்போது மட்டும் வேஷ்டி, ஜிப்பா அணிந்து கொண்டால் போதுமே! ரங்குவும் அதை ஏற்றுக்கொண்டான்.

சங்கீதத்தில் என்று மட்டுமல்ல . . . எல்லாவற்றிலும் அவன், அவள் சிஷ்யன். ரங்கு அப்போதெல்லாம் சொல்வான் . . .

"ப்ரீதி . . . குருகுலத்திலே இருக்கிற மாதிரி இருக்கேன் தெரியுமோ . . . "

"நல்லதுதானே? அப்படியே இரு ரங்கு. அது உனக்கு நல்லது. ஆனா நீ ஒரு காரியம் செய்யணுமே."

"என்ன, சொல்லு."

"குருகுலம்னா சிஷ்யாளெல்லாம் குருவோட வேஷ்டிகளைத் தோய்ச்சுப் போடுவாளாமே. இங்க நான் குருன்னு நீ ஒப்புக்கிட்டே யானா, என் புடவைகளையும் நீ தோய்ச்சுப் போடணுமே?"

"கொடு . . . இப்பவே தோய்ச்சுறேனே . . . " என்றபடி அவன் துரத்த, அவள் "ஐயோடியம்மா" என்று ஓட, ஒரே ரகளை.

சிரித்துக்கொண்டாள் ப்ரீதி. "என்ன சிரிப்பு – நான் புறப்பட றேன் ப்ரீதி" என்றான் ரங்கு.

"சுகமாப் போய்வா . . . நல்லாப் பாடி ஜனங்களை ஜெயிச்சுட்டு வா . . . "

அவன் புறப்பட்டான். சிஷ்யர்கள் வேறு எதற்காக இருக்கிறார் கள். சபேசன் பாய்ந்து பெட்டிகளைத் தூக்கிக் கொண்டு குருவைப் பின் தொடர்ந்தான். வாசல் கதவு வரைக்கும் அவள் வந்து நின்றாள். புதிதாக வாங்கி இருக்கும் கார், 'கில்ட்' செயினைப்போல்

ஆபாசமாகப் பளபளத்துக் கொண்டிருந்தது. டிரைவர் கார் கதவை மிகவும் மென்மையாகச் சாத்துவதிலேயே தன் மரியாதையை வழியவிட்டார். அவன் கையை அசைத்து விடைபெற்றான்.

திரும்பி உள்ளே வந்த ப்ரீதி இரவுக் குளியலை வழக்கம்போல் முடித்துக் கொண்டாள். தலையில் உள்ள ஈரத்தைத் துடைத்து எடுத்தவள், ஜன்னல் வழிவந்த காற்றை, அதன் ஈரத்தை அனுபவித் தாள். அவளுக்குப் பாட்டு கேட்க வேண்டும் போல இருந்தது. வரதுவின் காஸெட்டுதான். அவளுக்கு என்னமோ பாட்டு கேட்க வேணும் என்று தோன்றுகிறபோதெல்லாம் வரது காஸெட்டுதான் அவள் கைக்கு வந்தது. எடுத்துப் போட்டாள்.

மாதுளம்பழத்தைப் பிட்டுக்கொண்டு கசிவதைப் போல ஸ்ருதி இழைந்தது. வரது கூட்டுக்குள்ளிருக்கும் குருவி! தலையை மட்டும் காட்டி வானத்தை அளப்பது போலப் பாடத்தொடங்கி இருந்தான். அவள் வேறெதும் செய்யத் தோன்றாமல் நாற்காலியை இழுத்துப் போட்டுக்கொண்டு அமர்ந்தாள். ரிக்கார்ட் பிளேயரின் சிவப்புக் கோடுகள் அதிரஅதிர ... போவதையும் வருவதையும் பார்த்தவாறு சங்கீதத்தில் தன்னைக் கரைத்துக்கொண்டாள். உருண்டு உருண்டு ஒரு மாம்பழம் போல் வந்து கொண்டிருந்தது வராளி ... அதற்கு என்றே அமைந்திருக்கிற ஜோடனைகளோடு. ப்ரீதி தலையை உதறிக்கொண்டாள். இழை இழையான பட்டுத் துணி காற்றில் பறக்கிறது. வைர ஜரிகைகள், வாரிக் கொட்டி வைத்த நட்சத்திரங்கள் போல மின்னிக் கொண்டிருக்கின்றன.

ஓடையில் ஓடும் நீரின் சலசல ஓசை ... கூழாங்கற்களைப் புரட்டிக்கொண்டு ஓடிக்கொண்டிருந்தது வரதுவின் வராளி.

ப்ரீதி திடுமென வீட்டுக்கூடத்தில் சம்மணம் போட்டுக்கொண்டு அமர்ந்திருக்கிறாள். பக்கத்தில் ஊர்மிளா. சக மாணவி. சக மாணவன் வரது. ஒல்லிக்கொத்தவரை. அம்மா அப்படித்தான் சொல்வாள். அம்மாவின் சிஷ்யன் தான் வரது. சிவப்பு, பச்சை என்று கரை போட்ட வேஷ்டியோடு, நெளி நெளியான கிராப்புடன் வருவான் வரது. வெண்ணாற்றங்கரையிலிருந்து ஒரு பழைய டப்பா போன்ற சைக்கிளில் வந்து இறங்குவான். அதன் கேரியரில் சின்ன சோப்பு டப்பா மாதிரியான டிபன் பாக்ஸ் இருக்கும். "இங்கேயே சாப்பிட்டுக்கோயேண்டா வரது. உன் நாலு கவளச் சாதத்துக்கு நான் ஒஞ்சிபோயிடப் போறேனா பையா" என்பாள் அம்மா.

"இருக்கட்டும் மாமி. நான் ஜீவிக்கிறதே உங்க பிச்சையில் தானே!" என்பான் வரது. வாய்வார்த்தை கல்கண்டு! காலையில் வந்தவன், மாலை இருட்டும் வரைக்கும் வீட்டிலேயே இருப்பான். அம்மா டியூஷனை முடித்துக்கொண்டால் அதற்கப்புறம் அவன் அம்மாவுக்குப் பணியாளன்.

“நாடார் கடைக்குப் போயி நெத்தா ஒரு தேங்கா வாங்கிட்டு வர்றியாடா வரது?” என்பாள் அம்மா. வரது கடைக்குப் போய்க் கொண்டிருப்பான். கடுகு, சீரகம், கறுப்புப் புளி எது தேவைப்பட்டாலும் அம்மா, வரதுவை ஏவல் கொள்வாள். பெண் குழந்தையை இதற்கெல்லாம் ஏவல் செய்யக்கூடாது என்பாள் அம்மா.

“ஏன், நான் போனால் என்ன?” என்பாள் ப்ரீதி.

“எவனாவது சிறை எடுத்துண்டு போயிட்டா என்ன பண்றதுன்னு மாமி பயப்படறா” என்பான் வரது.

“ஊரே கெட்டுக் கிடக்கிறது” அவனுக்குப் பின்பாட்டுப் பாடுவாள் அம்மா.

“சீ, போடா” என்பாள் ப்ரீதி.

சிறை எடுக்கிறது என்றால் என்ன? என்னத்துக்குச் சிறை எடுக்கிறார்கள் என்றெல்லாம் புரியாத வயசுதான்.

அம்மா ஒருமுறை வரதுவும் ப்ரீதியும் இருக்கிறபோது சொன்னாள் . . .

“அது ஒரு காலம்டி. உன் அப்பா நரசிம்ம அவதாரம்னா, சரி. அப்படி ஒரு கோபம். ஞானசூன்யம்னா, அப்படி ஒரு சூன்யம். ஒரு நாள் என்னத்தையோ அம்மியிலே போட்டு அரைச்சுக்கிட்டு இருந்தேன். இந்த மனுஷன் எங்கேயோ வெளியே போயிருந்தார். வீட்டில் யாரும் இல்லைங்கற சுவாதீனத்தோடு நான் வாய் திறந்து பாடிக்கிட்டு இருந்தேன். இப்பவும் நல்லா ஞாபகத்துல இருக்கு. தேகே தோடியிலே ஒரு கீர்த்தனை. அன்னிக்கு இருந்த மனோபாவத்துல அது தோணுச்சு. ‘ரூகலு பதிவேலுன்ன சோரகு . . .’ நானா மாலை மாலையா அழுதுண்டே பாடிக்கிட்டு இருக்கேன். அய்யாவாளும் அப்படித்தானே பாடி இருப்பார்.

‘ஓ, மனசே, பதினாயிரம் ரூபாய்கள் இருந்தாலும் வயிறு நிரம்புவதற்கு ஒரு கைப்பிடி நொய் போதுமே. ஆயிரம் புடவைகள் இருந்தாலும் ஒன்றைத்தானே கட்டிக்கொள்ள முடியும். ஒருத்தன் ஊராள்பவனாகவே இருக்கட்டுமே. படுக்க மூன்று முழ நீள இடம் போதுமே. பலகாரங்கள் நூறு கிடைத்தாலும் வாய் நிறையும் வரையில் தானே சாப்பிட முடியும். ஆறு நிறைந்து, வெள்ளம் கரைபுரண்டு ஓடினாலும் பாத்திரம் அளவுதானே நீரை மொள்ள முடியும்? . . .’

என்ன காரணத்துக்காக நான் அழுதேன்னு எனக்கு இன்னும் தெரியலை. பாட்டு ருசியே தெரியாத ஒருத்தனண்டை மாட்டிக் கிட்டேனே, அதை நினைச்சு அழுதேனா? ஒரு பூவை ரசிக்கத் தெரியாத மூடன், புல் மெத்தையை மிதிக்கிறமேன்னு மனசு குறுகுறுக்காத ஜடம். இதுங்கிட்டே நாம் வந்து வாழும்படி பண்ணிட்டானேன்னு அழுதேன்போல, இப்பத் தோண்றது. ஏதோ

காத்தடிச்சு ஜன்னல் கதவுகள் படார்னு அடிச்சு நம்மைத் திகைக்க வைக்குமே, அது மாதிரி ஒரு சத்தம். எதிரே இவள் அப்பன் நிக்கறான். கண்ணிலே, ஒவ்வொண்ணிலேயும் ஒரு படி நெருப்பு. அசூயை. அந்த நாய் என்னைப் பார்த்துச் சத்தம் போடறது.

'என்னடி பாடினாயா?'

'ஆமாம்.'

'இப்போ தனியாப் பாடுவே. அப்புறம் நாலு பேருக்கு முன் னாலே பாடுவே. அப்புறம் ஆடணும்னு ஆசை வரும். தேவடியாள் மாதிரி ஊருக்கு ஊர் கிளம்பிடுவே. டக்கு முக்கு தாளத்தைத் தூக்கிண்டு! அதுக்குத்தானே ஒத்திகை செஞ்சாறது?'

நான் அரைச்சதை வழிச்சு விட்டுண்டு சொன்னேன்.

'தேவடியாத்தனம் பண்ணணும்னா, பாடியும் ஆடியும் தானா பண்ணணும் – இப்பவே தெருவில் சித்தே கொஞ்சம் இறக்கிவிட் டுண்டு நின்னா வரிசை வரிசையா வரமாட்டானா என்ன? எல்லா ஆம்பிளைகளும் உங்களை மாதிரியா இருப்பா, கையாலே ஆகாம?',

அந்த ஆள் பேய் மாதிரி குதித்தான் ... வானத்துக்கும் பூமிக்கும் சாமி வந்தது மாதிரி. அடிக்க வந்தான்.

'தொட்டியானா தெரியும் சங்கதி. பல் இருக்காது'ன்னுட்டேன்.

அதோடு ஒழிஞ்சது சனியன். அப்புறம் சங்கீதம்தான் தொழி லாச்சு. ஜட்ஜ் வீட்டுக் குட்டிகள், பெரியபெரிய வீட்டுப் பெண்கள், பெருமைக்குச் சங்கீதம் சொல்லிக்கிறவர்கள், பிழைப்புக்குச் சொல்லிக்கிறவர்கள்னு ரெண்டு ஜாதிக்கும் நான்தான் குரு. ஏதோ எனக்குத் தெரிஞ்சதைக் கொடுத்து, உப்பு, மிளகாய், பருப்பு வாங்கிப் பிழைப்பைத் தள்ளறேன் வரது. எனக்கென்னவோ என் பேரை நீதான் முழக்குவேன்னு தோணறது. பாப்பம், பகவானை வேண்டிக்கோ ..."

அம்மா வரதுவை எதிர்பார்த்தாள். ப்ரீதி வரதுவை நேசித்துக் கொண்டிருந்தாள்.

வராளி ஒரு மைனாக் குருவியைப் போலத் தத்தித்தத்தி நடந்து, பறந்து ஒரு வழியாக முடிந்தது. என்னவோ, ப்ரீதிக்கும் பாடவேண்டும் போல இருந்தது. பாடித்தான் எத்தனை நாள் ஆச்சு? கதவு ஜன்னலை எல்லாம் அடைத்தாள். வெளிக்கதவைத் தாழ்ப்பாள் போட்டாள். கூடத்து ஹால் மற்றும் சமையல் உள் விளக்குகள் அனைத்தையும் அணைத்தாள். படுக்கை அறைக்குள் நுழைந்து, விடிவிளக்கை மட்டும் போட்டாள். என்னவோ நினைத்துக்கொண்டு அதையும் அணைத்தாள். ஒரு மெழுகை மட்டும் எடுத்துத் தீ மூட்டினாள். அம்மா வைத்துக்கொள்ளும் குங்குமப் பொட்டைப் போல அது சுடர்விட்டது. தம்புராவை எடுத்துக்கொண்டு அமர்ந்தாள்.

தம்புராவை மீட்டும் வரைக்கும் என்ன பாடுவது என்பது அவள் மனசில் இல்லை. மனசு, அழிக்கப்பட்ட சிலேட்டைப் போலச் சுத்தமாக இருந்தது. ஸ்ருதியின் ரீங்காரத்திலேயே தன்னைக் கொஞ்சம் கொஞ்சமாகக் கரைத்துக் கொண்டிருந்தவளுக்குச் சட்டென்று அட்சரம் புலப்பட்டது. வராளியின் சுவடு. குழந்தையின் தலை வெளிவந்தது. ரத்தச்சேறு, நிணநீர் அருவி. சதசதவென்று புதைசேறு. ஒரு ஒற்றைச்செடி. ஒரு தண்டு. உச்சியில் ஒரு உயிர் அல்லது கொழுந்து . . .

‘கன கன ருசிரா – கனக வசன நின்னு . . .’

வழி புலப்பட்டுவிட்டது. வெட்டவெளி. ஆள் அரவம் அற்ற வெளி. அவள் மட்டும் அவளது பாதச் சுவடுகளைப் பார்த்துக் கொண்டு நடக்கிறாள். தொலைதூரம். ஒரு லட்சம், ஒரு கோடி மைல் தூரங்களை அவள் கடக்கிறாள். அவள் ஒரு முகத்தைக் காண விரும்புகிறாள். ஒரே ஒரு முகம். சிவப்பும் பச்சையும் எனக் கரைவேஷ்டி கட்டுகிற அந்த ஒரு மனிதனை நடுவில் வகிடு எடுத்துக்கொண்டு தலை வாருகிற வரதுவை.

ஆச்சரியம்! வரது அவள் முன்னால் பிலத்தை உடைத்துக் கொண்டு மண்ணுக்குள்ளே இருந்து தோன்றுகிறான்.

அவன் உடம்பிலே தும்பிக்கை முளைத்திருக்கிறது.

‘வரது, எங்கிருந்து வருகிறாய்?’

‘எங்குப் போனேனோ, அங்கிருந்து தான் வருகிறேன்.’

இருவரும் கைகளைப் பிணைத்துக் கொள்கிறார்கள். கைகள், அப்புறம் உச்சி, நெற்றி, கண் புருவம், கண்முடி, மூக்குநுனி, இதழ்கள், முகவாய், கழுத்து, மார்பு, வயிறு, தொடைகள், பாதங்கள் எனச் சர்வாங்கமும் இணைகின்றன. பாம்பைப்போல் அவர்கள் முறுக்கிக் கொள்கிறார்கள்.

ப்ரீதி பாடுகிறாள்.

‘உன்னைக் காணக் காண, ருசி எனக்குள் அதிகரிக்கிறதடா. தினமும் தினமும், அனுதினமும் உன்னைக் காணவேண்டும் என்கிற தகிப்பு என்னுள் அனல்விட்டு எரிகிறதடா! ஒளியை ஆடையாக அணிந்தவனே! கழுத்தில் அணிவதால் மாலைகளுக்கு மவுசைத் தருகிறவனே, வாசனைகளால் என்னைக் கட்டுகிறாயடா . . . தினம்தினம் உன்னைக் காண்பதும் எனக்கு ருசியடா . . .’

வியர்வையால் தொப்பலாக நனைந்து விட்டாள் ப்ரீதி. அவள் பிரமை, அவள் புலன் உச்சியை நோக்கிப் போய்க்கொண்டிருந்தது. அவளுக்கு, எதையும் எல்லாவற்றையும் உடைக்க வேண்டும் போல இருந்தது. குடம் உடைத்துக்கொண்டது போல வெறியும் கிளர்ச்சியும் உடம்பு முழுக்கவும் பற்றிப் பரவி எரிந்தது. இரவு

ஆடை அந்தத் தீயில் புகையும் என்று அவள் பயந்தாள். அதைக் கழற்றி வீசினாள்.

கொஞ்சம் கொஞ்சமாக அந்தச் சத்தம் அதிகரித்துக்கொண்டே இருந்தது. தட் . . . தட் . . . கூடவே அழைப்புமணி வேறு. கண்ணைச் சிரமப்பட்டுத் திறந்தாள் ப்ரீதி. தான் அறைக்குள் படுத்துக் கிடப்பதை உணர்ந்துகொள்ள அவளுக்குப் பல நிமிஷங்கள் பிடித்தன. அப்போதுதான், தான் நிர்வாணத்தில் இருப்பதை அறிந்தாள். இரவு ஆடையை அணிந்து கொண்டாள். அழைப்புமணி விடாமல் ஒலித்துக்கொண்டே இருந்தது. ஜன்னலைத் திறந்தாள். சூரியன் வெளியே கனன்றுகொண்டு இருந்தது. ஹாலைக் கடந்து வந்து தெருக்கதவைத் திறந்தாள்.

ஆச்சரியம் . . . சாதாரண வாழ்க்கையில்தான் எத்தனை எத்தனை?

வெளியே வரது நின்றுகொண்டிருந்தான்.

"என்ன ப்ரீது. தூக்கத்தைக் கலைச்சுட்டேனா, மன்னிச்சுடு."

"உள்ளே வா! ஆச்சரியமா இருக்கு வரது. நேற்று ராத்திரிதான் உன் பாட்டைக் கேட்டபடியே தூங்கிட்டேன் . . . விடிஞ்சா நீ வந்து நிக்கறே."

"பரவாயில்லை. தூக்க மாத்திரைக்குப் பதிலா என் பாட்டா?"

அவள் சிரித்தாள். வரது கையில் சின்னப் பெட்டியுடன் வந்திருந்தான். ஹாலில் சோபாவில் அமர்ந்தார்கள்.

"ரங்கு இன்னும் எழுந்திருக்கலையா?"

"அது தஞ்சாவூர் போயிருக்கு. அனுமார்கோயில் உற்சவம்."

"மறந்துட்டேன். ரங்குவுக்கு அங்கே எவ்வளவு ரசிகர் கூட்டம். ப்ரீது, போன வருஷம் நானும் பாடினேன். ரங்கு ஜெயக்கொடி நாட்டினான். அன்னிக்கு என்னமாப் பாடினான்? அருமையான பாட்டு. ரொம்ப உசத்தி."

இதுதான் வரது என்று எண்ணிக் கொண்டாள் ப்ரீதி.

"என்னம்மா ஒரு பாட்டுக்காரனா இருந்துண்டு இன்னொருத்தர் பாட்டை உன்னாலே புகழ முடியறது வரது?"

வரது சிரித்தான்.

"பாட்டுங்கறது என் பிதுரார்ஜித சொத்தா ப்ரீது? அது ஒரு மகா சமுத்திரம். அலைகள் மாதிரி காலத்துல ஒருத்தர் வர்றோம். அரியக்குடி, மகாராஜபுரம், சித்தூர், செம்மங்குடி, டி.என்.ஆர்., முசிறி, ஜி.என்.பி., மதுரை மணி, டைகர், மாலின்னு காலத்துக்கு ஒரு அலை. இப்போ நான், ரங்கு, சோமுன்னு இருக்கோம். பையன் கள் நிறைய பேர் வந்திருக்கா. இதிலே யார் உசத்தி, யார் மட்டம்? சங்கீத தேவதையோட தராசுல நான் எங்கே? எங்கே

வித்வத் இருக்கோ, அதைப் பாராட்ட வேண்டியதுதானே? கலையைப் பாராட்டாமே இருக்கிறது, ஒரு வகையான அயோக்கியத் தனம் இல்லையா?"

ப்ரீதி சிரித்துக் கொண்டாள். இந்த ஞானம் ஏன் ரங்குவிடம் இல்லை. வரது என்று சொன்னாலே ரங்குவின் முகம் விழுந்துவிடு கிறதே. எதனால்? அசூயை, பொறாமை. பொறாமைக்கு ஒரு அழகான வார்த்தை இருக்கே தமிழில், அழுக்காறு. ஆறுன்னா வழி, நடை, இடம். அழுக்கான இடம். அழுக்காறு.

"ரங்குவுக்கு ஏனோ உன்னைப் புரிஞ்சுக்க முடியலை வரது!"

"இருக்கட்டுமே, எல்லோரும் எல்லாத்தையும் புரிஞ்சுக்கறோமா? புரிஞ்சுக்கணும்னு என்ன அவசியம்? சரி. வா. காபி போடலாம். நான் போட்டு உனக்குத் தர்றேன். குளிச்சிட்டு, சமத்தா, நல்லா சமையல் பண்ணலாம். நானே இன்னிக்குச் சாம்பார், கறி பண்ண றேன். என்ன? வா. வா. என் சமர்த்துக் குட்டியோ இல்லையோ ..."

கூந்தலைக் கொண்டை போட்டுக்கொண்டு சமையல் உள்ளுக்கு ஓடினாள்.

மணக்கிற, தொண்டைக் குழிக்குள் கசக்கிற, நெஞ்சுக்குள் இறங்குகிற போது சுகம் தருகிற, குடித்து அரை மணிக்கப்புறமும் மனசுக்குள் சுகவாசம் ஸ்தாபிக்கிற காபி, வரது போடும் காபி.

ஒரு மிடறு சாப்பிட்டு ப்ரீதி சொன்னாள்...

"பிரம்மா உனக்கு ரெண்டு வரம் தந்திருக்கிறார் வரது. ஒன்று சங்கீதம். ரெண்டு காபி."

அருந்தி முடித்துவிட்டு அவள் கேட்டாள் ...

"வரது, ஏன் நீ கல்யாணம் பண்ணிக்கலை?"

"பண்ணிண்டேன்."

"ஐயோ ... யாரை?"

"வராளியை!"

அவள் குளித்துவிட்டு வந்தாள். வரது, சன்னத்தொண்டையில் பாடிக்கொண்டு சமையல் பண்ணிக் கொண்டிருந்தான்.

"என்ன பண்ணலாம் ப்ரீது?"

"உனக்குப் பிடிச்சது."

"வெங்காயம் போட்டுக் காரக் குழம்பும் கத்தரிக்காய் கறி. என்ன?"

"அருமை. ஆமா, என்ன பாடினே?"

"மாஜானகி ..."

"கொஞ்சம் வாயைத் திறந்துதான் பாடேன்"

சமையல் கூடத்துக்குள் ஒரு நாற்காலியைப் போட்டுக்கொண்டு அமர்ந்தாள் ப்ரீதி. ஈரத்தலையில் இருந்து நீர் முதுகையும் மார்பையும் நனைத்துக்கொண்டிருந்தது. துவட்டிக்கொண்டே பாட்டைக் கேட்டாள்.

"மாஜானகி, செட்ட பட்டக மஹாராஜ வைதிவி..."

எங்கள் ஜானகியின் கரம் பற்றியதால் தானே ராமா நீ மாமன்னனாக, மகாராஜனாக விளங்குகிறாய், இராவணஹதம் எங்ஙனம் சாத்தியப்பட்டது? எங்கள் ஜானகியின் மணாளன் என்பதால் அல்லவா உன் பலம்?..."

சாப்பிட்டார்கள்.

"சந்தோஷமா இருக்கியா ப்ரீது?"

"இருக்க முடியுமா அப்படி?"

அவன் சிரமப்பட்டுப் பேச்சை மாற்றினான்.

"பேசேன், உனக்கேன் சங்கடம்?"

"என்னவோ முடியலை. ஒரு ஆம்பிளையையும் ஒரு பொம்பிளையையும் இணைச்சு வைக்கிறது எது? எந்தக் கயிறு? எந்தப் பந்தம்? அது எப்போ, எதனாலே அறுந்து போறது? ஏன் அறுந்து போகணும்? ஒன்றும் தெரியலை. சம்சாரம் பண்றது ஆச்சரியமா இருக்கு. பண்ணாமே உன்னை மாதிரி தனியா, குஷியா இருக்கிறது தேவலைனு படறது."

அவன் அவள் கண்களையே பார்த்துக்கொண்டிருந்தான்.

"என்ன திடீர்னு வருகை, வரது?"

"இன்னிக்கு பத்மா என்னமோ புதுசா அரங்கேற்றம் பண்றாளாம். அவசியம் வரணும் அண்ணான்னு போன் மேலே போன் பண்ணா. எனக்குத்தான் பத்மா மேலே பிரியம். உனக்குத் தெரியுமே. அதனாலே வந்துட்டேன். உன்னையும் பார்க்கணும்னு தோணிச்சு."

"என்னையும் பார்க்கணும்னா?"

அவன் பேசாமல் இருந்துவிட்டுச் சொன்னான்.

"நான் தப்பா சொல்லிட்டேன். உன்னைப் பார்க்கணும்னு தோணிச்சு."

"எனக்கும்தான்."

வரது மாடிக்குத் தூங்கப்போனான். கீழே தன் அறைக்குள் வந்து படுத்துக் கொண்டாள் ப்ரீதி.

இந்த வரதுவை ஏன் ரங்கு பகைக்கிறான்? தொடக்கத்தில் அவன்கூட வரதுவைச் சிலாகிக்கிறவனாகத்தானே இருந்தான். திடும் என்று என்ன கோபம்? ஒருநாள் பேச்சுவாக்கில் அவள் சொன்னாள்.

"இந்தத் தலைமுறைப் பாட்டுக்காரர்களிலே வரதுதான் உசத்தி. பரங்கிமலை, விராலிமலை, கல்வராயன் மலைக்கு மத்தியிலே

சித்தன் போக்கு 119

அவன் இமயம். வராளி ஒன்று போதும் . . . அவன் மேதமையைக் காட்ட . . . இல்லையா ரங்கு?"

"அது எப்படிச் சொல்ல முடியும்? நீ சொல்றது உண்மையானா, அவன் கச்சேரிக்கு சபாவிலே ஏன் சான்ஸ் தர மறுக்கிறா?"

"சபாக்காரன் ஒண்ணும் சங்கப் பலகை இல்லையே. மகாவித்வான்களை எல்லாம் கேவலப்படுத்துகிறவன் இல்லையா, சபாக்காரன். ராஜமாணிக்கத்தோட, கோபாலகிருஷ்ணனோட வில்லும் மற்றவாளோட வில்லும் ஒண்ணா? அதுகள் ஞானவில்லாக்கும். இது சர்க்கஸ். திறமைசாலி வேறே . . . கலைஞன் வேறே ரங்கு, புரிஞ்சுக்கோ . . ."

"என் பாட்டைப்பற்றி என்ன சொல்றே?"

"உன் பாட்டு ஜூஸ். டப்பாவிலே 'எசன்ஸ்' போட்டு வாசனையாத் தர்றாளே ஜூஸ். அது."

"வரது பாட்டு . . .?"

"அது கெட்டி மாம்பழம். ரொம்ப இயற்கையாப் பழுத்தது. கொம்பிலே கனிஞ்சது. அணில் கடி படாதது. வெளியே இருந்து உள்ளே போகிற பயணம் அது. அவன் பாட்டு, அழுக்கை எல்லாம் அடிச்சுத் துவைக்கிற பாட்டு."

"நான் போலிங்கறே?"

"இல்லை. உன் சங்கீதத்துல சில்லறைச் சத்தம் கேட்குது. வெள்ளிக் காசோட சத்தம். அவன் பாட்டுல அது இல்லை. ஆத்மார்த்தமா இருக்கு. கோயில் நந்தியாவட்டை மாதிரி அவன் மணக்கிறான்."

"அவன் வாசனைகூட உனக்குத் தெரியறதே?"

விழித்துக்கொண்டாள் ப்ரீதி. ரத்தம். ஊசியால் குத்துகிற வலி. தொடர்ந்து குத்திக்கொண்டே இருந்தான் அவன். இதயத்தின் நடுப்பகுதியில்.

ரயில் அழுக்கைக் கழுவி, சாப்பாட்டு மேஜைக்கு வந்து அமர்ந்தான் ரங்கு.

"கச்சேரி பிரமாதமா வாச்சிடுச்சு. ஒரே அப்ளாஸ். வாரிண்டேன். திருச்சி, மதுரை, ராமநாதபுரம்னு சபாக்காரன், கல்யாணக் கச்சேரின்னு நிறைய பேர் அட்வான்ஸ் கொடுக்க வந்துட்டான்."

"அப்படியா?" என்றாள் ப்ரீதி.

"அடையாறுல ஒரு பிளாட் வாங்கலாம்னு இருக்கேன்."

"நமக்குத்தான் இந்த வீடு இருக்கே. அப்புறம் என்னத்துக்கு பிளாட்?"

"வாடகைக்கு விடுவோம். சொத்தும் சேர்க்கத்தானே வேண்டியிருக்கு."

“வரது வந்திருந்தான்.”

“எப்போ?”

“நேத்திக் காலையிலே. ராத்தரித்தான் போனான். பத்மா நாட்டியமாம்.”

“எப்படி இருக்கான், உருப்படாதவன்?”

“இருக்கான். சந்தோஷமா இருக்கான்.”

“நல்லா, ஜாலியா பொழுது போயிருக்குமே?”

“ஆமா ... ரொம்ப ஜாலியா வரது என்னைப் பாடச்சொல்லிக் கேட்டான். நானும் ரொம்ப நாளுக்குப் பிறகு பாடினேன். மனம் திறந்து எல்லாத்தையும் கொட்டிட்டேன்.”

அவன் எழுந்து கை கழுவிக்கொண்டு மாடிக்குப் போனான்.

அவள் தனிமையில் விடப்பட்டாள். தனிமை பயம் தந்தது. அவளுக்குப் பாட ஆசையாக இருந்தது. வரது இருந்தால் கேட்பான். ரசிப்பான். சுகிப்பான். ஆனால், வரது போய்விட்டானே! சுகிப்பவன் இல்லாமல் என்ன சங்கீதம்? ப்ரீதிக்குக் கோபம் கனன்றது.

■

தபால்காரர் பெண்டாட்டி
தபால்காரர் பெண்டாட்டி
தபால்காரர் பெண்டாட்டி
தபால்காரர் பெண்டாட்டி
தபால்காரர் பெண்டாட்டி

மேற்கிலிருந்து ஹார்ன் சப்தம் வந்தது. அரச மரத்துக்கு அந்தண்டையிலிருந்து தான். அந்தச் சப்தம் தபால்காரர் வருகையைக் குறித்துத்தான் என்பது எங்களுக்குத் தெரியும். அது மாதிரியான ஹார்னை, பஸ்களில் பார்க்கலாம். ஆனால் பஸ்களில் வைத்திருக்கும் ஹார்னுக்கும் எங்கள் ஊர் தபால்காரர் நாம நாயுடு, அவர் சைக்கிளுக்கு வைத்திருக்கும் ஹார்னுக்கும் வித்தியாசம் இருந்தது. பஸ் 'ஹார்ன்' 'பர்பர்' என்கிற இனிமையற்ற சப்தத்தை எழுப்பும் வகையது. நாயுடு வைத்திருக்கும் ஹார்னோ இரும்புத் தண்டவாளத்தை மற்றொரு இரும்புத் துண்டால் அடிக்கிற வித்தியாசமான சப்தத்தை எழுப்புவது.

குடியானவர் தெருவும் மேற்கில் ஏரிக்கரைத் தெருவும் சேர்கிற இடத்தில் அரசமரம் ஒன்று இருந்தது. ஊர் மணியக்காரர் பட்டாபி நாயக்கரை விடவும் அது வயசான மரம் என்று நாங்கள் கருதிக் கொண்டிருந்தோம்.

ஊரின் எல்லை அரசமரம் என்று தீர்ந்திருந்தது. அரச மரத்துக்கு அந்தண்டை ஏரியும் அதற்கு மேல் கருவேலங்காடுமாக எங்கள் ஊர்.

ஹார்ன் சப்தத்தைக் கேட்டதும், எங்கள் உடம்பில் திடுமென ரத்தம் சுரப்பது மாதிரி சந்தோஷ அலைகள் பரவும். எங்கள் என்றது நானும் கோவிந்தனும் சின்னிகிருஷ்ணனும்தான். சப்தத்தைத் தொடர்ந்து சைக்கிளைத் தள்ளிக்கொண்டு வருகிற நாயுடுவைச் சந்திக்க நாங்கள் தயாராகி விடுவோம். ஊருக்குள் வருகிற நாயுடு ஒரு நாளும் சைக்கிளில் அமர்ந்து அதை மிதித்துக் கொண்டு வருவதை நாங்கள் கண்டதில்லை. தள்ளிக்கொண்டுதான் வருவார். ஊருக்கு அவர் மரியாதை செலுத்துவது மாதிரி எங்களுக்குப் படும்.

நாயுடுவின் சைக்கிளைப் பார்க்கையில் யாருக்கும் பூம்பூம் மாட்டுக்காரர் ஞாபகம் வராமல் இராது. மாட்டின் கொம்புகள் சைக்கிளின் ஹாண்டில் பார் எனத் தோன்றும். மாட்டின் முதுகில் மாட்டுக்காரர் தன் துணி மூட்டையைச் சுமத்தியிருப்பார். சைக்கிளின் பாரில் தபால்காரர் தன் தபால்மூட்டையைத் தொங்கவிட்டிருப்பார்.

நாயுடு எங்கள் ஊருக்கு வாரம் ஒருமுறை வருவார். வாரம் தோறும்தான் தபால் பட்டுவாடா நடக்கும். இழவுச் செய்திகள் கூட வாரம்தோறும்தான் கிடைக்கும். அது பற்றி எங்கள் ஊரில் யாரும் கவலைப்பட்டோ. அலுத்துக் கொண்டோ நான் பார்த்த தில்லை. எங்கள் கிராமத்தைக் காருண்யம் மிக்க இங்கிலீஷ் கவர்மெண்ட் ஒரு ஊராக அங்கீகரித்து, மேட்டிமை தங்கிய தபால் இலாகா தம் ஊழியரை அனுப்பி வைக்கிறதே என்கிற பெருமை எங்கள் பெரியவர்களிடம் இருந்தது. தாம் வருவதை கவர்மெண்டா ருக்கு நிரூபிக்க, ஊர்ப் பெரியவர்கள் நாலு பேரிடம் கையெழுத்தும் வாங்கி கொள்வார். அந்த நால்வரில் எங்கள் அப்பாவும் அடக்கம். அப்பா மிகவும் சிரமப்பட்டு, தம் முழுப்பெயரையும் எழுதுவார். "தப்பு கிப்பு இல்லையே ...?" என்று ஆறாம் வகுப்பு படிக்கிற என்னிடம் கேட்பார். நான் எழுத்துக்கூட்டி, "இல்லை" என்பேன். ஒரு சந்தேகம் மாத்திரம் இருக்கும். அப்பா புள்ளி எழுத்துக்களின் மேல் புள்ளி வைக்க மாட்டார். கோடு கிழிப்பார். சரியாகத் தன் பெயர் காணப்பட வேணும் என்பதில் அப்பா குறியாக இருப்பார். ஏனென்றால் கவர்னர் ஜெனரல் ராஜாஜி, அந்தக் கையெழுத்தைப் பார்த்துத்தான், தாண்டவராயன் குப்பத்துக்கு நாமநாயுடு என்கிற தபால்காரர் ஒழுங்காகத் தபால் பட்டுவாடா செய்கிறார் என்கிறதை ருசுப்படுத்திச் சம்பளம் போடுவார் என்று அப்பா கவலைப் படுகிறார்.

"கொய்ங்ங்" என்கிற சப்தம் கேட்டது. சாயங்கால நேரம். அரைச் சாயங்காலம். வாத்தியார் பெண் லச்சுமி வயசுக்கு வந்துவிட்ட காரணத்தால், அன்று மதியத்துக்கு மேல் நடுவீட்டில்

உட்கார வைத்துப் புட்டு சுத்துகிறார்கள். ஆகவே, மதியம் எங்களுக்கு விடுமுறை. நாங்கள், கோட்டிப்புல் விளையாடிக் கொண்டிருந்தோம். சத்தம் கேட்டதும் நாங்கள் விளையாட்டை முடித்துக்கொண்டு அரச மரத்தைப் பார்க்க ஓடினோம். நாயுடு, சைக்கிளைத் தள்ளிய படி வந்துகொண்டிருந்தார். சண்டி மாட்டை தள்ளிக்கொண்டு வருவதுமாதிரி இருந்தது, நாங்கள் ஓடிப்போய்த் தபால்காரரைச் சூழ்ந்து கொண்டோம். சின்னி பாடினான்.

'மஞ்சள் வெயில் காயுது

மான்குட்டி மேயுது

தபால்காரன் பெண்டாட்டிக்கு

தர்ரு புர்ருன்னு போகுது ...'

சின்னி, அடி அடியாகச் சொல்வான். நாங்கள் அதை எதிர் வாங்கிக் கொண்டு திருப்பிச் சொல்வோம். மேட்டுத்தெருப் பையன் களும் குட்டிகளும் எங்களுடன் சேர்ந்துகொள்வார்கள். சத்தம் தெருவைப் பிளக்கும். பெரியவர்கள் எட்டிப் பார்ப்பார்கள். 'இந்தப் பசங்க, தபால்காரனை இந்தப்பாடு படுத்தறாங்களே' என்பார்கள்.

நாயுடு, 'தோ ... போங்கடா ... சைக்கிளை ஸ்டாண்டு போட்டு நிறுத்தினேன், பாத்துக்குங்க உடம்புத் தோலை உரிச்சுப் போடு வேன் ... கையைக் காலை முறிச்சுப் போடுவேன் ...' என்றார். பட்டாளத்துக் கோட்டுப் போட்டுக் கீழே வேஷ்டி கட்டியிருப்பார். ஸ்டாண்டு போட்டுச் சைக்கிளை நிறுத்தி வேஷ்டியை டப்பாக் கட்டு கட்டிக்கொண்டார். அதற்குள் நாங்கள் மறைந்து போய்விடு வோம். சுற்றும் முற்றும் பார்த்துக்கொண்டார்.

"என்னிக்காவது ஒருநாள் என்கிட்ட மாட்டுவீங்கடா ... அன்னிக்கு உங்களை சட்னி பண்ணித் தோசைக்குத் தொட்டுக்கல, நான் நாமன் இல்லைடா" என்று சொல்லி ஒரு கெட்ட வார்த்தை யையும் உதிர்த்தார். பாரத்தால் சக்கரங்கள் மண்ணில் போட. சைக்கிளை தள்ளிக்கொண்டு நடந்தார். சின்னி மீண்டும் முதலடியை எடுத்தான்.

'மஞ்சள் வெயில் காயுது ...'

'மான் குட்டி மேயுது ...'

'தபால்காரன் பெண்டாட்டிக்கு'

'தர்ரு புர்ன்னு போகுது'

நாயுடு சைக்கிளை ஸ்டாண்டு போட்டு நிறுத்தினார்.

'லேய் ... உங்களை மாரியாயிதான் கொண்டுபோவா ... என்னைச் சொல்லுங்கடா ... எதுக்குடா என் பெண்சாதியைச் சொல்றீங்க ...' என்றார்.

"உங்களை ..." என்றபடி ஸ்டாண்டு போட்டு நிறுத்தினார். அதற்குள் நாங்கள் மாயமாய் மறைந்து போனோம்.

“இருக்கட்டும், ஒரு நாளைக்கு உங்களுக்கு நான்தான் காலன்டா” என்றபடி சைக்கிளைத் தள்ளிக்கொண்டு, பட்டாபி நாய்க்கர் திண்ணைக்குப் போய் வண்டியை நிறுத்தித் தானும் அமர்ந்தார். நாய்க்கரின் மருமகள், அவருக்குத் தாகத்துக்குத் தண்ணீர் கொண்டு வந்து கொடுத்தாள். அதை நாயுடு அருந்தித் தாகம் தீர்த்துக் கொண்டார். தபால் வருகையை அறிந்து பெரியவர்கள் வந்து குழுமினார்கள், அவருடைய கோட்டின் நிறத்திலேயே அமைந்த தபால் பையைப் பிரித்து காகிதக் கட்டை வெளியே எடுத்து, ஒவ்வொருத்தர் பெயரையும் விளித்து அந்தக் கடிதத்தை அவரே படித்து விஷயங்களைச் சொன்னார். பக்கத்திலே இருந்த கோவிந்த னின் வீட்டு முருங்கை மரத்துக்குப்பின்னால் பதுங்கிக்கொண்டு நாங்கள் நாயுடுவை வேடிக்கைப் பார்த்துக்கொண்டு இருந்தோம்.

அப்புறம், ஊர்க்காரர்களுக்கு நாயுடு ஆலோசனை சொல்லிக் கொண்டிருந்தார். பெரியவர்களுக்கு நிறைய பிரச்சினைகள். ஊருக்கு இன்னும் பஸ் வரவில்லை. கரண்ட்டும் வரவில்லை. இதற்கெல்லாம் யாருக்கு எப்படி விண்ணப்பம் போடுவது என்று நாயுடு விளக்க மாகச் சொல்லிக் கொண்டிருந்தார். அப்புறம், கொஞ்சநேரம் அரசியல். அரசியல் விஷயங்களில் ராஜகுமாரி நாய்க்கருக்கு மிகவும் ஈடுபாடு இருந்ததாக எங்கள் வீட்டில் பேசிக்கொள்வார்கள். அந்த நாய்க்கருக்கு ராஜகுமாரி நாயக்கர் என்று பெயர் வந்ததுகூட ஒரு ஈடுபாடு காரணமாகத்தான். ஒருநாள் இப்படியான சபையில் ராஜாஜிக்கும் சத்தியமூர்த்திக்கும் இடையே நிலவின விவகாரங் களைப் பற்றி நாயுடு சொல்லிக்கொண்டிருந்தாராம். இடையில் சமய சந்தர்ப்பம் தெரியாமல், நாய்க்கர் புகுந்து கொண்டு, “பட்ட ணம் போனா ராஜகுமாரியைப் பார்க்கலாமா நாயுடு . . . அந்த அம்மாவைத் தனியாகப் பார்க்க முடியுமா, இல்லே பாகவதரோட சேர்ந்து இருப்பாங்களா?” என்பதாகக் கேட்டாராம். சபை கொல் லென்று சிரித்ததாம். அதிலே இருந்து அவருக்கு ராஜகுமாரி நாயக்கர் என்று பெயர் வைத்துவிட்டார்கள்.

ராஜகுமாரி நாய்க்கர் அந்த நேரம் “ஆமா நாயுடு, இந்த சுந்தராம்பா என்ன இப்படிப் பண்ணிப் போட்டுச்சி? அது ஆச்சாரியார் பக்கம் நிக்காமே சத்தியமூர்த்தி ஐயருக்கு உதவியாக் கூட்டம் பேசுதாமே, நீரு கொஞ்சம் சொல்லக்கூடாதா?” என்றார். நாயுடு அதற்கு ஏதோ விளக்கம் அளித்துக் கொண்டிருந்தார். அப்புறம், வழக்கம் போலச் சிறந்த தபால்காரருக்கான விருதை வெள்ளைக்காரன் கையாலே வாங்கின கதையைச் சொல்லத் தொடங்கினார் நாயுடு. மணியக்காரர் மருமகள் வந்து “கை நனைச்சுக் கலாமே” என்று வந்து சொன்னாள். தபால்காரருக்கு ஊருக்கு வரும் போதெல்லாம் மணியக்காரர் வீட்டிலே சாப்பாடு நடக்கும். சாப்பாடு முடிந்து அடுத்த ஊரான ராமக்காள் மங்கலத்துக்குப் புறப்படுவார். சமயத்தில் பேச்சு சுவாரஸ்யத்தில் தங்கியும் விடுவார்.

விடியற்காலம் எழுந்து மணியக்காரர் வீட்டிலே குளித்து ஆகாரம் பண்ணிக்கொண்டு புறப்படுவார்.

நான் பள்ளிக்கூடம் கிளம்பிக்கொண்டிருந்தேன். அப்பா, கூடத்தில் சுவருக்கு முதுகை முட்டுக் கொடுத்து அமர்ந்தபடி சுருட்டு பிடித்துக் கொண்டிருந்தார். வீடு முழுக்கச் சுகமான புகை பரவிக்கொண்டு இருந்தது. அம்மா, வாசலில் அப்பாவுக்கு வெந்நீர் வைத்துக்கொண்டிருந்தார். அம்மா மேல் பயமே இல்லாமல் ஒரு காக்கை அவள் அருகாகச் சிந்தியிருந்த தண்ணீரைக் குடித்துக் கொண்டிருந்தது. வாசலில் நிழல்.

"யாரது?" என்றார் அப்பா எட்டித் தெருவைப் பார்த்தபடி.

"ஐயா, நான் தலையாரி வந்திருக்கேன்."

"என்னடா?" என்றபடி அப்பா, வாசலுக்கு வந்தார். அம்மா எழுந்து அப்பாவைத் தொடர்ந்தார். நான் புஸ்தகத்தை அடுக்கிப் பைக்குள் வைத்துக்கொண்டு இருந்தேன்.

"ஏதோ பஞ்சாயத்துக்களம்" என்ற தலையாரி, பையோடு வெளியே வந்த என்னைப் பார்த்துச் "சின்ன ஐயாவையும் அழைச்சுக் கிட்டு மணியக்காரர் வீட்டுக்கு வரச் சொன்னாங்க" என்றார்.

அப்பா என்னைப் பார்த்துவிட்டு திரும்பத் தலையாரியிடம் "பஞ்சாயத்துக்கு இவன் என்னத்துக்கு?" என்றார்.

"தெரியாதுங்க" என்றார் தலையாரி.

அப்பா என்னைப் பார்த்தார். எனக்கு வயிறு கலங்கியது.

"யார் இருக்காங்க. மணியக்காரர் வீட்டிலே?"

"தபால்காரர் நாயுடு. அப்புறம் பெரிய குடித்தனக்காரங்க நாலு பேரு இருக்காங்க."

அப்பா திரும்பி என்னைப் பார்த்தார். சுருட்டை இழுத்து ஒருமுறை புகை விட்டார்.

"என்னடா பண்ணே?" என்றார்.

"ஒன் . . . ஒன்னும் பண்ணலையே" என்றேன்.

"பின்னே, எதுக்கு மணியம் உன்னையும் கூப்பிடறான்" என்றார். அம்மாவைப் பார்த்து, "சின்ன பசங்கள்லாம் பஞ்சாயத்துக்குப் போற காலமாப் போச்சு" என்றார். தொடர்ந்து என்னைப் பார்த்து பஞ்சாயத்துலே ஏதாவது மாங்காய் அடிச்சே, தேங்கா திருடினேன்னு யாராவது ஏதாவது வந்துச்சி அவ்வளவுதான். பயலே அங்கேயே சமாதி வச்சுப்பூடுவேன்" என்றார்.

காலையில் தின்ற நாலு இட்லிகளும் எனக்கு ஜீரணமாகி விட்டன. அம்மாவைப் பார்த்து "பேமானிப் புள்ளையைப் பெத்துட்டு பேசாமே நிக்கறியே . . . போய் சால்வையை எடுத்தா" என்றார். அம்மா கொண்டு வந்த சால்வையைப் போட்டுக்

கொண்டு, "வாடா" என்றபடி புறப்பட்டார். புத்தகப் பையை என்ன செய்வது என்று திகைத்து அப்புறம் அதையும் எடுத்துக் கொண்டு பின் தொடர்ந்தேன்.

மணியக்காரரர் வீட்டில் சிறு சபை கூடியிருந்தது. அங்கே கோவிந்தன், சின்னி அவர்களின் அப்பாக்கள் எல்லாம் இருப்பதைப் பார்த்ததும் எனக்குத் திக்கென்றது. தபால்கார நாயுடு என்னைக் கோபத்துடன் பார்த்தார்.

"வாங்க கிராமணி" என்று வரவேற்றார் மணியம். அப்பா அவர்முன் அமர்ந்துக் கொண்டார். மணியம் ஆரம்பித்தார்.

"ஒன்றும் இல்லே. சின்னப்பசங்க விவகாரம். நம்ம தபால்கார நாயுடுவைத்தான் உங்களுக்குத் தெரியுமே ஊருல ஒருத்தரா நமக்கு இருக்கப்பட்டவரு. மழையோ, காத்தோ, வெய்யிலோ, மப்போ ஒழுங்கா நம்ம ஊருக்குத் தபால் கொண்டு வர்றாரு. அவரை இந்தப்பசங்க ரொம்பவும் சீண்டியிருக்காங்க. என்கிட்ட ரொம்பவும் சொல்லி வருத்தப்பட்டுக்கிட்டாரு."

தபால்காரர் இடைமறித்துக்கொண்டு சொன்னார்.

"என்னைச் சொன்னாக்கூடப் பரவாயில்லை கிராமணி. என் பெண்சாதியை என்னத்துக்கு அனாவசியமா இழுக்கணும். அதிலயும் உங்க பையன் இருக்கானே, அவன்தான் கேங்க் லீடர். எல்லாரையும் தூண்டி விடறவன் அவன்தான். அது என்ன பாட்டுடா, வைத்தி! சொல்லு."

அப்பா, நெருப்பு சிந்த என்னைப் பார்த்தார்.

நான் குனிந்துகொண்டு நின்றிருந்தேன். மணியம் சொன்னார். "நாளைக்கு நாயுடு கோவிச்சுக்கிட்டு நான் இந்த ஊருக்குப் போகமாட்டேன்னு சொன்னா கவர்மெண்டு நம்மூர் மனுஷாளைப் பத்தி என்ன நினைக்கும்?"

ராஜகுமாரி நாய்க்கர் சொன்னார்.

"விடுமய்யா, ஒழுங்காப் பிடிச்சி ஒன்னுக்குப் போகத் தெரியாத பயல். அவங்க விவகாரத்தைப் பெரிசாப் பேசிக்கிட்டு" என்றார்.

"அதானே" என்றார் சின்னியின் அப்பா.

"டேய் சின்னி, எங்க அந்தப்பாட்டைச் சொல்லு.

நீதானே அடியெடுத்துக் குடுப்பே ..."

சின்னி குனிந்துகொண்டிருந்தான்.

"சொல்றான்னா" என்று கத்தினார் மணியம்.

சின்னி சொன்னான் மெல்ல.

"மஞ்ச வெயில் காயுது
மான்குட்டி மேயுது
தபால்காரன் பெண்டாட்டிக்கு ..."

"சொல்றான்னா?"

"தர்ரு புர்ருன்னு போகுது."

சபை சிரித்தது. மறைவாக நின்றிருந்த மணியத்தின் மருமகள் சிரித்தாள்.

அன்னம்மாபேட்டை தபாலாபீசுக்கு அண்மையில்தான் மாற்றலாகி இருந்தேன். ஒருநாள் மணியார்டர் கூப்பன்களைப் பார்வையிடுகையில் அந்தப் பெயரைப் பார்த்தேன். 'நாமநாயுடு, முன்னாள் தபால்காரர், மஞ்சக் கொல்லை' என்றிருந்தது விலாசம். அருகில் நின்றிருந்த போஸ்ட்மேன் வெங்கடாசலத்திடம் கேட்டேன்.

"யார் அய்யா இந்த நாமநாயுடு? மிலிட்டரி கோட்டும் வேஷ்டியும் கட்டிக்கிட்டு கிராமத்துக்குத் தபால்கொண்டு வருவாரே, அவரா?"

"அவருதான் சார். நேத்துப் போயிருக்கணும்... இன்னிக்குக் கொடுத்திடறேன்."

"எம். ஓ. வை டிலே பண்ணாதிரும்னு எத்தனைவாட்டி சொல்றது. பெரிய க்ரைம் அது."

"கிராமத்துல அதெல்லாம் பெரிசு இல்லை சார்."

"எப்படி இருக்காரு நாயுடு?"

"கிழம்! இருந்தாலும் இன்னும் நடக்குது. திங்குது. பல்லு ஒன்றுகூட இன்னும் விழலை."

எனக்கு நாயுடுவைப் பார்க்க வேண்டும்போல் இருந்தது. அன்று மாலையே கொஞ்சம் பழம் தினுசு வாங்கிக்கொண்டு நாயுடுவைப் பார்க்க மஞ்சக் கொல்லைக்குக் கிளம்பினேன். இரண்டு மைல் தூரம் நடை பண்ணியதுமாதிரி இருக்கும் என்று நடந்தேன். அந்தப் பஞ்சாயத்துக்குப் பிறகு அப்பா என்னை விளாசினது ஞாபகத்துக்கு வந்தது.

மஞ்சக்கொல்லை சுமார் நூறு வீடுகளைக் கொண்ட கிராமமாக இருந்தது. அறியாமை, அசட்டுத்தனம், வெகுளித்தனம், வீம்பு என்று இருக்கிற சராசரி இந்திய கிராமம். வீட்டைச் சுலபமாகக் கண்டுபிடிக்க முடிந்தது. கிராமத்துச் சிறுவர்கள் என்னை வேடிக்கை பார்த்தபடி என்னுடன் நடந்து வந்தார்கள்.

நாயுடு திண்ணையில் சாய்ந்து படுத்திருந்தார். சின்ன ஓட்டு வீடு. பக்கத்தில் தடி ஒன்றை வைத்திருந்தார். என்னைக் கண்டதும், "யாரு?" என்றார். நான் என்னை அறிமுகப்படுத்திக்கொண்டேன்.

"அடடே, கிராமணி மவனா?" என்றார். உடன் "அப்பா இருக்கிறாரா?" என்றார்.

"இருக்கார்" என்றேன். என்னை பற்றி விசாரித்தார். சொன்னேன்.

'ரொம்ப சந்தோஷம். தபால் இலாகாவிலேயே வேலைக்கு, அதுவும் போஸ்ட் மாஸ்டரா வந்துட்டீங்க' என்று சந்தோஷப்பட்டுக் கொண்டார்.

இருபது வயசு மதிக்கத்தக்க இளம் பெண், எனக்கு டீ கொண்டுவந்து தந்தாள்.

"யார் நாயுடு, உங்க பேத்தியா?"

அந்தப் பெண் சிரித்தாள்.

"பக்கத்து வீட்டுப் பொண்ணு. ஏதோ அபிமானத்துல எனக்கு ஒரு வேளை பொங்கிப் போடுது" என்றார் நாயுடு.

"தாத்தா கல்யாணம் பண்ணியிருந்தா பேரன் பேத்தியெல்லாம் எடுத்திருப்பாரு. வீடு நிறைஞ்சு இருக்கும்" என்றாள் அந்தப் பெண்.

எனக்கு விளங்கவில்லை.

"அப்போ நாயுடு கல்யாணமே பண்ணிக்கலையா?" என்றேன்.

"இல்லீங்க ஐயா, தாத்தா கட்டைப் பிரம்மச்சாரி" என்றாள் அந்தப் பெண். மேலும் தொடர்ந்தாள்.

"தாத்தாவைக் கல்யாணம் கட்டப் பல பேர் இருந்தாங்களாம். அம்மா எனக்குச் சொல்லியிருக்கு. ஆனா, இவருதான் எவளையும் கிட்ட நெருங்க விடலையாம். பெரிய ஆஞ்சநேயரு பக்தராமே இவரு..."

பழசு மறந்து போனவராகச் சிரித்தார் நாயுடு.

எனக்குத்தான் எதுவும் விளங்கவில்லை.

■

சித்தன் போக்கு

வெளியேற்றம்
வெளியேற்றம்
வெளியேற்றம்
வெளியேற்றம்
வெளியேற்றம்

இருட்டு.

வெவ்வேறு காலத்தில் வெவ்வேறு காரணங்களுக்காக வெவ்வேறு மதாச்சாரியர்களால் எழுதப்பட்டதை அசைப் போடாமல் விழுங்கி, செரிக்க முடியாமலும் வெளியேற்ற முடியாமலும் அவதிப்படுகிற மதவாதிகளின் மனங்களைப் போல உலகம் இருண்டு கிடக்கிறது என நினைத்துக்கொண்டார் ஆத்மானந்தா. கறுப்புக் கைக்குட்டைக்குள் சுருட்டப்பட்ட தாயக்கட்டைகளைப் போல, மடமும் மடத்துடன் இணைந்த கோயிலும் நந்தவனமும் இருட்டுக்குள் ஆழ்ந்து கிடந்தன.

சகலமும் இருண்டு இருட்டுடன் சங்கமமாகி இருட்டே எங்கும் வியாபித்துக் கொண்டிருந்த நள்ளிரவு. ஆத்மானந்தர், நந்தவனத்தின் ஊடாக நடந்து அதன் முடிவில் இருந்த மடத்தின் பின்புறக்கதவை அடைத்தார். சம்பங்கி, இருட்டைப் பிளந்துகொண்டு வாசனையை வாரி இறைத்துக்கொண்

டிருந்தது. அது அவரே உருவாக்கிய நந்தவனம். அவர் பட்டத்துக்கு வரும் முன்பு, கட்டாந்தரையாகக் கள்ளியும் சப்பாத்தியும் முளைத்துக் கிடந்த பாலை நிலம் அது. பெரியவரின் நடமாட்டம் சுருங்கியபிறகு, மடத்துத் தம்பிரான்களும் அதிகாரிகளும் சுபாவமாக ஏற்றுக் கொண்ட அலட்சியம் காரணமாக, வனம் பாலையாயிற்று. அதைத் திருத்திச் செடிகளையும் மரங்களையும் உருவாக்கவும்கூட அவர் மிகவும் போராட வேண்டியிருந்தது இப்போது அவர் நினைவுக்கு வந்தது.

ஆத்மா, தனக்குள் சிரித்துக்கொண்டு புறக்கடைக் கதவைத் திறந்ததும் வராகநதிப் படிக்கட்டில்தான் காலை வைக்க வேண்டி வரும். மடத்துத் துறவிகளுக்கென்று கட்டப்பட்ட படித்துறை அது. வைகறையில், யாரும் காணும் முன்பே துறவியர் ஸ்நானம் செய்து மீள வசதியாகக் கட்டப்பட்ட துறையும் அதை அடுத்து தியான மண்டபமும். ஆத்மா வந்த பிறகு, தனியாக மறைவாகக் குளிக்கும் வழக்கத்தை ஒழித்தார். பொதுமக்கள் நீராடும் துறை யிலேயே தம் ஸ்நானத்தை வைத்துக்கொண்டார். அதுவும் அப்போதைய மடத்து முதல் அதிகாரியாய் இருந்த ரகுராமனால் ஆட்சேபிக்கப்பட்டது ஆத்மாவின் நினைவுக்கு வந்தது.

“சுவாமி, முன்பிருந்த சுவாமிகள் அனைவருமே படித்துறையில் தான் நீராடினார்கள். தாங்களும் அவ்வாறு செய்வதுதான் உத்தமம்.” அதுக்கு ஆத்மானந்த சுவாமி சொன்னார்.

“அது அவர்கள் சௌகர்யம். நமக்குப் பொதுத்துறையே சௌகர்யம்.”

“அப்படிச் செய்தால் பொதுஜனங்களுடன் கலந்துறவாட வேண்டியிருக்கும்.”

“இருந்தால் . . .?”

“அது நம் க்யாதியைக் குறைக்கும். மரியாதை தாழும். பொது ஜனத்தைத் தம் அருகில் கொண்டு வைப்பது நம் கௌரவத்தையும் மேலாம் தன்மையையும் தாழ்த்தும்.”

“ஜனங்களுக்காகக் காவி ஏற்றுக்கொண்டு ஜனங்களுக்காக என்று வந்து விட்ட பிறகு, ஜனங்களை ரெண்டாம் படியில் வைப்பது என்ன நியாயம்? அதன் பொருட்டு நம் கௌரவம் தாழும் என்றால், தாழட்டுமே . . .”

ரகுராமன், நெற்றியில் சுருக்கம் தோன்ற தம் பேச்சை நிறுத்திக்கொண்டார் . . .

ஆத்மா, தியான மண்டபத்தில், நதியைப் பார்த்தபடி அமர்ந்தார். கறுப்புச் சிலேட்டில் எழுதி அழித்தது மாதிரி, வராக நதி மெல்லிசாக ஓடிக்கொண்டிருப்பது தெரிந்தது. தை முதல் வாரத்திய காற்று அவர் சிகைகளைப் பறக்கடித்தது. உடம்பு சந்தனம் பூசினாற் போலக் குளிர்ந்தது.

வராக நதியும் வறண்டுதான் போயிற்று. ரொம்பக் காலம் ஆகிவிடவில்லை. ஆத்மானந்தர் பட்டணத்துக்கு வந்து ஐந்து ஆண்டுகள்தானே முடிந்திருந்தன. அந்தக் காலத்துக்கு முன்பு நதி, நீரால் நிறைந்திருந்தது. தென் கரையில் தென்னை இடித்து, எதிர்க்கரையில் ஈச்சை இடித்துத்தான் நதி பிரவாகம் இட்டு ஓடியது ஒரு காலம். இந்த நதியும் வறண்டுவிட்டதே . . . இந்த நதிக் கரையில் தான், இதே மண்டபத்தில்தான், ஆத்மானந்த சுவாமிக்குப் பட்டம் அளிக்கப்பட்டது. பெரியவரால் . . .

பூர்வாசிரமத்தில் ஆத்மாவுக்கு ஆறுமுகம் என்பது பெயராய் இருந்தது. ஏதோ ஒரு தேய்ந்த, மங்கிப்போன கிராமத்திலே பிறந்து, ஊரில் இருந்த பள்ளியில் படிப்பை முடித்து, கல்லூரிக் கல்வியும் முடித்து வேலை தேடுதல் என்கிற விருதா வேலையில் சுற்றிக் கொண்டிருந்த ஆறுமுகத்தை, மடத்தின் விவசாயத்தைக் கார்வார் பண்ணிக்கொண்டிருந்த அவன் அப்பா, கண்ணையப்பிள்ளை பெரியவருக்கு முன்னால் கொண்டுபோய்விட்டார். தன் முன் சாஷ்டாங்கமாகப் பணிந்து எழுந்து ஆறுமுகத்துக்கு ஆசீர்வாதம் பண்ணி, திருநீரு அளித்த பெரியவர் கேட்டார்.

"என்ன பெயர்?"

"ஆறுமுகம். சுவாமி"

ஒரு கணம், அவன் முகத்தைத் தீர்க்கமாகப் பார்த்த பெரியவர், "இரு" என்றார். அதுமுதல் ஆறுமுகம் மடத்திலேயே இருந்தான். இடம், அவனைக் கவர்ந்ததைக் காட்டிலும் அதற்குள், பெரியவர் சேர்த்து வைத்திருந்த அருமையான நூலகம் அவனைக் கவர்ந்தது என்பதுதான் உண்மை. சநாதன தர்மங்களுக்கு எதிரி என்று கருதப் பட்ட நாஸ்திகர்களின் புத்தகம் முதல் நவீனத் துறவி என அறியப் பட்ட விவேகானந்தர் வரைக்கும் அந்த நூலகத்தில் இருந்தார்கள். ஆறுமுகத்துக்கு அந்தக்காலம் பசியாறும் காலமாக இருந்தது. எடுத்த எடுப்பிலேயே விவேகானந்தர் கர்ச்சனை செய்தார்.

"எனது இளம் நண்பர்களே! வலிமை உடையவர்களாக இருங்கள். இதுவே நான் உங்களுக்கு வழங்கும் அறிவுரை. இதைப் படிப்பதைவிடக் கால்பந்தின் மூலம் நீங்கள் சொர்க்கத்துக்கு அருகில் இருப்பீர்கள் . . . ஒவ்வொரு மனிதனின் முன்பும் இந்த ஒரு கேள்வியை நான் வைக்கிறேன். நீ வலிமை உடையவனாக இருக்கிறாயா? நீ வலிமையை உணர்கிறாயா? ஏனென்றால் உண்மை ஒன்றுதான் வலிமை தருகிறது . . ."

விவேகானந்தர், ஆத்மீகத்தின் மூலை முடுக்கெல்லாம் அழைத்துச் செல்வதாக அவன் உணர்ந்தான். கொஞ்சம் கொஞ்ச மாக அவனுக்குள் அந்த ரசாயனம் ஏற்பட்டுக்கொண்டிருந்தது. வா, வந்து ஏதாயினும் வீரச் செயலைச் செய். சகோதரர்களே நீங்கள் முக்தியடையாமல் போனால்தான் என்ன? மேலும் ஒரு சில தடவை நரகத் துன்பத்தை நீங்கள் மேற்கொண்டால்தான்

என்ன? சிந்தை சொல் செயல்களால் நிறைந்த புனிதம் ததும்பும் சில ஞானிகள் முழு உலகையும் தங்கள் எண்ணற்ற பயன்மிக்க பணிகளால் மகிழ்விக்கிறார்கள். மற்றவர்களிடமுள்ள அணு அளவு குண நலனையும் அவர்கள் பெரும் மலை போன்று விரியச் செய்து தங்கள் இதயத்தை மலரச் செய்கிறார்கள்... என்று அவனை, விவேகானந்தர் அழைக்கும் குரல் அவனுக்குக் கேட்டுக்கொண்டே யிருந்தது. அவனுக்குள் இந்த வித்து முளைத்து இலைவிடத் தொடங்குகையில் ஒருநாள் பெரியவர் அவனை அழைத்துக் கேட்டார்.

"ஆறுமுகம், எனக்குப் பிறகு பட்டம் ஏற்று, இந்தப் பீடத்தை அலங்கரிக்க நீ முன் வருவாயா? உடன் முடிவு சொல்ல வேண்டிய அவசியம் இல்லை. நிதானமாக யோசி. இந்தப் பட்டத்துக்கு வரவேணும் எனில், நீ துறவு மேற்கொள்ள வேண்டியிருக்கும். அதுக்கு உன்னை நீ தகுதிப்படுத்திக்கொள்ள வேண்டியிருக்கும்..."

ஆறுமுகம் தீவிரமாக யோசித்தான். துறவு என்பது பெண்ணை யும் மண்ணையும் பொன்னையும் வெறுப்பதா? வெறுப்பவன் எங்ஙனம் துறவியாக முடியும்? தம் மக்களை நேசிப்பவன் தந்தை. குடும்பத்தை நேசிப்பவன் கணவன். உலகத்தின் அனைத்து மனிதர் களையும் மரம் மற்றும் மிருக வர்க்கங்கள் அனைத்தையும் வரம் பற்று, நிபந்தனைகள் அற்று நேசிப்பவன் அல்லவோ, துறவி? அவன் துறவியானான். ஆறுமுகம் ஆத்மானந்தனும் ஆனார்...

ஆத்மா, தன் காவிப் போர்வையை நன்கு இழுத்துப் போர்த்திக் கொண்டார். இதே இடத்தில் வைத்துத்தான் அவர் அந்தப் பாரம்பரியம் மிக்க மடத்துக்கு அதிபதியுமானார். முதல்நாளே அவர் நம்பிக்கைகளை இடித்து நொறுக்கும் விஷயங்களை நேரில் கண்டார். பட்டமேற்பு நிகழ்ச்சிகளில் ஒன்றாக காணிக்கை வழங்குவது நிகழ்ந்தது. நகரப் பிரமுகர்கள், அரசாங்கத்துக்காரர்கள், பெரும் தனக்காரர்கள் என்று பலரும் ஆத்மாவுக்குக் காணிக்கைகள் அளித்துக் கொண்டிருந்தார்கள். வரிசைக் கிரமத்தில் வந்திருந்த பிரமுகர்களின் காணிக்கைகளை ஏற்றுக்கொண்டிருந்த ஆத்மாவின் கவனம், அவர் இருந்த துறை தியான மண்டபத்திலிருந்து வெகு தூரத்துக்கு அப்பால் தள்ளி மாலைகளையும் காணிக்கைகளையும் வைத்துக்கொண்டு நின்ற ஜனங்களின் மேல் விழுந்தது. நதிக்கு அந்தப் பக்கமாக அவர்கள் நின்றுகொண்டு பட்டாபிஷேக நிகழ்ச்சியைக் கண்டுகொண்டிருந்தார்கள். ஆத்மா, தம் முதல் அதிகாரியைத் தம்மண்டை அழைத்தார்.

"அக்கரையில் இருக்கிற ஜனங்களை அருகே அழைக்கலாமே, நாம் அவர்களையும் அவர்கள் நம்மையும் அருகருகாகப் பார்க்கலாமே!"

"சுவாமி, க்ஷமிக்க வேணும்! அது நடவாது. அது மரபுக்கு விரோதம். தர்மத்துக்கு விரோதம். அவர்கள் சண்டாளர்கள்.

சித்தன் போக்கு 133

சாதியில் கடையர். சுவாமிகளுடைய முகாலோபனம் அவர்களுக்குக் கிடைக்கக்கூடாது. அந்தப் பாக்கியம் இந்தப் பிறவியில் அவர் களுக்கு இல்லை.”

ரகுராமையர் தன் கன்னத்தில் அறைந்தது போல உணர்ந்தார் ஆத்மா. அவரின் வார்த்தைகள் ஆத்மாவை உறைந்துபோகச் செய்தன. மனித வர்க்கத்தில் சண்டாளர்கள், இழிந்தவர்கள் என்று எவராவது உண்டா?

ஆம் என்றால் அந்தப் படித்தரத்தை உருவாக்கின அதர்மன் யார்? ஆத்மா அதிகாரியிடத்தில் சொன்னார்.

“நாம் அவர்களைப் பார்க்க வேணும். அனுகிரகிக்க வேணும். அவரை அருகே வரவிடுமேன்.”

“அது நடவாது, சுவாமி. சேரி ஜனங்களை மடத்துக்குள் விடுவது நம் ஆசாரத்துக்கு விரோதம். தர்மத்துக்கும் விரோதம்.”

“என்ன ஆசாரத்துக்கு, தர்மத்துக்கு விரோதம்?”

“வருண ஆசிரம தர்மத்துக்கு விரோதம். அங்ஙனம் செய்தால் மடம் தீட்டுப்படும்.”

பார்வையாளர்கள் நெருக்கியடித்து அவரின் கவனத்தைக் கலைத்தார்கள். அன்று முழுக்கவும் விழா நிகழ்ச்சிகளில் திளைத்த ஆத்மா, திடீரென்று அந்த முடிவை எடுத்தார்.

சேரி வீடுகள் இன்னும் சாத்தப்பட்டிருக்கவில்லை. கூரையின் மேல் கசிந்து எழுந்த புகை, வீடுகளில் சமையல் நடந்துகொண்டிருப் பதை உணர்த்தியது. சோமு, காற்றின் பொருட்டு, திண்ணையில் ஒரு காடா விளக்கை ஏற்றி வைத்துக்கொண்டு படித்துக்கொண்டிருந் தான். அவனுக்கு எதிரே நிழலாடியது. நிமிர்ந்து பார்த்தான். அவனுக்கு எதிரே, காவியுடன் கூடிய ஒருத்தரை அவன் பார்த்தான். அன்று காலை பட்டமேற்றுக்கொண்ட நாற்பத்து நான்காவது பீடாதிபதிதான் தனக்கு முன்னால் நிற்கிறார் என்பதை அவனால் புரிந்துகொள்ள முடிந்தது. திடுக்கிட்டு எழுந்து நின்றான்.

“சாமி . . . நீங்களா?” என்றான்.

“ஆமாம்.”

ஆத்மா சாவதானமாக அந்தத் திண்ணையில் வந்து அமர்ந்தார்.

“இங்க . . . இந்த நேரத்திலே . . .” என்று இழுத்தபடிச் சொன்னான் சோமு. அதற்குள் மீன் செதிலுடன் முறத்தோடு வெளியே வந்த சோமுவின் தாய், சாமியாரைக் கண்டதும் திகைத்து உள்ளே ஓடினாள். சில நிமிஷங்களில் ஒரு சிறு கூட்டம் சேர்ந்தது.

“சும்மாதான் . . . காலையில் நீங்க என்னைப் பார்க்க வந்தபோது கிட்டத்திலே அனுமதிக்கப்படலை இல்லையா? அதுக்குத்தான் நானே இப்போ வந்திருக்கேன்.”

அந்தக் கூட்டத்தின் தலைவர் போல் இருந்தவர் சொன்னார்.

"சாமி நாங்க உங்ககிட்ட வரக் கூடாதுங்கிறதுதான் முறை. ஆனா, நீங்க எங்ககிட்டக்க வந்தது தப்பாச்சுங்களே."

ஆத்மாவுக்கு மனசு வலித்தது. அவர் மடத்துக்குத் திரும்பினார். மறுநாள் காலை ரகுராமையர் ஆத்மாவை மிகுந்த சங்கடத்துக்குள்ளாக்கினார்.

"சுவாமி, இப்படிச் சொல்கிறதுக்கு என்னை க்ஷமிக்க வேணும்! தாங்கள் மடத்துக்கே பெரியவர். தாங்கள் நடைமுறையை, லௌகிகத்தை மீறக்கூடாது. சேரிக்கெல்லாம் போய் வருகிறதாகக் கேள்விப்பட்டேன். ரொம்பத் தப்பு. இது ஒண்ணக் கொண்டே நீங்கள் பட்டத்துக்கு அருகதை அற்றவர் என்று தீர்ப்பு வாங்கிட முடியும். இனிமேலும் அப்படிக் கொத்த காரியத்தைச் செய்யப்படாது."

ஆத்மா, நம்பிக்கை இழக்கத் தயாராக இல்லை. நிலைமை மாறும் என்று நினைத்தார். முதல் காரியமாக மடத்தின் போஜன சாலையில், மேல் சாதியர்க்கு என்று தனியாகவும் மற்றவர்க்கு என்று தனியாகவும் இருந்த பந்தியை ஒழிக்க வேணும், ஒரு பந்தியாகவே நடக்கட்டும் என்றார். ஆத்மாவின் முதல் சீர்திருத்தம்; நேரடியான எதிர்ப்பின்றி ஏற்கப்பட்டது. ஆனால், பல நாட்களுக்குப் பிறகே, மடத்தில் சாப்பிட மேலோர்களே வருவதில்லை என்பதை அவர் அறிந்தார். தொடக்கத்தில் அது திகைப்பாக இருந்தாலும், தன் உத்தரவைத் திரும்பப் பெற்றுக்கொள்ள மறுத்துவிட்டார் ஆத்மா.

அப்போதுதான் ரகுராமையர், நில சம்பந்தமாகச் சில தஸ்தாவேஜுகளை ஆத்மாவின் கையெழுத்துக்காகக் கொண்டு வந்தார்.

"இது என்ன?" என்றார் ஆத்மா.

"சுவாமி, நம் ஆதீனத்துக்கு இருக்கும் இரண்டாயிரம் வேலி நிலங்களில் ஐநூறு வேலியை, குத்தகைதாரருக்கும் விவசாயிகளுக்கும் கொடுத்துவிடும் தஸ்தாவேஜுகள் இவை. இந்தக் குத்தகைக்காரர்கள் நம்மிடம் பல தலைமுறைகளாகக் காரியம் பார்க்கிறார்கள். தவிரவும் உழுபவனுக்கே நிலம் சொந்தம் என்று சொல்கிறவர்கள் சொல்லட்டும். நாம் நடைமுறைப்படுத்திக் காட்டுவோம். ஆகவே, ஐநூறு வேலி நிலத்தை குத்தகைக்காரர்களுக்கு நாமே கொடுத்து விடுவோமே . . ."

பட்டம் ஏற்றபிறகு ஆத்மா முதல் முறையாகச் சந்தோஷப் பட்டார். மிகுந்த மகிழ்ச்சியுடன் சொன்னார்.

"ரகுராமையர், ரொம்பவும் சந்தோஷம். இந்தச் சீர்திருத்தத்தால் ஏழை ஜனங்கள் லாபம் அடைவார்கள் அல்லவா?"

"சர்வ நிச்சயமாக! பெரும்பாலான நிலங்கள், சேரி ஜனங்களுக்குத்தான்" அதற்கு மேலும் தாமதிக்காது எல்லா தஸ்தாவேஜுக்களிலும் கையெழுத்திட்டுக் கொடுத்தார் ஆத்மா.

பக்தர்களையும் ஊர்க் குடிபடைகளையும் ஆத்மா சந்திப்பதற்கென்று தோட்டத்து கிணற்றுக்கு அருகில் இடம் ஏற்பாடு

செய்யப்பட்டது. கிணற்றுக்கு அந்தப்புறம் ஜனங்கள் நின்று, இருந்து பேசவும், இந்தப்புறம் ஆத்மா அமர்ந்து பேசவும் சௌகர்யம் பண்ணப்பட்டது. எல்லோரையும் பார்த்துப் பேசிய பிறகே ஆத்மா சோமுவைப் பார்த்தார்.

"சோமு ... என்ன சங்கதி?

சௌகர்யம்தான் சுவாமி. ஒரு விஷயம் உங்களிடத்தில் சொல்ல வேணும்."

"சொல்லேன்."

சோமு, சுற்றுமுற்றும் பார்த்துக்கொண்டான். யாரும் இல்லை என்று தீர்மானித்துக் கொண்டபின் சொன்னான்.

"சுவாமி ... இந்த ஆதீனத்திலிருந்த ஐநூறு வேலி நிலங்கள் ..."

"இதுவா குத்தகைக்காரர் பெற்று சந்தோஷம் அடைகிறார்கள் தானே?"

"இல்லை. சுவாமி"

"இல்லையா?"

ஆம், அந்த நிலங்களைத் தங்கள் ஆதீனத்து முதல் அதிகாரி, தங்கள் குடும்பத்து உறுப்பினர்களுக்கே, மருமகள், மருமகன், மாமனார், மாமியார், சம்பந்தி சனம் இவர்களுக்கே பட்டா போட்டு மாற்றிவிட்டார்."

"அப்படியா?"

"ஆம்! சுவாமி. தங்கள் ஆதீனத்து அதிகாரிகளும் மடத்து அதிகாரிகளும் நீங்கள் சொல்கிற அத்தனை பாவங்களுக்கும் பிறப்பிடமாய் இருக்கிறார்கள். தங்கள் மடம், இரவு நேரங்களில் ஒரு விபச்சார விடுதி. தங்கள் மடத்து நந்தவனம் இரவு நேரத்தில் ஒரு சாராயக் கிடங்கு. உங்கள் மடத்து அதிகாரிகள் அத்தனை பேரும் பொய்யர்கள். கொள்ளைக்காரர்கள். மடத்து நிர்வாகத்துக் குட்பட்ட தென்னை மரங்களின் இளநீர் எங்குப் போகிறது என்று தெரியுமா? சீர்காழியிலும் மாயவரத்திலும் இருக்கிற உங்கள் மடத்துக் காரியஸ்தர்களின் தாசிமார்களுக்குப் போய்ச் சேர்கிறது. நீங்கள் மகா மனிதன், மனிதக் கடவுள் என்றெல்லாம் பேசுகிறீர்கள். உங்கள் கூடவே அயோக்கியர்கள் சுற்றித் திரிகிறார்கள். சுவாமி. உண்மையான குத்தகைதாரர்கள் நிலத்திலிருந்து கட்டாயமாக வெளியேற்றப்பட்டுவிட்டார்கள். மறுத்தவர்கள் மேலே பொய் வழக்குப் போடப்பட்டு, எங்கள் சனங்கள் போலீஸ் லாக்கப்பில் இருக்கிறார்கள். சேரியைக் கொளுத்திவிடுவதாகக்கூட உங்கள் அதிகாரி மிரட்டுகிறார் ..."

ஆத்மா அதிர்ச்சியடைந்தவராகச் சொன்னார்.

"எனக்கு இதெல்லாம் ஒன்றுமே தெரியாது ..."

"தெரியாது என்பது எங்களுக்குத் தெரியும். அதைத் தெரிவிக்கத் தான் வந்தேன். சாமி, எனக்கு உத்தரவு கொடுங்கள்."

சோமு சென்ற பிறகும் வெகு நாழிகை அந்தக் கிணற்றங்கரை யிலேயே ஆத்மா மனச் சோர்வுடன் அமர்ந்திருந்தார். இதை மாற்றியமைக்க வேண்டும். ஏதேனும் செய்தாக வேண்டும் என்பதை உணர்ந்தார். ஆனால் எங்கிருந்து தொடங்குவது என்பதுதான் பிரச்சினையாக இருந்தது. திருநெல்வேலிச் சமையல்காரன் காய்கறி பதார்த்த வகையில் மட்டும் நாள் ஒன்றுக்கு நூறு ரூபாய்கள் திருடினான். அரசலாற்றங்கரையில் அவனுக்கும் ஒரு விதவைப் பெண்ணுக்கும் தொடுப்பு இருக்கிறதென்றும், அந்தப் பணம் அவளுக்கே போய்ச் சேர்வதாகவும் அவருக்குத் தெரியவந்தது. ஆத்மாவுக்கு அணுக்கத் தொண்டனாக இருந்த விஷ்ணுசித்தன் ஒரு திருடன் என்பதும் காலம் சென்ற பெரியவருடைய பல ஆபரணங்களையும் அவனே திருடியவன் என்பதையும் அவர் கேள்வியுற்றார். பெரியவரின் கருணையால் அவன் சிறைக்குப் போகாமல் தப்பினான். நெல் கணக்காளர் அவர் பங்குக்குக் கலம் கலமாக, நகருக்கு வண்டி வண்டியாக நெல் மூட்டைகளை எடுத்துச் சென்று பணம் பண்ணினார். ஆதீனத்தின் வரவு செலவு களைப் பார்த்த கணக்காளர்கள் அது எப்போதுமே நஷ்டத்திலேயே நடப்பதாகச் சொன்னார்கள். மடத்திலிருந்து தானம் பெறுகிறவர் தொகை அதிகரித்திருப்பதாகச் சொல்லி பலருக்கும் தரப்படும் உதவிகளைக் குறைத்தார்கள். இதுவும் கவி காளிதாசர் என்கிறவர் ஆத்மாவைச் சந்திக்க வந்தபோதுதான் அவருக்கே தெரிந்தது.

"கவிராயர் நலம்தானா" என்றார் ஆத்மா.

"இருந்தேன்" என்றார் கவி.

"அது என்ன இறந்த காலத்தில் பேசுகிறீர்களே?"

கவி ஒரு கவிதையாகச் சொன்னார்.

"தமிழ்நாட்டில் பிறந்தவன் நான்;
தமிழனாகத் தமிழ்நாட்டில் வாழுதற்காய்த்
தமிழ்ப் படித்தேன்
தமிழ்ப் படித்த குற்றத்தால் வாழ்விழந்தேன்
தவிப்புற்றேன்: சோறின்றித் தளர்ந்து போனேன்.
'தமிழ் காக்கும் ஆதீனம் நம்மைக் காக்கும்
தவறாமல்' என நினைத்தேன்; தவறு செய்தேன்.
தமிழ்நாட்டில் பிறந்தமைக்காய் நாணுகின்றேன்.
தமிழ் நலத்தை நினைத்து நிதம் வாடுகின்றேன்..."

ஆத்மா, கவிராயரைப் பார்த்துக் கேட்டார்.

"தங்களுக்கு மடத்து நிதி உதவி நிறுத்தப்பட்டுவிட்டதா?"

"கொடுத்தால் அல்லவா, நிறுத்தப்படுவதற்கு."

கவி காளிதாசருக்கு நிதியுதவி தரப்பட்டுக்கொண்டிருப்பதாக, மடத்துப் பேரேட்டில் எழுதப்பட்டிருந்தது.

தியானத் துறையில் இருந்த ஆத்மா வானத்து நட்சத்திரங்களைக் கண்டு, நேரத்தை அனுமானிக்க முயன்றார். மணி இரண்டரையைத் தொட்டிருக்கும் என்று அனுமானித்தார். புத்தகம் ஒன்று பக்கங் களாகத் தன்னைத் திருப்பிக் கொண்டதைப் போல, அவரின் கடந்த கால நினைவுகள் அவரிடம் தோன்றிக் கொண்டேயிருந்தன.

எதிரே, நதிக்கரைக்கு அப்பால், கழுவப்படாத படச்சுருளைப் போல சேரிக் குடிசைகள் தெரிந்தன. சோமுவின் முகம் அவர் நினைவுக்கு வந்தது. களையான முகம். அக்கிரமத்தை அதன் தோற்றுவாயிலேயே எதிர்க்கிற முகம். பொய்ம்மைகளைச் சுட்டுப் பொசுக்கியே தீருவது என்று கங்கணம் கட்டிக்கொண்ட முகம். எந்த நிலையிலும் ஏற்றுக்கொண்ட பொறுப்பில் இருந்து பின்வாங் காத முகம். அந்த முகம் சிதையில் வைக்கப்பட்டு எரியூட்டப்பட்ட போது ஆத்மாவும் அங்கிருந்தார். திகுதிகுவென்று எரிந்த தீயின் நாக்குகள் சோமுவைத் தின்றதை அவர் கண்டார். கொலை செய்யப்படும் அளவுக்கு சோமு என்ன குற்றம் செய்தான்?

மடத்தில், மடத்து பூஜைக்காரியங்களையும் ஆதீனத்துக்குட் பட்ட கோயில்களையும் நிர்வாகம் பண்ணுகிற பொறுப்பில் நரசிம்மன் இருந்தார். சீராக மடித்துக்கட்டப்பட்ட பஞ்சக்கச்சமும் திருநீற்றுப் பொலிவும் மார்பில் ஆடும் ருத்ராட்சக் கொட்டையு மானச் சீலக்காரர். அவருக்கு ஒரு பெண். கோதை என்று பெயரிட் டிருந்தார். கோதையை ஆத்மாவும் மடத்தில் வைத்துப் பார்த்திருக் கிறார். ஆரோக்கியம் ததும்பும் பெண் அவள். அதன் காரணமாகவே எப்போதும் எவரையும் சட்டென்று ஈர்க்கிற ரம்யம் வெளிப்படும். சவரக் கத்தியைப் போன்ற புத்திக் கூர்மையுள்ளவள் என்பதைச் சந்தித்த இரண்டு நிமிஷங்களுக்குள் கண்டுகொண்டார் ஆத்மா. நரசிம்மன் அவரிடம் சொன்னார்.

“சுவாமி, இந்தப் பெண்ணுக்கு ஒரு கல்யாணத்தைப் பண்ணி வைத்தேன் என்றால் என் கவலை ஒழியும்.”

ஆத்மா அந்தப் பெண்ணைப் பார்த்தார்.

“சுவாமி, என் கல்யாணத்தைப் பற்றி நான் கவலைப்படலை. அப்பா என்னத்துக்கு கவலைப்படணும்.”

“இருந்தாலும் தகப்பனாருக்கு அந்தக்கவலை இருக்கத்தானே இருக்கும்.”

“பல வரன்கள் வந்தன சுவாமி. எதையும் இவள் ஏற்றுக்கொள்ள வில்லை.”

“எனக்குப் பிடிக்கலையே, நான் என்ன பண்ணட்டும்? சேலையா, ரவிக்கையா? மாற்றிக்கொள்ள! எனக்குப் பிடிக்க வேண்டாமா?”

"படிக்க வச்சது தப்பாப் போச்சு. இல்லேன்னா, இப்படி பேசுமா?"

"சாமி, படிப்பின் நோக்கமே அப்பாவுக்கு நான் சம்மதம் சொல்வதுதானா?"

"சாமியிடம் இப்படியா பேசுவது?"

"சாமி என்ன அன்னியரா? நம் சாமிதானே அப்பா ..."

தகப்பனுக்கும் மகளுக்கும் நடந்த சம்பாஷணையை ரசித்தபடி அமர்ந்திருந்தார் ஆத்மா. இந்தப் பெண்ணும் சோமுவும் காதல் வசப்பட்டார்கள் என்பது ஒருநாள் நரசிம்மன் சொல்லித்தான் அவருக்கே தெரிந்தது.

"அப்படியா" என்றார் ஆத்மா. அவர்கள் பொருத்தமானவர்கள் என்றே அவருக்குத் தோன்றியது.

"என்ன திமிர் இருந்தா அந்தத் தாழ்ந்த சாதிப்பையன் என் பொண்ணுகிட்டே பழகுவான்? அவனைக் கொல்லாமே விடப் போறதில்லைசாமி ..." என்றார் நரசிம்மன். கொலைவெறி அவர் கண்களில் தென்பட்டது.

"ஏன் சோமுவுக்கு என்ன, நல்ல பையன்தானே? படிப்பு, வேலை உள்ளவன். அதோடு, ரெண்டு பேருமே ஒருவரையொருவர் நேசிக்கிறார்கள். அப்புறம் என்ன?"

நரசிம்மன் எரிச்சலுடன் ஆத்மாவைப் பார்த்தார்.

"உங்களுக்கு இதெல்லாம் தெரியாது சாமி! நாங்கள் குடும்பஸ்தர்கள். சில விதிமுறைகளை நாங்கள் காப்பாற்ற வேண்டியவர்கள். ஊரும், உறவும் நாளை என்னை மதிக்க வேண்டாமா?"

இவர்கள் எதைக் காப்பாற்றப் போகிறார்களாம்? யாரிடமிருந்து? ஆத்மா நரசிம்மனிடம் சொன்னார்,

"சோமுவுக்கு என்னகுறை? தயவுசெய்து சொல்லுங்கள். நான் தெரிந்துகொள்ள வேண்டும்"

"அவன் என்ன ஜாதி, நாம் என்ன ஜாதி, சுவாமி இதெல்லாம் பேச நல்லா இருக்கும். கறிக்கு ஆகாது."

"நரசிம்மன் உனக்கும் சோமுவுக்கும் தெய்வம் ஒன்றுதானே? உம்மைப் படைத்த தெய்வம்தானே அவனையும் படைத்தது. ஜாதி, மத, இன வித்தியாசங்கள் கடவுள் சம்மதம் என்றால், ஒரு சாதி ஆணுக்கும் பெண்ணுக்கும் மட்டும்தானே குழந்தை பிறக்க வேண்டும். மனிதர் மனிதருடன் சேர்ந்தால் பிள்ளை பிறந்துவிடுகிறதே? அப்படியிருக்க, எவரும் எவருடனும் சேரலாம் என்றுதானே ஆகிறது? கடவுள் விருப்பமும் அதுவாகத்தானே இருக்கிறது. இன்னும் சொன்னால், சோமுவைத்தானே மகாத்மா காந்தி கடவுளின் புத்திரன் என்று சொன்னார்?"

"காந்தி கிடக்கிறாரு, சுவாமி! அவருக்கு என்ன? அவரை மாதிரி பிராமண ஜாதியில் சம்பந்தம் பண்ணியவங்க சுலபமா சொல்லிவிடலாம். எனக்குத் தலைகீழா அல்லவா நடக்கிறது? அப்புறம், நம்ம தர்மம் என்ன ஆகிறது?"

அர்த்தஜாம பூஜையை முடித்து, லேசான பலகாரம் உண்டு, படுக்கைக்குப் போகும் முன்னர் நந்தவனத்தில் சற்றுநேரம் உலவுவது ஆத்மாவின் வழக்கமாக இருந்தது. அரவம் அடங்கிய அந்தப் பொழுதில் அவருக்கு மனம் விழித்துக்கொள்வதாய்த் தோன்றும். பகல் முழுக்க, காலம் காலமாகப் பட்டத்து ஆசாரியர்கள் உட்கார்ந்து தேய்த்த பலகையில் தானும் அமர்ந்து தேய்த்து, ஒரு பண்ணையாரைப் போல, நிலக்கணக்கையும் குத்தகைக் கணக்கையும் விழுந்த தேங்காய், மாங்காய்க் கணக்கையும் பார்க்கும் படியாகிவிட்டதே என்கிற குற்ற மனப்பான்மையில் புகைவதிலிருந்தும், தன்னை மீட்டுக்கொள்ளும் நேரமாக அவர் இந்தப் பொழுதை வைத்துக்கொண்டிருந்தார். ஒரு திருடனைப் போல உழைக்காமல் உண்ணும்படியாகிவிட்டதே என்கிற வேதனை இந்த உலாவலில் குறைந்தது மாதிரி அவருக்குப் படும்.

வராக நதிக்கு அப்புறம் இருந்த சேரியில் நிகழ்ந்துகொண்டிருக்கும், பெருங்கலகத்தை அறியாமலே சம்பங்கியும் மரிக்கொழுந்தும் முல்லையும் பூத்துக்கொண்டிருந்தன. அவைகளில் இருந்து எழும் லாகிரி மணம் உள்ளே படர்ந்து கிடக்கும் ஓட்டைகளைத் துடைப்பவை என்று அவருக்குத் தோன்றும். அந்தச் சந்தர்ப்பத்தில் தான் ஒரு நாள், புதரை விலக்கிக்கொண்டு சோமு அவர் முன்னால் வந்து நின்றான்.

"சுவாமி கலகம் தொடங்கிவிட்டது. ஊரைக் கொளுத்திக் கொண்டிருக்கிறார்கள். என்னைத் தேடுகிறார்கள்."

நந்தவனக் கதவைத் திறந்துகொண்டு படித்துறைக்கு வந்து சேர்ந்தார் ஆத்மா. தூரத்தில் கூக்குரல் கேட்டது. தீ எரிந்து கொண்டிருந்தது தெரிந்தது.

"கோதை எங்கே?"

"வீட்டில் அடைக்கப்பட்டிருந்தாள். இப்போது அவளைக் கொள்ளிடத்திலே இருக்கிற அவள் அத்தை வீட்டுக்கு அழைத்துச் செல்ல நினைத்துக் கொண்டிருக்கிறார்கள்."

ஆத்மா யோசித்தார்.

"சரி! நீ என் அறைக்குள் இரு. அங்கு யாரும் வரமாட்டார்கள்."

"மடத்தில் யாருமே இல்லை சுவாமி. எல்லோருமே அங்கே சேரியைக் கொளுத்திக் கொண்டிருக்கிறார்கள்."

ஆத்மா மேலும் யோசித்துவிட்டுச் சொன்னார்.

“அப்படியானால் ஒன்று செய். கோதையை எப்படியாவது இங்கு அழைத்து வந்துவிடு. என் காரிலே பாதுகாப்பான இடம் ஒன்றுக்கு அனுப்பிவைக்கிறேன் ... ஜாக்கிரதை! விடிவதற்குள் நீங்கள் ரெண்டு பேரும் இந்த ஊரைவிட்டுப் போய்விடவேணும்.”

அதற்கப்புறம், ஆத்மா, எரிந்துக்கொண்டிருக்கும் குடிசைகளை நோக்கிப் போனார்.

ஆத்மா நினைத்தது ஒன்று, நடந்தது வேறு ... சோமுவையும் கோதையையும் மடக்கிப் பிடித்துவிட்டார்கள். எரிந்துகொண்டிருந்த ஒரு குடிசையின் நெருப்பில் சோமுவைத் தூக்கிப்போட்டார்கள். ஒரு வாரத்துக்குப் பிறகு ஆத்மா நரசிம்மனிடம் கேட்டார்.

“நரசிம்மன் என்ன இப்படிச் செய்துவிட்டீர்களே?”

“என் தர்மம் இதுதான் சுவாமி! இப்போதுதான் நான் தலை நிமிர்ந்து நடக்க முடிகிறது” என்றார் எந்தக் கவலையும் இல்லாமல் நரசிம்மன். ஆத்மாவுக்கு அவர் பட்டம் ஏற்றுக்கொண்ட புதிதில் நிகழ்ந்த நிகழ்ச்சி ஒன்று நினைவுக்கு வந்தது. இரவு உணவை முடித்துக்கொண்டு, நந்தவனத்தில் அவர் உலவிக்கொண்டிருந்தார். மாசிப்பனி ஊசியாய்க் குத்தியது. மாசிப்பனியும் வேசி உறவும் தீமை செய்யும்! என்கிற பழமொழி அவர் நினைவுக்கு வந்தது. சிரித்துக்கொண்டார். நம்மவர்களின் பழமொழி உருவாக்கும் திறன் அவருக்கு நகைப்பைத் தந்தது. அப்போது மல்லிகை மணம் விபரீதமான சுவையோடு அவர் நாசிக்கு வந்தது. இருட்டைக் கூர்ந்து கவனித்தார். ஒரு பெண் நின்றிருந்தாள். இளம் பிராயம். நிலவொளியில் அவளைக் கூர்ந்து கவனித்தார். அழுந்த மை எழுதின கண்கள். பந்து மல்லிகை தலையில். வெற்றிலைச் சிவப்பில் நனைந்த உதடுகள். தூக்கி நிறுத்திய மார்பகங்கள். மலிவான சரிகை. அவளை உணர்த்தியது அவருக்கு.

“நமஸ்காரம் சுவாமி.”

“யார்?”

“தாசிமார் தெருப்பெண்.”

“வந்த காரணம்?”

“பெரிய அய்யாதான் சுவாமியைப் போய்ப் பார் என்று சொன்னார்.”

“என்ன காரணமாய்?”

அவள் சிரித்தபடிச் சொன்னாள்.

“சுவாமி சந்தோஷமாக இருக்கத்தான்.”

“அம்மா, நான் உன்னை வரச் சொன்னதில்லை. எனக்கு இதில் நாட்டம் இல்லை. என்னை மன்னித்துவிடு. நீ போகலாம்.”

“இது வழக்கம்தானே சுவாமி.”

"எனக்கு இது வழக்கம் இல்லை அம்மணி. எனக்கு அது தேவை என்றால் கல்யாணம் செய்துகொள்வேன். ரகசியத்தில் அதை நிகழ்த்த மாட்டேன்."

அந்த நிகழ்ச்சிக்குக் காரணமாக இருந்த நரசிம்மன் அதுக்குத் தலை குனியாதது ஆத்மா நினைவுக்கு வந்தது.

கிழக்கு வெளுத்துக்கொண்டிருந்தது.

நள்ளிரவு முதல் பல மணி நேரம் தான் படித்துறை மண்டபத் திலேயே அமர்ந்திருப்பது ஞாபகத்துக்கு வந்தது. அவர் உடனடியாக ஒரு முடிவுக்கு வரவேண்டும்.

மாற வேண்டியது அவசியம் எனப்பட்டது அவருக்கு. இந்த மதம் சகல தீங்குகளுக்கும் உறைவிடம். சகல அயோக்கியர்களுக்கும் புகலிடம். எந்தக் கயமையைச் செய்தாலும் அந்த கயமைக்கு சாஸ்திரபூர்வமான நியாயம் கற்பிக்க முன்வருகிறது இந்த மதம். இது மனிதனைப் பல படிகளாகப் பிரித்து தாழ்த்திற்று. அவர்களின் அறிவு வளர்ச்சியைத் தடுத்தது. அவர்களை அடிமைகளாக்கி வைத்தது. மூளையைச் சுரண்டியது. அடிமைத்தனம் ஒரு சுகம் என்கிற கீழ்மைக் குணத்தை நிறுவியதில் தலைமைப்பங்கு ஆற்றின மதம் இது.

இந்த ஆசாரங்களும் வருண விதிகளும் சாஸ்திர சம்பந்தம் அற்றவை, மதம் சொல்லாதவை என்பது உண்மையெனில் காஞ்சி முதற்கொண்டு காசிபீடம் வரைக்குமான சகல பீடங்கள் ஒன்றி லாவது ஒரு தாழ்த்தப்பட்டவன் மடாதிபதி ஆக முடியவில்லையே, அது எதனால்? அது திட்டமிடாது நடைபெற்ற தற்செயலா? இல்லை, இந்த வருணப்படிகளை வைத்து மனிதர்களைத் திட்ட மிட்டுப் பிரித்த கயமை இந்த மதத்துக்கே உரியது. நான் இதிலிருந்து வெளியேற வேண்டும். மீண்டும் நான் போகவேண்டியிருப்பது மற்றும் ஒரு மதத்துக்குத்தானே? எனினும் என்ன? எனக்காக அல்ல! அது மக்களுக்காக. ஆயிரம் ஆண்டுகளாக அவர்கள் வழிபட ஒன்று வேணும். அந்த வழிபடு பொருளை நான் பொய்யென்று சொன்னால் அதுக்கு நிகரான ஒன்றை நான் அதன் இடத்திலே நிறுவ வேண்டும். ஆக அதுவரைக்கும் பீடங்களே தேவை இல்லை என்று மக்கள் தாமே புறக்கணிக்கும் வரையில் ஒன்றைப் பற்றிக் கொள்வது அவ்வளவு தீங்கு தராது...

நான் மாறித்தான் ஆக வேணும்.

ஆத்மா, ஸ்நானத்தை முடித்தார். கை ரேகை தெரியும் அளவுக்கு வெளிச்சம் பரவி இருந்தது. தம் அறைக்குத் திரும்பிய ஆத்மா, ஒரு காகிதத்தை எடுத்து எழுதினார்.

'முதலதிகாரிக்கு'

ஆசிகள். நான் மடத்தை விட்டும், அது சார்ந்திருக்கிற மதத்தை விட்டும் வெளியேறுகிறேன். வீடு கொளுத்தச் சொல்லாத,

மனிதர்களை எரிக்கச் சொல்லாத, ஏற்றத்தாழ்வு கற்பிக்காத, குறைந்தபட்சம் மனசாட்சியைக் கட்டிக் காக்கிற ஒரு மதத்துக்கு நதிக்கு அப்புறம் இருக்கும் மக்கள் போகிறார்கள். அவர்களுடன் நானும் சங்கமிக்கிறேன். பேரறிவும், நல்ல சங்கமும், உண்மைச் சரணமும் கொண்ட மதம் இப்போதைக்கு என் விலாசமாக இருக்கட்டும். அந்த வீட்டையும் துறந்து, சகலத்தையும் நேசிக்கிற மனத்தையும் வரம்புகள் அற்ற அன்பையும் பகவான் எனக்கு அருளுவார்.

ஆசிகள்.

ஆத்மா, நடந்து நதியைக் கடந்து இப்பக்கம் வந்து சேர்ந்தார். இருட்டு சுத்தமாக அகன்றிருந்தது.

■

எனக்கும் தெரியும்

எனக்கும் தெரியும்
எனக்கும் தெரியும்
எனக்கும் தெரியும்
எனக்கும் தெரியும்

அவன் வெளியே புறப்பட்டுக்கொண்டிருந்த போது அம்மா சொன்னாள். "அந்த அண்ணன் வீட்டுக்கு ஒரு நடை போய்ட்டு வந்துடேம்பா ..."

"எந்த அண்ணன்?" என்றான் மூர்த்தி.

"அம்பது ரூபா யாரிட்டயோ கைமாத்து வாங்கி உனக்கு சொஜ்ஜியும் பஜ்ஜியும் பண்ணிப் போட்டாரே, அந்த அண்ணன் வீட்டுக்குத்தான்.!"

"போயி ..."

"இப்பக் கல்யாணம் பண்ற நிலமையிலே இல்லே ... நீங்க வேற இடம் பாத்துக்கலாம்'னு சொல்லிட்டு வந்துடு ... பாவம் அந்தப் பொண்ணு! நம்மையே நினைச்சிட்டிருக்கும் ..."

"அதை நானே போய்ச் சொல்லணுமாம்மா. லெட்டர் போட்டா போதாதா ...?"

என்ன சங்கடம் இது என்று இருந்தது மூர்த்திக்கு. ஆனால் அம்மா சொன்னாள்.

“யாரோ புது உறவுன்னா கடிதம் போட்டுடலாம். அது நமக்குத்தூரத்து உறவாச்சேப்பா; நான் போகலாமா? வீட்டுக்கு ஆம்பிளைன்னு நீதான் இருக்கே ...சித்தே போய்ட்டு வந்துடு ...”

அம்மா முடித்துவிட்டாள். எப்போதும் அவள் பேச்சு முடிவாகத்தான் இருக்கும். கட்டளை மாதிரி தொனிக்காது. ஆனால் இதை நீ செய்யத்தான் வேண்டும் என்று தொனிக்கும். எல்லா அம்மாக்களும் இப்படித்தான் இருப்பார்களா என்ன? அந்தத் தூரத்துச் சொந்தக்கார சோமு மாமாவை, ‘யாரிட்டயோ அம்பது ரூபா கைமாத்து வாங்கி சொஜ்ஜி பஜ்ஜி பண்ணிப் போட்டவர்’ என்று எவ்வளவு அலட்சியமாய்ப் பேசுகிறாள். ஆனால் ‘பாவம் அந்தப் பொண்ணு’ என்று வேறு அவர் மகளுக்கு இரக்கப்படுகிறாள். ‘பென்ஷனைத் தவிர வேறு யோக்யதை இல்லாத மனுஷன். அந்த வீட்டில் பெண் எடுத்தால், மாமனார் வீட்டுக்குப் போகும்போது அரை மூட்டை அரிசி, பருப்பு, உப்பு, புளியோடு போவியாடா’ என்று அவரையும் என்னையும் வேறு குத்திக் காட்டுகிறாள். நமக்காகக் காத்திருக்கும் நேரத்தில் அந்தப் பெண்ணுக்கு நல்ல வரன் ஏதேனும் வந்து தட்டிப் போய்விடப் போகிறது என்றும் ஒரு தர்மநினைவு வேறு. இதே அம்மா தன் பெண்ணுக்கு மாப்பிள்ளை பார்க்கையில் என்ன சொன்னாள்: ‘பிள்ளையை பெத்துட்டா பெண்ணோட வீட்டையே பேத்து எடுத்துக்கிட்டு போகலாம்னு நினைக்கறாங்கடா, அசுர ஜனங்கள்’ என்றாள். அதே அம்மா மாமியாராகும்போது என்ன சொல்கிறாள்: ‘பெரிய பெரிய இடங்கள்ளாம் ஐநூறு பவுன் போடறேன், ஆயிரம் பவுன் போடறேங்கறாங்க. காரு வாங்கித்தந்து, கல்யாணத்தையும் பண்ணி வைக்கிறதா சொல்றாங்க ... அது போகட்டும் ... சொந்தம் விட்டுடப்படாதுன்னு பார்க்கறேன். என்ன சொல்றீங்க ...’ என்று போகும் இடங்களுக்கெல்லாம் பாறாங்கற்களைத் தூக்கிக்கொண்டு போகிறாள். பெண்களுக்குப் பெண்கள்தான் எதிரிகள்!

மூர்த்தி, மனச்சங்கடத்தோடும் கொஞ்சம் அவமான உணர்ச்சி யோடும்தான் சுகுணா வீட்டுக் கதவைத் தட்டினான். அந்தப் பெண்ணிடம் அல்லது அவள் அப்பாவிடம் நேருக்கு நேராக அவர்கள் முகம் பார்த்து, ‘நான் சுகுணாவைக் கல்யாணம் பண்ணிக் கொள்ள முடியாது’ என்று சொல்ல வேண்டும். மார்பு லேசாகப் படபடத்தது. மனசுக்குள் இருக்கும் ஓர் ஓரத்து ஈரம் கசிந்தது. கதவு திறப்பதற்குள் ஓடிப்போய்விடலாமா என்றுகூட ஒரு கணம் தோன்றியது. அதற்கு இடம் வைக்காமலேயே கதவு திறந்துவிட்டது. சுகுணாதான் நின்றிருந்தாள்.

கதவைத் திறந்ததும், குழல் வெளிச்சம் பளீரென்று பாய்ந்து வர மூர்த்திக்குக் கண் கூசியது.

“வாங்க, வாங்க ...?” என்று கூறிவிட்டுக் கைகுவித்தாள் சுகுணா. “உள்ளே வாங்க ... உட்காருங்க ... அப்பா, இப்பதான்

கடைத்தெரு வரைக்கும் போயிருக்காங்க, வந்துருவாங்க. உள்ளே வாங்க சார் ...” என்றாள் சுகுணா.

தயக்கத்துடன் உள்ளே நுழைந்தான் மூர்த்தி. ஓர் ஒற்றை ஆள் பாய் விரித்த அளவுக்குச் சின்ன ஹால். இடது கைப்பக்கம் இருந்த ஒரு சின்ன அறைக்குள் நுழைந்தாள் சுகுணா. மூர்த்தியும் பின் தொடர்ந்தான். சுவரை ஒட்டிப் போடப்பட்டிருந்த கை வைத்த நாற்காலியைக் காட்டி “உட்காருங்க” என்றாள்.

அவன் உட்கார்ந்தான். அந்தச் சின்ன அறையை ஒட்டி உள்வாங்கியிருந்த சமையல் அறை தெரிந்தது. தட்டும் தம்ளர்களும் சுவரில் தொங்கின. சின்னக் கன்றுக் குட்டி மாதிரி மூலையில் ஒரு மேஜை. அதன் மேல் எம்பிராய்டரி சட்டை போட்ட டிரான்ஸிஸ்டர். ஒரு பாடகி முணுமுணுத்துக்கொண்டிருந்தாள். ஒரே ஒரு காலண்டரும், சோமு மாமாவும் அத்தையும் சுகுணாவும் இருக்கிற ஒரே ஒரு போட்டோவும் சுவரில் இருந்தன. டி. வி. இன்னும் நுழையாத அந்த அறையில் ஏழ்மையின் முகம் பக்கவாட்டில் தெரியத்தான் செய்தது. ஆனால் அதையும் மீறி ஒரு நறுவிசும் பாந்தமும் ஒழுங்கும் வெளிப்படையாகத் தெரிந்தன. பெண் பார்க்க வந்த அந்தச் சடங்கின்போது மூர்த்தி இந்த அறையில்தான் அமர்ந் திருந்தான். ஆனால் அன்று தெரியாத பலவும் இன்று தெரிகிறதே.

சுகுணா, அந்தச் சமையல் அறை நிலையில் சாய்ந்துகொண்டு நின்றிருந்தாள். ‘நீங்களும் உக்காருங்களேன்’ என்றான் மூர்த்தி. ஸ்டூலில் அவன் எதிரில் அமர்ந்தாள் அவள்.

முதன் முதலாக அவளைப் பார்ப்பதாகத் தோன்றியது அவனுக்கு. அன்று வெற்றிலைத் தட்டுடன் ஒரு பிறைக்கீற்று மாதிரி சரேலென்று வந்து அவன்முன் தட்டை வைத்து, குனிந்த வாறு ஒரு நிமிஷம் நின்றுவிட்டுச் சமையல் அறைக்குள் புகுந்து கொண்டவள் அல்லவா அவள். பெண்களுக்கு அது ஒரு கோலம். மின்னல் மாதிரி. இன்று மூன்றடி தூரத்தில் அவளை முழுமையாக இருத்தி வைத்துப் பார்ப்பதில் அவள் புதுசாகத் தெரிந்தாள். கஞ்சி முறப்போடு ஆகாய நிறத்தில் அவள் கட்டியிருந்த வாயில் சேலை அவளுக்கு எவ்வளவு பொருத்தமாக இருந்தது. அவள் குனிந்தவாறு கேட்டாள்.

‘அம்மா வரலியா ...?’

ஊம் ... மூர்த்திக்குத் தொண்டை அடைத்துக்கொண்டது. என்னவென்று சொல்வது இவளிடம்? ‘நான் உன்னைக் கல்யாணம் பண்ணிக்கொள்ள முடியாது. அதைச் சொல்லத்தான் வந்தேன்’ என்று சொல்ல வேண்டும். அதைவிட ஒரு வாளி நெருப்பை அவள் தலையில் கொட்டலாமே.

‘வரலாம்னுதான் இருந்தாங்க ... ஏதோ வேலை. மாமாவைப் பார்த்துப் பேசிட்டு வான்னு அனுப்பி வைச்சாங்க’ என்றான்.

அவள் தலையைக் கவிழ்ந்துகொண்டு உட்கார்ந்திருந்தாள். மூன்றடி தூரத்தில் இருந்தது அந்த முகம். மழை பெய்து ஓய்ந்த பின் சாலை ஓரத்து மரங்கள் கொள்ளும் அந்த மலர்ச்சி கொண்ட முகம். இவளைச் சிவப்பு என்று சொல்ல முடியுமா? முடியாதுதான். ஆரோக்கியமாக இருந்தாள். ஆரோக்கியம்தானே தலையாய அழகு எனில் இவள் அழகிதான்.

சுகுணா தரையைப் பார்த்தவாறு சேலை முந்தானை முனையை அவளை அறியாமல் பற்றி முடிச்சிட்டும் பிரித்தும் விட்டவாறிருந்தாள். அவள் கைகள் இலேசாக நடுங்கியவாறிருந்தன.

அவன் தொண்டையைச் செருமிக்கொண்டு பேசத் தொடங்கினான்.

"மாமா வந்ததும் அவர்கிட்டே ஒரு விஷயம் சொல்லணும் . . ."

"வந்துடுவாங்க . . . இருங்க . . . இதோ வந்துட்டேன் . . ." என்றவாறு எழுந்து சமையலறை உள்ளே சென்றாள்.

"நான் வரும்போதே காபி சாப்டுட்டுதான் வந்தேன் . . ."

"பொய்"

" . . . ."

"சாப்பிட்ட மாதிரி தெரியல்லே . . . உப்புமா பண்ணிட்டிருக்கேன். கொஞ்சம் சாப்டுட்டுக் காபி சாப்பிடுங்க . . ."

"வேணாமே . . ."

"அம்மா சாப்பிடக் கூடாதுன்னு சொல்லி அனுப்பினாங்களா? . . ."

"சேச்சே . . . அப்படியெல்லாம் இல்லே . . . எதுக்கு சிரமம்னுதான் . . ."

"சிரமம் என்ன? நான் எனக்குப் பண்ணப் போறேன் . . . நான் ராத்திரியில் 'ரொட்டி' தான் சாப்பிடுவேன் . . . பரீட்சைக்குப் படிக்கிறேன் . . .சோறு சாப்பிட்டா தூக்கம் வருது . . . அதனால அப்பாவுக்கு மட்டும்தான் சாப்பாடு. ஆங் . . . ஒண்ணுசொல்லணும் . . . அன்னைக்கு நீங்க சாப்பிட்ட பஜ்ஜி சொஜ்ஜியெல்லாம் நான் பண்ணலைங்க . . . எதிர்வீட்டு அத்தைதான் பண்ணாங்க . . . ரியலா, நான் நல்லா சமைப்பேன் . . . சாப்பிட்டுப் பாத்து சர்டிபிகேட் கொடுங்க . . ." என்று கூறிவிட்டு அறைக்குள் நுழைந்துகொண்டாள்.

"என்ன படிக்கிறீங்க . . ." என்று கொஞ்சம் சத்தம்போட்டு மூர்த்தி கேட்டான். அவள் உள்ளிருந்தபடியே சொன்னாள்:

"பி.ஏ. கரெஸ்பான்டென்ஸ்ல பண்றேன்."

சுகுணாவின் பேச்சில் சிரிப்புகள் பூத்துச் சொரிந்தன. வாக்கியங்களில் முற்றுப்புள்ளிகள் அவளிடம் சிரிப்பாய் முகிழ்த்தன. உற்சாகமும் சந்தோஷமும் வார்த்தைகளில் ஒலிகளாய்க் குமிழிட்டன.

"ஐயோ அம்மா சொல்லி அனுப்பியதை நான் எப்படி உன்னிடம் சொல்வேன்…" என்று அரற்றியது மூர்த்தியின் மனம்.

உள்ளிருந்து வெங்காயம் வதக்கும் மணம் வந்தது. கூடவே கொளுத்திய பத்தியோடு சுகுணா வெளிவந்து, மேஜையின் மேல் இருந்த பத்திச் சொருகியில் அதைப் பொருத்தினாள்.

"எதுக்கு பத்தி?"

"சமையல் வாசனை இங்கு வருது. உங்களுக்கு அது பிடிக்குமோ என்னமோ… தோ ஆயிட்டது. ரெண்டு நிமிஷம்."

மீண்டும் அவள் உள்ளே நுழைந்துகொண்டாள். பத்தி அடக்கமான ரஞ்சிதமான வாசனையாய்ப் புகைந்தது. அவன் கண்ணை மூடிக்கொண்டு சாய்ந்து உட்கார்ந்து கொண்டான். இந்தப் பத்திகள் புகையும் இடத்தில் விழித்திருக்க ஏனோ அவனால் ஆவதில்லை. ஏதோ ஒரு விக்கிரகத்தின் சன்னதியில், நுரைத்துச் சுழித்து ஓடும் ஆற்றங்கரையில், நிற்பதுபோல் ஒரு உணர்வு அவனை ஆட்கொண்டுவிடும்.

"சாரி" என்ற குரல் எங்கோ தொலை தூரத்தில் கேட்டது.

அவன் மீண்டான்.

அவனுக்கு முன் ஸ்டூலின்மேல் தட்டில் உப்புமாவும் காபியும் இருந்தன. ஒரு வில்லை எடுத்துச் சாப்பிட்டான். சாப்பிடலாமா என்று தோன்றியது. ஏன் அதனால் என்ன என்றும் தோன்றியது. அவனுக்குள் நடக்கும் போராட்டத்தை அவள் அறிந்துகொண்டாள். மனிதர்களின் மனசை முகத்தில் வாசிக்கத் தெரியாதவர்கள், வார்த்தைகளால் மட்டும் தெரிந்துகொண்டுவிடப் போவதில்லையே.

"எப்படி இருக்கு"

"பிரமாதம்…"

"கொஞ்சம் அதிகம்."

"எது?"

"புகழ்ச்சி. நல்லா இருக்கு என்கிறதுதான் பொருந்தும். பாவம்'னு நினைக்கிறீங்க… அதான் கூடுதலா சொல்றீங்க…"

"சேச்சே… அப்படியெல்லாம் இல்ல…"

"சாப்பிடுங்க…" என்றுவிட்டு அவன்முன் தரையில், சுவரில் சாய்ந்து பாதம் தெரியாமல் அமர்ந்தாள். எட்டிப் பார்த்த மருதாணி பூசிய விரல்களுடன் சட்டெனத் தெரிந்த ஒரு பாதத்தையும் சேலையால் மூடிக்கொண்டாள். அப்புறம் சொன்னாள்:

"உங்க முடிவு என்ன ஆனாலும் எனக்கு வருத்தம் இருக்காது. உங்க வசதிக்கு சொந்தம் என்கிற ஒரே காரணத்துக்காக இங்க பெண் பார்க்க வந்ததே அப்பாவுக்கு சந்தோஷம்தான்… உங்க உத்தியோகத்துக்கு உங்க அம்மா எதிர்பார்க்கிற அளவுக்குச்

சீர் பண்ண நிறைய பேர் இருப்பாங்க... இல்லீங்களா..." அவள் அவனைப் பார்த்தாள். சாப்பிட்டுக்கொண்டிருந்தது தொண்டையில் அப்படியே நின்றது அவனுக்கு.

"உங்க எதிர்காலம், உங்க வாழ்க்கை உங்களுக்கு முக்கியம் மிஸ்டர் மூர்த்தி. அதை உத்தேசிச்சுதான் எந்த முடிவையும் எடுக்கணும்..." குனிந்திருந்தவள் நிமிர்ந்து அவன் விழிகளைச் சந்தித்துவிட்டுச் சொன்னாள்:

"என்னை கல்யாணம் பண்ணிக்க விரும்பலைன்னாலும் நான் வருத்தப்படமாட்டேன் மிஸ்டர் மூர்த்தி. ஒரு நண்பரா நீங்கள் எப்பவும் வரணும் போகணும்... நல்லவேளை, அப்பா இல்லை. உங்ககிட்டே பேசணும்னு தோணிச்சு. சொல்ல வேண்டியதைச் சொல்லிடறேன். அன்னைக்கு நீங்க என்னைப் பெண் பார்க்க வந்தப்போ, நீங்கதான் கடைசின்னு எப்படியோ எனக்குத் தோணிச்சு. வெற்றிலைத் தட்டத்தை இனி தூக்கிக்கிட்டு, தரையைப் பார்த்து நிக்கற அவஸ்தை இன்னியோட விட்டுடுச்சுன்னு நினைச்சுட்டேன். உங்களால் புரிஞ்சிக்க முடியும். ஒவ்வொருத்தர் முன்னாடியும் கண் எச்சில்பட்டு, போறப்போ ஏதோ ஒரு கால் மோதிரம் மாதிரி, ஒரு செருப்பு மாதிரி இது சரிப்படாது, வேற பார்ப்போம்னு சொல்லிட்டுப் போறதைக் கேக்கும் போதெல்லாம் அவமானத்துல என் உடம்பு குன்றிப் போறது மிஸ்டர் மூர்த்தி. சீ என்ன ஜென்மம் இதுன்னு தோணுது. ஏதோ ஒரு வேலை இருக்கு. மாசா மாசம் சம்பளம் வருது... நிம்மதியா இருக்கலாமேன்னு நினைச்சா, இந்த அப்பா கேட்டாத்தானே. காபி நல்லா இருக்கா சார்... பொய் சொல்றீங்க ஆல் ரைட்... ஆல்ரைட்... தேங்க்ஸ்"

சிரிக்கையில் கண்ணில் கரையோரம் நின்ற ஈரம் பளபளத்தது.

மீண்டும் சுகுணா சொன்னாள்:

"எனக்கும் அன்பு செலுத்தத் தெரியுங்க...எனக்கும் ஒரு நல்ல மனைவியா, ஒரு நல்ல தாயா இருக்கத் தெரியுங்க...எங்க அப்பாகிட்டே பணம் இல்லாம இருக்கலாம். அதனால என்கிட்ட அன்பு இல்லாமப் போயிடுமா? குணம் இல்லாம போயிடுமா..."

அவள், அவனைப் பார்த்துப் பேசிக்கொண்டிருந்தவள், அடக்கியும் அவளையும் மீறி கன்னத்தில் கண்ணீர் வழிந்தது. அடக்கமாக மையிட்ட கண்கள் சிவந்து போயின.

"சுகுணா..." என்றுதான் சொல்ல முடிந்தது அவனால். பேச வேண்டும் என்று பல வார்த்தைகள் மனதுக்குள் தோன்றின. பேசினால்தானா? தான் நேசிக்கிறவளைவிடத் தன்னை நேசிக்கிறவளோடு தன்னை இணைத்துக் கொள்வதல்லவா சகல இன்பங்களுக்கும் ஊற்றுக்கண். கடிகாரத்தின் நாக்கைப் போல அசைந்துகொண்டிருந்த அவன் மனம் நிலை கொண்டது.

"சாரி ... உங்களை சிரமப்படுத்திட்டேன் ..." என்றாள் சுகுணா கண்களைத் துடைத்துக்கொண்டு.

வாசலில் செருப்புச் சத்தம் கேட்டது.

சோமு மாமாதான். பால்ஐஸ் மாதிரி வெளுத்த தலையோடு உள்ளே வந்தார். மூர்த்தி "வணக்கம்" என்று கை குவித்து எழுந்து நின்றான்.

"அடடா நீங்களா ... வாங்க ... வாங்க ... சுகுணா, சாருக்குக் காபி கொடுத்தியா ... கடைத் தெருவிலே கொஞ்சம் வேலை ..."

அவர் அவனை எதிர்பார்க்காத திகைப்பும் பரபரப்பும் துல்லிய மாக எதிர்ப்பட்டன. அவர் அமர்ந்ததும் அவன் சொன்னான்:

'எல்லாம் ஆச்சு ... வெறும் காபி மட்டும் இல்லை. உப்புமாவும் சாப்பிட்டேன். அம்மா உங்களைப் பார்த்துட்டு வரச் சொன் னாங்க ...'

"சொல்லுங்க ..."

தவிப்புடன் சொன்னார் அவர். சுகுணா சமையல் உள்ளுக்குள் நுழைந்து கொண்டாள்.

"எனக்கு சுகுணாவைப் பிடிச்சிருக்கு சார். கல்யாணத்துக்கு நாள் பார்க்க வேண்டியதெல்லாம் இனி உங்க பொறுப்பு ..."

"அப்படியா ... ரொம்ப சந்தோஷம் ... சந்தோஷம் ..." அவர் அவன் கையைப் பிடித்துக்கொண்டார். அழுதுவிடுவார்போல் இருந்தது.

அவன் எழுந்து வெளியே வந்தான். அவரும் எழுந்து வாசல் வரை அவனுடன் வந்தார்.

"ஒரு நல்ல நாள் பார்த்து அம்மாவை நான் வந்து காணறேன்னு சொல்லுங்க ..." என்றார்.

"சரி."

அவன் திரும்பி வாசல் கதவைப் பார்த்தான். சுகுணா நின்றிருந் தாள். விழிகள் கலங்கியிருந்தன அவளுக்கு. உதடுகள் துடிப்பது தெரிந்தது. ஆயிரம் வார்த்தைகளை அவள் பேசி அவன் புரிந்து கொண்டான் அந்தக் கணத்தில்.

இருபத்தாறு ஆண்டு வாழ்வில், அந்தக் கணம் வரை அனுபவித் தறியாத ஆழ்ந்த மனநிறைவோடு வீடு நோக்கி நடக்கத் தொடங் கினான் மூர்த்தி.

■

நேற்று மனிதர்கள்

நேற்று மனிதர்கள்
நேற்று மனிதர்கள்
நேற்று மனிதர்கள்
நேற்று மனிதர்கள்

மாமாவின் கோட்டை வீடு முன்பக்கம் சரிந்துவிட்டதாகத் தலையாரி வந்து சொன்னார். மழையில் சுத்தமாக நனைந்து விட்டிருந்தார். அவர் கால்களைச் சுற்றி ஒரு சிறு குளம் கட்டியிருந்தது. அந்த மழையிலும் அவருக்கு வியர்த்திருந்தது.

"மானம் கண்ணை மூடி ஒரு வாரமாச்சு துங்க. காத்துக்குப் பைத்தியம் பிடிச்சுப் போச்சு...இந்தப் பேய் மழையில் நேத்துக் கட்டிடங்கள் எல்லாம் உக்காந்து போச் சுன்னா, இந்தப் பழம் மட்டும் நிக்குங்களா?" என்றார் அவர். முகத்தில் வழியும் நீரைத் துடைத்து எறிந்துகொண்டே.

மூர்த்திக்குச் சங்கடமாக இருந்தது.

கோட்டை வீட்டு மாமாவைப் பார்த்துப் பல காலம் ஆயிற்று. சுமதிக்கு நேர்ந்த அந்த விபத்துக்குப் பிறகு மாமாவைப் பார்ப்பது மனிதத் தன்மை ஆகாது என்று இருந்தவன், அவருக்குத் துன்பம் நேர்ந்த இந்த நேரத்திலும்

சித்தன் போக்கு

பார்க்காமல் இருப்பதும் மனிதத் தன்மை ஆகாது எனத் தீர்மானித்துத் தலையாரியுடன் நடந்தான்.

வானம் பொத்துக்கொண்டாற்போலப் பெய்துகொண்டே இருந்தது.

முழங்கால் நீரில் நடந்து செல்கையில் மூர்த்திக்குச் சுமதி நினைவு வராமல் போகாது. மழை பெய்வது தனக்காகவே என்று எண்ணும் அந்த 16 வயதுக் குழந்தை, வீட்டில் கண்ணுக்குப் படுகிற அத்தனை துண்டுக் காகிதங்களையும் எடுத்து, "கப்பல் பண்ணிக் கொடு மூர்த்தி மாமா" என்னும். குழந்தை கேட்டால் யாருக்குத்தான் மறுக்க மனசு வரும்?

மாமா ஒருநாள் மூர்த்தியைக் கூப்பிட்டுச் சொன்னார்.

"சாயங்காலம் காலேஜ் விட்டு வந்து எங்கடா போறே..."

"பிரண்ட்ஸ்களோடு டவுனுக்குப் போவேன் மாமா"

"நாயா அலைய வேண்டாங்கறேன்... சுமதிக்கு இங்கிலீஸ் வரமாட்டேங்குது... இங்க வந்து டியூஷன் எடு..."

சுமதி எட்டுப் படித்துக்கொண்டிருந்தாள் அப்போது.

"உனக்கு இங்கிலீஷ் வராதாமே, மாமா சொல்றார்."

"ஆமா... வராது."

"என்னதான் வருமாம்?"

"பல்லாங்குழி, கிளித்தட்டு."

"ப்ச்... இவ்வளவு குறைவா மார்க் வாங்கறயே..."

"பல்லாங்குழியிலயா பரிட்சை வைக்கிறாங்க..."

"அறை வாங்குவே, பாரு"

"சர்த்தான், போ மாமா!"

ஒரு முயல் குட்டி மாதிரி ஓடுவாள் சுமதி. இவளுக்கு முதலையை ஏமாற்றிய குரங்கு கதை சொல்லிக்கொடுத்தான் மூர்த்தி. முதலையைக் குறிக்கிற 'குரோக்கோடைல்' வார்த்தையைக் கேட்டதும் அவளுக்குச் சிரிப்பு சிரிப்பாய் வந்தது. குரோக்கோடைல் என்கிற வார்த்தையில் என்ன சிரிப்பு இருக்கக்கூடும்? இந்தப் பெண்களுக்குச் சதா சிரிக்க வேண்டும். கடைசிவரை அந்த வார்த்தைக்குப் பதிலாகக் 'கொக்கரக்கோ' என்றே சொன்னாள்.

"பாடம் நடத்தறபோது சீரியசா இருக்கணும். இல்லேன்னா மாமாகிட்டே சொல்லுவேன்."

"சொல்லேன்... இந்த மட்டும் தலையை வாங்கிடுவாறா?" கையைக் கத்தி மாதிரி வைத்துக்கொண்டு கழுத்துக்குக் குறுக்காகக் காட்டுவாள் சுமதி.

'வால்' என்று குட்டுவான் மூர்த்தி.

"ஐயோ" என்றவாறு தலையைத் தேய்த்துக்கொண்டு "ரெட்டைவால்" என்பாள் சுமதி. தலையை வேகமாக ஆட்டுவாள். மணி நாக்கு மாதிரி இரண்டு ஜடைகளும் ஆடும்.

இந்தச் சுமதிக்குத்தான் அது நேர்ந்தது. அதன் பிறகு மாமாவை அவனுக்கு ஆகாமல் போய்விட்டது.

○

ஏரிக்கரைப் பிள்ளையார் மழையில் நனைந்துகொண்டிருந்தார். அவருக்குக் குடைபிடித்துத் தோற்ற அரசமரத்து இலைகள் கழுவிவிடப்பட்ட குழந்தை மாதிரி, பஞ்சாயத்து விளக்கொளியில் பளபளத்தன. மழை கறைகளைக்கூடக் கழுவி விடுமா என்ன? அப்படியெனில் மாமாவின் மூர்க்கத்தை அது கழுவிவிடுமா?

மூர்க்கம்! மூர்க்கத்தின் மறு உருதான் இந்தக் கோட்டை வீட்டு மாமா.

○

"என்ன யோசனை பண்ணிக்கிட்டு வர்றீங்க?" என்றார் தலையாரி. கைகளை மார்பில் கட்டிக்கொண்டு, பற்கள் குளிரில் கிட்டிக்க, வார்த்தைகளை மென்று கொண்டு நடந்து வந்தான்.

"எல்லாம் இந்த மாமாவோட மூர்க்கத்தை நினைச்சுத்தான்."

"அது ஒரு வார்ப்பு தம்பி. சண்டைச் சேவல் பொறப்பு. கால்ல கத்தி கட்டிக்கிட்டுத் திரியற ஜாதி. ஆச்சு, அவரும் வாழ்ந்து சலிச்சு மண்டையைப் போடப்போறாரு..."

மூர்த்தி அரைக்கால் சட்டையோடு இருந்த பருவத்தில் நடந்தது அது. சாயங்காலம் விளையாட்டுக்கு மாமா வீட்டுக்கு வருவான். செங்கேணியம்மன் திடல் அங்குதான். கிட்டிப்புல், சடுகுடுத் தோழர்களின் சந்திப்புக் களம்.

"டேய் மூர்த்தி" என்றார் மாமா.

மாமா அன்று வித்தியாசமாய்த் தெரிந்தார். கண்கள் கிளி மூக்கு மாதிரி சிவந்து கிடந்தது. அவர் கையில் ஒரு துணிப்பை. 'வா, என்கூட!' கைக்குள் அடங்காத கொத்து மீசையைத் தடவிக் கொண்டார்.

மாமா நடந்தார். அவருக்குச் சமமாக மூர்த்தி ஓட வேண்டியிருந்தது. அவிழ்ந்து அவிழ்ந்து விழும் கால் சட்டையை அரைஞாண் கயிற்றை மேலே எடுத்து விட்டு இறுக்கிப் பிடித்துவைக்க வேண்டி யிருந்தது அவனுக்கு.

பட்டாமணியார் வீட்டுக்குப் போய்ச் சேர்ந்தார்கள். மணியம், வெற்றிலை நரம்பைக் கிள்ளிப் போட்டுக்கொண்டிருந்தார். மாமாவைப் பார்த்ததும் அவர் முகம் ஏனோ வெளுத்தது.

சித்தன் போக்கு 153

“வாங்க . . . வாங்க. எங்கே மச்சினனோட இந்தப் பக்கம் . . . இருங்க . . .”

“உபசாரம் இருக்கட்டும். நேத்து நீடாமங்கலத்து நாய்க்கர்கிட்டே என்ன சொன்னீரு?”

“அது . . . அது வந்து, ஏதோ தமாஷுக்கு . . .”

“எதுங்காணும் தமாஷு? உன் ஆயி ஊர்மேல போயி உம்மைப் பெத்தான்னு நான் சொன்னா, அதை தமாஷா எடுத்துக்குவீரா?”

“கோபப்படாதீங்க . . . தப்பா நான் ஒண்ணும் சொல்லிடலை.”

“பின்னே சரியா சொன்னீரா? என் அப்பாரு உன் அப்பாரு கிட்ட நூறு ரூபா கடன்பட்டுத்தான் மதகடி நிலத்தை வாங்கினாரு, அந்தப் பணத்தைப் பைசல்கூடப் பண்ணாமே போய்ச் சேர்ந்துட்டான் அந்தப் பாவின்னு சொன்னீராமேயா . . . என் ரத்தம் கொதிக்குது மணியம்” என்று கூறித் துணிப்பையை அவர் முன் விட்டெறிந்தார்.

“இந்தப் பையில ரூபா ரெண்டாயிரம் இருக்கு. வாங்கின அந்தத் தேதியிலேந்து இன்னித் தேதி வரைக்கும் கணக்குப் பார்த்து வட்டியும் முதலுமா, நாளைக்கு அரச மரத்தடி பிள்ளையாருக்கு முன்னால எடுத்துக்கிட்டு, உன் கணக்குத் தீர்ந்ததுன்னு மூணு வாட்டி நீ சொல்லணும். ஒன்னு தெரிஞ்சுக்க, இது மானத்துக்குத் தலை வணங்கற வம்சம். மனுஷங்களுக்கில்ல” என்று சொல்லி மீசையை முறுக்கிவிட்டு, “வாடா மச்சான்” என்று விடுவிடுவென்று வீடு திரும்பினார் . . .

மழை விட்டிருந்தது. ஊசி மழை மட்டும் இருந்தது. தெரு முனையில், அத்தை தினந்தோறும் உருகி உருகி அழுது அழுது நெய்விளக்கேற்றிய கழுத்து மாரியம்மன் கோவிலை மூர்த்தி கடந்தபோது தலையாரியிடம் மூர்த்தி கேட்டான்.

“ஏங்க தலையாரி . . . அத்தையை மாமா ஏன் விலக்கி வச்சுட்டாரு . . . அவரு சோட்டு ஆளாச்சே நீரு . . . உமக்குத் தெரிந்திருக்குமோ?”

“கேள்விப்பட்டது கொஞ்சங்க . . . ஊகிச்சுக்கிட்டது கொஞ்சம் . . . புருஷன் பொண்ஜாதி உறவு கெட்டுதுன்னா அதுங்காரணத்தே அவங்க ரெண்டு பேரு தவிர வேற யாருக்கும் அறிய முடியாதுங்க . . .! ரொம்ப நுணுக்கமான சங்கதிங்க அது . . .! உம் . . . உங்க மாமா ஏதோ அசலூர்க்குப் போயிட்டு நாலுநாள் கழிச்சுத் திரும்பி வந்திருக்காரு. உங்க அத்தை – அந்த உத்தமிகிட்டே கூழ வாங்கிச் சாப்பிட்ட வாயிங்க இது . . . பொய் சொன்னா நாக்கு அழுவிராதா – மாட்டுக்கார பயகிட்டே ஏதோ சிரிச்சுப் பேசிக்கிட்டுக் கஞ்சி ஊத்தியிருக்காங்க . . . அவ்வளவேதாங்க! நாக்கு மேல பல்லைப் போட்டு ஒரு வார்த்தை பேசலீங்க உங்க மாமா. என்னன்னு ஒரு வார்த்தை கேட்டிருந்தா அந்த உத்தமி மனசு

குளிந்திருக்கும். அதாங்க, அவங்க கடைசியா பக்கத்துப் பக்கத்துல நின்னது. அந்த அம்மா காட்டுக்குப் போறப்பகூட அவங்க முகத்தை அவரு பார்க்க வரல்ல . . .”

அந்த அத்தை மனசுக்குள் வந்து நின்றாள். அடுப்பங்கரையை விட்டு வெளியே வந்திராத அத்தை – இரைந்து ஒரு வார்த்தைப் பேசியிராத அத்தை – எப்போது என்னைக் கண்டாலும், தோசை யின் நடுவில் பொடியைச் சக்கரவட்டாகத் தடவி எண்ணெய் சொதசொதக்கத் தந்து, ‘வளர்ற பிள்ளை, தின்னுடா’ என்று திணிக்கிற அத்தை – என்ன, ஏது என்று தெரியாமலேயே வெந்து வெந்து குமைந்து குமைந்து செத்துப் போன அத்தை – இருட்டிய பிறகு கோயிலுக்கு வந்து மாலை மாலையாகக் கண்ணீர்விட்டுச் சென்ற அத்தை – அவளுக்குப் பிறந்த ஒரு பிள்ளையை – தனபாலைக்கூட மாமாவே வைத்துக்கொண்டார்.

மாமாவின் வீடு தூரப் பார்வையில் தெரிகிறது. ஆள் உயர வீட்டு மதில் சுவர். சாதாரணமாகக் காம்பவுண்டு சுவர் இடுப்பளவு தான் இருக்கும். மாமா, ஓர் ஆள் உயரத்துக்குக் கட்டினார். எதிலும் வித்தியாசமாய் இருக்க வேணடும் அவருக்கு. ஆள் உயர காம்ப வுண்டு சுவரே, ஒரு கோட்டையின் தோற்றத்தைக் கொண்டிருக்க ஊர்க்காரர் அதைக் கோட்டை வீடு என்றார்கள். வீடும் கூட மாமாவைப் போலவே கம்பீரத்தின் மறு உருவம்.

இந்தக் கோட்டைச் சுவர் ஏற்கனவே இற்றுவிழத் தொடங்கி யிருந்தது. அடிக்கிற இந்தப் பேய் மழையில் சுத்தமாகச் சுவடு தெரியாமல் இடிந்து விழும் என்கிற எண்ணத்தைத் தோற்றுவித்தது. நூறு பேர் தாராளமாக உட்கார்ந்து சாப்பிடத்தக்க முன் ஹாலை மூடிக் கூரை விழுந்திருந்தது. நட்டு வைத்த மரங்கள் மட்டுமின்றி தான் தோன்றிச் செடிகளும், புதர்களும், மரங்களுமாய், மனிதர் வாழும் வீடாகவே தோன்றாமல் அடித்தன.

இரண்டாம் கட்டுத் தாண்டி இடது கை அறையில், ஒரு அழுக்கு மூட்டையைப் போல மாமா படுத்திருந்தார். அந்தச் சிங்கம் போன்ற ஆகிருதி எங்கே? கர்ஜனை எங்கே? காலம், குரூரமாக என்னைப் பார்த்துச் சிரித்தது.

கைக்கு அடங்காத அந்தக் கொத்து மீசை, எலிவால் போல் சிறுத்திருந்தது. ரங்கூன் தேக்கு மாதிரி பளபளத்த அவர் மார்பும், கடைசல் பண்ணியது மாதிரியான கரணை கரணையான கைகளும், தோளும் எங்கே போயின? தீ எரிந்த வீடு மாதிரி கரிபடர்ந்து போயி ருந்தது அவர் முகம். வீடு சரியுமுன்னே அவர் சரிந்துவிட்டிருந்தார்.

“ஆரு?” என்றார் மாமா.

“நான்தான் மாமா மூர்த்தி”

அவர் சிரமப்பட்டு எழுந்து உட்கார்ந்தார். அதற்குள் மூச்சு இறைப்பு ஏற்பட்டு விட்டது.

“நான் சாகிறதுக்கு முன்னால என் முகத்தைப் பார்த்துடலாம்னு வந்தியா?”

“.....” சில விநாடிகளுக்குப் பிறகு அவரே தொடர்ந்தார்:

“என்னியவிட ரோஷக்காரண்டா நீ.”

கைவிளக்கு வெளிச்சத்தில் அவர் சிரிப்பது தெரிந்தது. மேலும் கீழும் முன் பற்கள் விழுந்திருந்தன. சிரித்தவாறு, என்னை விழுங்கிவிடுவது மாதிரிப் பார்த்தார்.

“நல்லா வளர்ந்திருக்கே, முகத்துல எங்கடா மீசையைக் காணோம்? நம்ம சாதிக்கு மீசை வேணும்டா, மீசைக்கு மருவாதி தர்ற மாதிரி மான ரோஷம் வேணும்டா, அப்பதான் நீ என் மச்சினன்... இல்லாட்டி நீ ஆரு, நான் ஆரு?”

இருமல் தொடர்ந்து வந்தது. முடிந்ததும் “இப்ப எங்க வந்தே” என்றார்.

“சும்மா உங்களைப் பார்க்க.”

“நீ வந்திருக்கக்கூடாது. பத்து வருஷமா என்னைப் பாக்காமே, ரோஷம் கொண்டாடிட்டு இப்ப வந்தது நல்லாயில்லையே... நான் செத்தப்புறம் நீ வந்திருந்தேன்னா நான் பெருமைப்பட்டிருப்பேன்.”

மாமா பழைய மாமாவாகத்தான் இருந்தார். உடம்பு போயிருந்தது அவருக்கு. உரம் போகவில்லையே.

“என் மவனைப் பாரு. அந்தத் தனபாலு! அவன் பெண்டாட்டியை நான் ஏதோ சொன்னேன்னு கோவிச்சுக்கிட்டுப் போனானே, இன்னும் என் திக்குப் பக்கம் திரும்பலையே... அவன் இல்லே என் மவன்...” என்றார்.

“எங்க அஞ்சலையைக் காணோம்.”

“சமையக்காரியா? இந்த மழையில எங்க ஒடுங்கிக் கிடக்கிறாளோ, நாலு நாளா ஆளையேக் காணோம்.”

“அப்போ நாலு நாளா சாப்பாடு?”

மாமா சிரித்தார். “மனுஷன் சோத்தாலயா வாழறான். அத்தை விடு” என்றார்.

“நான் வீட்டுக்குப் போயி சாப்பாடு கொண்டாரட்டுமா மாமா?”

“வேணாம். நான் எப்படி வாழ்ந்தேனோ அப்படியேதான் சாகணும்... இரந்து திங்கறதா? சீச்சீ...”

மாமா வீட்டில் ஏழெட்டுப் பசுக்கள். கால் மாற்றிக் கால் மாற்றி நின்று பாலைப் பொழிந்தன. காவேரிப் பாசனத்தில், மார்பைத் திறந்து வஞ்சமின்றிப் பாலூட்டும் தாய் மாதிரி. ஒன்றுக்கு நூறாய்த் திருப்பித் தரும் நஞ்சைகள் இருந்தன. மாமாவைப் போலவே அவர் பையன் தனபாலும் தயாராகிக்கொண்டிருந்தான்.

156 பிரபஞ்சன்

மூர்த்தி மேற்படிப்புக்காகச் சென்னை வந்திருந்தான். வீட்டுக் காரியங்கள் பார்க்க என்று தூரத்துச் சொந்தத்தில் குப்புசாமியை அழைத்து வீட்டோடு வைத்துக்கொண்டிருந்தார் மாமா.

"சாப்பாட்டுக்கே கஷ்டம்டா... சரி, நம்மோடு இருக்கட்டு மேன்னு இட்டாந்துட்டேன்" என்றார் மாமா மூர்த்தியிடம்.

வாழைக் குருத்து மாதிரி இருந்தான் குப்புசாமி. மூர்த்தியைவிட நாலைந்து வயசு சின்னவனாக இருக்கக்கூடும். இருபது இருக்குமா? இருக்கும். கன்னங்கரேலென்று, பொம்மென்று தலையும், கழுத்தைச் சுற்றி முடிகயிறும், பனியனும், தோல்மேல் ஒரு பச்சை டவலும், காக்காய்ப் பொன் மாதிரி வெள்ளைச் சிரிப்பு.

"எப்போ பட்டணம் போறே...?"

"நாளைக்குக் காலைலே..."

"ஒழுங்கா படி. நம்ம சாதியில பெரிய படிப்பு படிக்கிறவன் நீ... சுமதிக்கு நல்ல தோதா இடம் பாத்துட்டிருக்கேன்... கூடி வந்ததும் கடுதாசி போடறேன். வயசு பொருத்தம் இல்லையேன்னு பாக்கிறேன்... அவளுக்கும் உனக்கும் எட்டுப் பத்து வித்தியாசம் இருக்கு... இல்லேன்னா அவளை உனக்கே கொடுத்துடுவேன்."

சுமதி காபி கொண்டு வந்தாள் – ஒரு பெரிய சொம்பில். டவுனில் நாலு பேர் சாப்பிடுகிற காபியை என் ஒருவனுக்குக் கொண்டு வந்தாள்.

"ஆச்சரியமா இருக்கு மாமா."

"எது?"

"இந்தப் பொண்ணுங்களுக்குக் கல்யாணம்'னா உடனே ஒரு களை வந்து சேர்ந்துடுதே... எப்படி இது...?"

"சீ, போ மாமா."

ஒரு பெரிய முயல் குட்டியைப் போல் அவள் ஓடினாள்.

"இரேன், மத்தியானம் கோழி அடிக்கச் சொல்றேன்."

"இருக்கட்டும் மாமா."

ஒரு விடுமுறையின்போது மாலை வேளையில் மூர்த்தி மாமா வீட்டுக்கு வந்தான்.

மாடப் பிறையில் காமாட்சி விளக்கு எரிந்துகொண்டிருந்தது.

"மாமா!" குரல் கொடுத்தவாறே உள்ளே போனான்.

தோட்டத்துக் கிணற்றோரம், கொடுக்காப்புளி மரத்தண்டை, கரட்டைக் கோல் கொண்டு காய் அறுத்துக்கொண்டிருந்தான் குப்புசாமி. அருகில் சுமதி நின்று கொண்டிருந்தாள். அவளை ஒட்டிக்கொண்டு – அவர்கள் ஏதோ சிரிப்பில், தம்மை மறந்து, சூழ்நிலை மறந்து நின்றுகொண்டிருந்தார்கள்.

சித்தன் போக்கு

"வாங்க மாமா" என்று திடுக்கிட்டு, வெளிறிப்போய் அழைத்தாள் சுமதி. குப்புசாமி, ஒதுங்கி மரத்து நிழலில் ஒண்டி நின்றான்.

"அப்பா இல்லியா?"

"ஏதோ விவகாரம்'னு அம்மன் கோவில் வரைக்கும் போயிருக்காங்க."

"சரி, நான் அப்புறம் வரேன்."

மூர்த்தி கிளம்பினான்.

"இருங்க... காபி சாப்பிட்டுப் போவலாம்."

இருங்கள் என்று அவள் சொன்னாலும், இருக்கத் தோன்றவில்லை மூர்த்திக்கு. "அப்புறமா வர்றேன்" என்று கிளம்பினான்.

சுமதிக்கும் அந்தக் குப்புசாமிக்கும் ஊடே இருந்தது வெறும் நட்பு இல்லை என்று மனசு சொன்னது. அது வேறு வகைப்பட்ட சினேகம். மனித குலத்தைச் சங்கிலியாக, கண்ணியமாகப் பிணைத்திருக்கும் உறவு அது. மனிதரைக் குடும்பமாக, சமூகமாக மாற்றுகிற அடிப்படை உந்துதல். அது காதல் என்கிற பரவசம்.

குப்புசாமியும் சுமதியும் அப்படி இருப்பது என்று தீர்மானித்தால், அதில் என்ன தவறு? இது அவர்கள் உரிமை. வேறு எவரும் தலையிட முடியாத சுதந்திரம்.

மாமாவை நினைக்கையில் பயமாய் இருந்தது. நல்லபடியாக இது முடிய வேண்டுமே என்று இருந்தது மூர்த்திக்கு.

இந்த விஷயங்கள் எல்லாம் பாசி மாதிரி பரவும். தண்ணீர் மாதிரி நிலத்தில் உறையும். காற்று மாதிரி நாலு திக்கையும் அணைக்கும். குப்புசாமியோ சுமதியோ இருவரில் ஒருவருக்குப் பொது அறிவு இருந்திருக்க வேண்டும். அடிப்படைக் கோளாறே அதுதான். மூர்த்திக்கு ஊரிலிருந்து யாரேனும் கடிதம் எழுதுவார்கள்.

ஓர் இரவு, தெரு நாய்களை விழிக்க வைத்துக்கொண்டு சைக்கிளில் பின் பக்கம் சுமதியை ஏற்றி உட்கார வைத்துக்கொண்டு குப்புசாமி புது வாழ்க்கையை நோக்கிப் போயிருக்கிறான். கிராமங்களில் ஐந்து மைல் சுற்றளவுக்கு யார் வீட்டுப் பெண், பையன் அது என்று எல்லோருக்குமே தெரியும் என்பது கிராமத்துப் பையனான குப்புசாமிக்கே தெரியாமல் போனதுதான் விந்தை. அடுத்த ஊர் எல்லையிலேயே மடக்கப்பட்டார்களாம் இருவரும்.

அடுத்த விடுமுறையில் வந்திருந்தபோது மூர்த்தி தனபாலனைக் கேட்டான்.

"தனபால், மாமாவை விடு. அவர் போன தலைமுறை. நாமெல்லாம் இளைஞர்கள். சாதி, குலம் எல்லாம் நாம் பார்க்கலாமா?"

"மூர்த்தி, நீ படிச்சவன். பட்டணம் பக்கம் போயிடுவே. இந்த ஊரோடையும், சனத்தோடையும் நான்தாம்பா வாழ வேண்டியவன். கடைத் தெருவிலே நான் தலை நிமிர்ந்து நடக்க வேணாமா?

என் முதுகுக்குப் பின்னால விரல் நீண்டா, அது யாரோட விரலா இருந்தாலும் அதை முறிச்சுப் போட்டாத்தானே நான் ஆம்பிளை?"

"இப்போ சுமதி எங்க இருக்கா?"

அவன் குரூரமாக என்னைப் பார்த்துச் சிரித்துக்கொண்டே சொன்னான். "கொள்ளிடம் அத்தை வீட்டுல இருக்கா..."

"குப்புசாமி?"

"ஆண்டவன் வீட்டுக்கு அனுப்பி வச்சாச்சு."

"அடப்பாவி" என்று மட்டும்தான் சொல்ல முடிந்தது மூர்த்தியால்! அப்புறம் அந்தச் செய்தியை அவனே கேட்க நேர்ந்தது.

கொள்ளிடம் அத்தை வீட்டில் சுமதி இருந்தது உண்மை. ஒருநாள் மாமாவும் தனபாலும் அத்தை வீட்டுக்குப் போய் இருக்கிறார்கள். இரவு சுமதியைக் கொள்ளிடக் கரைக்கு அழைத்துக் கொண்டு போய் அண்ணன் அவள் கைகளைப் பிடித்துக் கொள்ள அப்பன் அவள் மேல் பெட்ரோலை ஊற்றி இருக்கிறான். அவள் கொளுத்தப்பட்டாள். உடம்பைக் கொள்ளிடம் கொண்டுவிட்டது.

மூர்த்தி மாமாவைப் பார்க்கவும் பிடிக்காமல் அவரைத் துறந்தான்.

"தலையாரி அண்ணே, அந்தக் குப்புசாமி என்ன ஆனான்?"

"எந்தக் குப்பு... அடடே, அந்த ஒண்ட வந்த பயலா? உன் மாமா மவளைச் சிறையெடுத்தவனா?"

"ஆமா!"

"சூளையில் எரிஞ்சே செத்தான்!"

குப்பென்று உடம்பு சுட்டது மூர்த்திக்கு.

"இப்படியுமா ஜனங்க இருப்பாங்க..."

"இருக்காங்களே தம்பி. என்ன பண்ண?"

தெருத் திருப்பத்தில் அவர்கள் பிரிந்தார்கள்.

"நாளை காலைலே மாமா வீட்டுப் பக்கம் வாங்க" என்றான் மூர்த்தி.

விடியவில்லை. கதவு தட்டும் சப்தம். கதவைத் திறந்தான் மூர்த்தி. மழை விட்டிருக்கவில்லை.

"தம்பி, மாமா போயிட்டாரு" என்றார் தலையாரி.

∎

சிக்கன் பிரியாணியும் சீதேவி படமும்

சிக்கன் பிரியாணியும்
சீதேவி படமும்
சிக்கன் பரியாணியும்
சீதேவி படமும்

கதவு தட்டப்படுவதைக் கேட்டுப் புரண்டுபடுத்தான் நாகராஜன். தம் அறைக் கதவுதானா என்று நிதானிக்க மேலும் இரண்டு நிமிடங்களை எடுத்துக்கொண்டான். வெளியிலிருந்து அண்ணே... அண்ணே" என்கிற குரல். கண்கள் மூடியிருந்தாலும் ஜன்னல் வழி வந்த வெளிச்சம் இமை விளிம்பு களை ஊசியாய்க் குத்தியது. சிரமப்பட்டுக் கண்ணைத் திறந்து, ஒரு சின்னத் தவளைக் குட்டி மாதிரி சுவரில் இருந்த கடிகாரத்தைப் பார்த்தான். ஒன்பதாகப் பத்து நிமிடம் இருந்தது.

'சை. இன்னும் பொழுதே விடியல்லே. அதுக்குள்ளாற வந்துட்டானுங்களே பேமானிப் பசங்க –' என்று மனசுக்குள் வசை புரண்டது.

முந்தின இரவு நீண்ட நேரம் விழித்திருந்தது, தண்ணீர் கலக்காது பச்சையாகச் சாப்பிட்டிருந்த மால்ட் விஸ்கி, இரண்டும் தலையை இடித்துக்கொண்டிருப்பதை உணர்ந்தான் ... கண்ணைத் திறந்தால் இடி, எரிச்சல்.

தயங்கித் தயங்கி ஒரு விரல் முட்டி கதவைத் தட்டிக்கொண்டே யிருந்தது. இனி தூங்க முடியாது. சிரமப்பட்டு எழுந்து உட்கார்ந் தான். மண்டை இடித்துக்கொண்டேயிருந்தது. எழுந்து நின்றான். நழுவிய கைலியைக் கட்டிக் கொண்டான். மேசை டிராயருக்குள் கை விட்டுத் துழாவி ஒரு 'கால் பாட்டிலை' எடுத்தான். இந்தக் காலை நேர தலையிடிக்கென்றே முந்தின இரவில் சேமித்து வைத்திருந்த விஸ்கி. 'ஊனுக்கு ஊன்' என்பது அன்று கண்ணப்ப நாயனார், காளத்தி நாதரைச் சாட்சியாக வைத்துக் கண்டுபிடித் திருந்த மருத்துவ மரபு. விஷத்துக்கு விஷம். விஸ்கிக்கு விஸ்கி. பானம் பாதரஸம் போல இளஞ்சூட்டோடு உள்ளிறங்கியதும்தான் கால் தரையில் பரவி நின்றது. இடியும் விலகியது.

கதவைத் திறந்தான் நாகராஜன்.

ஓர் அழுக்கு மூட்டை. நானூறு மைலுக்கு அப்பாலிருந்து வந்திருக்கிற அழுக்கு. ரயிலழுக்கு. ஒரு கிராமத்து அழுக்கு. கையில், சாயம் போன மஞ்சள் நிறக் கல்யாணப் பையை வைத்துக்கொண்டு, பயமும், அசட்டுத்தனமும் கலந்த சிரிப்புச் சிரித்தது.

ஆளை நிதானிக்க முயன்றான் நாகராஜன்.

பேரு மண்ணாங்கட்டிங்க, அண்ணன் தொகுதிக்காரங்க, அண்ணன் இல்லீங்களா? போனவாட்டி வந்தப்போ அண்ணன் கூட உங்களைப் பாத்திருக்கேங்க ...'

பனி விலகியது நாகராஜனுக்கு.

அழுக்கல்ல. முன்னால் நிற்பது அதிர்ஷ்ட தேவதை! ஏதோ ஒரு வேலை விஷயமாகப் போன முறை அண்ணனிடம், இதே மாதிரி ஒரு காலை நேரத்தில் வந்த தேவதை. அண்ணன், 'கொஞ்சம் செலவு ஆகும்' என்று சொல்லியிருந்ததும், 'பணத்தோட வர்றேங்க' என்று இது எழுந்து போனதும் அவன் மூளை அவனுக்குத் தெளிவாக எடுத்துச் சொல்லியது.

மகிழ்ச்சியோடு நாகராஜன், 'வாங்க மண்ணாங்கட்டி, வாங்க, உள்ளே வாங்க ...' என்று வரவேற்று அழைத்துச் சென்றான். 'உட்காருங்க' என்று ஒரு நாற்காலியைக் காட்டினான்.

மண்ணாங்கட்டி உட்கார்ந்தான். படுக்கையில் சாய்ந்து கொண்ட நாகராஜன் ஒரு சிகரெட்டைப் பற்றவைத்துக்கொண்டு சொன்னான்.

"அண்ணன் உங்களைக் கேட்டுக்கிட்டேயிருந்தாரு. எங்கே மண் ணாங்கட்டியைக் காணோம், மண்ணாங்கட்டியைக் காணோம்னு."

“கேட்டாருங்களா.”

“ஆமா. தெனம் ரெண்டு வாட்டி கேப்பாரு. தொகுதி மக்கள் ஆச்சே. ஓட்டு போடற தெய்வங்களாச்சே. உங்களை மறந்துட முடியுமா?”

மண்ணாங்கட்டிக்கு மயக்கம் வராத குறை. இம்மாம் பெரிய ஊரில், இம்மாம் பெரிய இடத்தில், இம்மாம் பெரிய மனிதர் தன் பெயரை ஒரு நாளைக்கு ரெண்டு வாட்டி சொல்வதென்றால்? மண்ணாங்கட்டி சிரித்தான். ஒரு மிகப் பெரிய சிரிப்பு அது. அத்தனை பற்களையும், நாக்கையும், உள் நாக்கையும் காட்டி. ஆனால் சப்தமில்லாமல் சிரித்தான்.

“அண்ணன் இல்லீங்களா?”

“இல்லை. இப்பத்தான் ‘பெரியவரோட’ பலகாரம் சாப்பிடப் போனாரு. பெரியவருக்கு நம்ம அண்ணனை ஒரு நாளைக்கு நாலு முறையாவது பார்க்காமே இருக்க முடியாது. தலை வெடிச் சுடும். தம்பி வரல்லையா, தம்பி வரல்லையான்னு கேட்டுக்கிட்டு இருப்பாரு. ஆனா பாருங்க! நீங்க நம்புவீங்களோ, மாட்டீங்களோ, போறப்போ ஒரு வார்த்தை சொன்னாரு. ஊருலேந்து நம்ம மனுஷங்க யாராவது வருவாங்க. வந்தா கவனி. நான் இல்லேன்னா என்னா, நானும் நீயும் ஒன்னுதானேன்னுட்டுப் போனாரு.’

மண்ணாங்கட்டி நெகிழ்ந்துபோனான்.

“ஊருல பாப்பாகூட சொல்லுச்சிங்க. அண்ணனைப் பார்த்தா வழி பொறக்கும்னு?”

“பாப்பாவா?”

“என் தங்கச்சிங்க! என் ஒடன்பொறப்பு, என் மவ. எல்லாம் அதுதாங்க. சக்திக்கு மீறி பெரிய இடத்துலதான் கெட்டி வச்சேன். பையன் சரியில்லே. வாழாவெட்டியா வீட்டுக்கு வந்துடுச்சி. நல்லவேளையா எஸ்.எஸ்.எல்.சி படிக்க வச்சுட்டேன். டைப்பு, சுருக்கெழுத்து எல்லாம் தெரியுங்க. அதுக்குத்தான் நீங்களும் அண்ணனும் மனசு வச்சி ஒரு வேலை வாங்கி குடுத்திட்டுங்கன்னா அது வாழ்ந்துடுங்க. வாழ வேண்டிய பொண்ணை ஊட்டுல ஒக்காத்தி வச்சுக்கிட்டு சோறு தொண்டையில இறங்கலீங்க. அண்ணன் சொல்லியிருந்தாங்க. கொஞ்சம் செலவாகுண்டா மண்ணாங்கட்டி. ஏதாவது புரட்டிக்கிட்டு வந்துடு, நிச்சயமா வேலையை வாங்கிடலாம்னாங்க. நம்ம பூர்வீக சொத்துன்னு கொஞ்சம் நெலம் இருக்குங்க. பாப்பாவுக்கு இல்லாமே வேறு எதுக்குன்னு அதை அடமானம் வச்சு, பணம் கொண்டாந்திருக் கேங்க . . . நீங்களும் அண்ணனும் மனசு வச்சு . . .”

“செஞ்சுடலாம் . . . வேலை முடிஞ்சுதுன்னே வச்சுக்குங்க . . . அண்ணன் மத்தியானம் கோட்டைக்கு வந்துடுவாரு . . . நாம அண்ணனை அங்கயே பார்த்துடலாம் . . .”

நிம்மதியோடு "சரிங்க" என்றான் மண்ணாங்கட்டி.

நாகராஜன் மணியைப் பார்த்தான். ஒன்பது நாற்பதாகியிருந்தது. லேசாகப் பசிக்கத் தொடங்கியிருந்தது. எழுந்து மேசை விரிப்புக்குக் கீழே இருந்த ஒரு சீட்டை எடுத்தான்.

"நீங்க டீ சாப்பிட்டீங்களா"

"இல்லீங்க."

"கீழே ஓட்டல் இருக்கு. போய் சாப்டுட்டு என் பேரைச் சொல்லி ஒரு ஸ்டிராங் கப் டீ அனுப்பச் சொல்லுங்க. அப்படியே பக்கத்திலேயே லாண்டரிக் கடை, இந்தச் சீட்டைக் கொடுத்தீங் கன்னா துணி தருவான். வாங்கிட்டு வந்துடுங்க"

மண்ணாங்கட்டி பலமாகத் தலையாட்டிவிட்டு சீட்டை எடுத்துக்கொண்டு போனான்.

நாகராஜனுக்கு மனசுக்குள் குறுகுறுத்தது. என்ன ஒரு அதிர்ஷ்ட நாள் இது என்று பொங்கியது. தலை இடி, சோர்வு எல்லாம் பறந்துபோயிருந்தன. அனுபவித்துச் சாப்பிடலாமே. விஸ்கி, சிக்கன் பிரியாணி, கார் சவாரி . . . ஸ்வாகத் ஓட்டல் மல்லிகைப்பூ . . .

பையன் டீ கொண்டு வந்தான்.

டீயைக் குடித்து முடிக்கையில் மண்ணாங்கட்டி துணியோடு வந்தான்.

"நான் குளிச்சுட்டு வந்துடறேன் . . . அப்புறம் நீங்க குளிக்கலாம்."

"ஆவட்டுங்க"

ஒரு சிகரெட்டைப் புகைத்துக்கொண்டு குளியல் அறைக்குள் நுழைந்தான் நாகராஜன்.

தனியாக விடப்பட்ட மண்ணாங்கட்டி மிக மகிழ்ச்சியில் இருந்தான். இந்த நாகராஜ் அண்ணன்தான் எவ்வளவு இயல்பாக டீ குடிக்கிறியா, என்றல்லவா கேட்டார்?

குளித்து முடித்து வெளிவந்த நாகராஜன், அந்த லாண்டரி வேட்டியைக் கட்டும்போது மண்ணாங்கட்டி வியந்துபோனான். இது என்ன வெள்ளை? சுண்ணாம்பு வெள்ளையைக் காட்டிலும் வெள்ளையாக அல்லவா இருக்கிறது, பாம்புத்தோல் போன்று சுருண்டு சுருண்டு நெளிந்து அந்த டெரிகாட்டன் வேட்டி கோழி இறகு போன்ற மினுமினுப்பு. தவிர்க்க முடியாமல் தன் வேட்டி யோடு ஒப்பிட்டுப் பார்த்து வெட்கப்பட்டுக்கொண்டான்.

'மாற்றுக்குக் கட்டிக்க ஒரு வேட்டி கொண்டாறாமே வந்துட் டேனே. என் புத்தியைச் செருப்பாலே அடிக்கணும்?' என நொந்துகொண்டான்.

அதிவெள்ளைச் சட்டையும் வேட்டியுமாக முன்னால் நாகராஜ னும் அழுக்குச் சட்டையும் வேட்டியுமாகப் பின்னால் மண்ணாங் கட்டியும் கீழே இறங்கினார்கள்.

அந்தப் பெட்டிக் கடையில் ரெண்டு பாக்கெட் கோல்ட் பிளேக் சிகரெட்டும் ரெண்டு தீப்பெட்டியும் வாங்கிட்டு வாங்க. அதுக்குள்ளே நான் ஒரு டாக்சி ஏற்பாடு பண்றேன்' என்று மண்ணாங்கட்டியை அனுப்பி வைத்த நாகராஜனை உரசிக் கொண்டு நின்றது ஒரு டாக்சி.

"வணக்கண்ணே" என்றான் டிரைவர்.

"டேவிட்டா . . . உன்னைத்தான் எதிர்பார்த்தேன். எங்கே சவாரியா போயிட்டுயோன்னு நினைச்சேன்."

"மாமூல் டூர்தானே அண்ணே."

"உம்"

"முதல்ல பெட்ரோலுக்கு ஒரு நூறு ரூபாய் தட்டிருங்கண்ணே."

சிகரெட்டோடு வந்த மண்ணாங்கட்டியிடம், "டாக்சி புக் பண்ணியாச்சு. ஒரு இருநூறு ரூபாய் கொடுங்க அவருகிட்டே . . ." என்றவாறு டாக்சியில் ஏறி உட்கார்ந்தான் நாகராஜன். முன்னால் ஏறப்போன மண்ணாங்கட்டியைத் தடுத்துத் தன் பக்கத்தில் உட்காரவைத்துக்கொண்டான்.

மண்ணாங்கட்டி மஞ்சள் பையிலிருந்து ஒரு பேப்பர் பொட்டலத்தை எடுத்தான்.

"புளி சாதமா"

வெட்கத்தோடு சிரித்துக்கொண்டே மண்ணாங்கட்டி 'பணங்க' என்றான். பொட்டலம் நறநறவென்று பிரிந்தது. பச்சைப் பச்சையாக நூறும், ஐம்பதும், பத்தும், ஐந்துமாக நோட்டுகள் குறுகிக்கிடந்தன. இரண்டு நூறை எடுத்து டிரைவரிடம் கொடுத்தான் மண்ணாங் கட்டி. டிரைவர் 'சாமி' என்று முனகிக்கொண்டு ஸ்டீரிங்கைத் தொட்டுக் கும்பிட்டுவிட்டு வண்டியைக் கிளப்பினான். டிரைவ் இன்னில் நெய்த் தோசையைச் சட்னியில் புரட்டிக்கொண்டு நாகராஜன் சொன்னான்.

"கோட்டைக்குப் போறோம். அண்ணன் வருவாங்க – பார்த்துப் பேசிட்டீங்கன்னா விஷயம் முடிஞ்ச மாதிரிதான்."

"செய்யுங்க . . . உங்களுக்குப் புண்ணியமா போவும், அண்ணே. .! தண்ணி காணாத செடியாட்டம் அந்தப் பொட்டைப்புள்ளை வாடி வதங்கி வாசல்லே உட்கார்ந்திருக்கிறத பாத்தா வயிறு எறியுதுங்க – வேலை கிடைச்சா அதும் வாழ்வுக்கு உத்தரவாதமா யிடும் . . . நாம எப்படியோ கையும், காலும் வச்சு புளச்சுக்கிடலாம்."

சாப்பிட்டு முடித்ததும் மண்ணாங்கட்டி சொன்னான்.

"நாம கேக்காமயே கெட்டிச் சட்னி தரானே."

வண்டி ஜெமினியைத் தொட்டுத் திரும்பியது. மைல் நீளத்துக்கு வைத்திருந்த சினிமாப் போஸ்டர்களைப் பார்த்தான் நாகராஜன். ஸ்ரீதேவி ரொம்பத் தாராளமாகத் தெரிந்தாள்.

“டேவிட், சீதேவி படம் தமிழா, தெலுங்கா?”

“தெலுங்குதாண்ணே. நம்ம படத்துலதான் அந்த அம்மா போத்திக்கிட்டு போத்திக்கிட்டு வருவாங்களே.”

“நைட்ஷோக்கு டிக்கெட் கிடைக்குமா?”

“நமக்கில்லாமையா?”

“நம்ம ஊருக்கு ‘பதினாறு வயதினிலே’ வந்துருக்கண்ணே” என்றான் மண்ணாங்கட்டி.

ப்ச்! என்றான் டேவிட்.

நாகராஜன் மண்ணாங்கட்டியிடம் சொன்னான்.

“ஒரு ஆயிரம் ரூபாயைத் தனியா எடுத்து எங்கிட்டே கொடுத்துடுங்க. நாலு பேரை பாக்க வேண்டியிருக்கும்...”

மண்ணாங்கட்டி மீண்டும் அந்தப் பொட்டலத்தை எடுத்து நறநறவென்று பிரித்து ஆயிரத்தை எடுத்து பக்தியோடு நாகராஜனிடம் கொடுத்தான். வாங்கி உள் சட்டைப் பையில் வைத்தான் நாகராஜன்.

கோட்டைக்குள் நுழைகையில் மண்ணாங்கட்டிக்கு உடம்பு சில்லிட்டது. மேனி முழுதும் ஒரு புளகாங்கிதம் பரவிற்று. தன் வாழ்க்கையிலும் தன்னால் கோட்டைக்குள் ஒரு காரில் உட்கார்ந்து நுழைய முடியும் என்று நம்பியவன் அல்லவே அவன்.

காரைவிட்டுக் கீழே இறங்கி நின்றதும் கால்கூடக் கூசியது. முதல் அமைச்சர் முதலான மந்திரிகளும், பெரிய பெரிய அதிகாரிகளும், எம்.எல்.ஏக்களும் நடக்கிற அந்தப் புண்ணிய பூமியில் நின்றதுமே தன் பாப்பாவுக்கு வேலை கிடைத்து விட்டது என்றே நம்பினான் அவன். கண்ணில் நீரே கோர்த்துக்கொண்டது.

‘வாங்க’ என்று மண்ணாங்கட்டியை அழைத்துக்கொண்டு உள்ளே போனான் நாகராஜன். அந்த நீள வராந்தாவில் உலவிய பெருமக்களைக் கண்டு வாய் அடைத்துவிட்டது மண்ணாங்கட்டிக்கு. என்ன மாதிரி வெள்ளை வேட்டிகள், சட்டைகள். எந்தத் தறிகாரன் நெய்தது இந்தத் துணிகள். ஒரு தும்பு தூசி இருக்குமா இதில்? பெரிய மனிதர்கள் என்றால் இவர்கள் அல்லவா? பின்னே என்ன? முதலமைச்சரோடு சமமாக உட்கார்ந்து பேசுகிறவர்கள் இப்படித்தானே இருக்க வேண்டும்?

எதிர்ப்பட்ட சிலர் நாகராஜனோடு நின்று பேசினார்கள். சிலரை, நாகராஜனே மறித்து நின்று பேசினான். கொஞ்சம் தள்ளிக் கைகட்டிக் கொண்டு நின்றிருந்த மண்ணாங்கட்டியைச் சுட்டிக் காட்டிப் பேசினான். மண்ணாங்கட்டிக்கு வயிற்றில் பால்வார்த்த மாதிரி இருந்தது. எவ்வளவு அக்கறையோடு இந்த அண்ணன் பாப்பாவுக்காகப் பேசுகிறது என்று நெகிழ்ந்தான். நாகராஜனோடு நின்று பேசியவர்கள் திரும்பி இவனைப் பார்க்கும்

போதெல்லம், இயன்றவரை தன் முகத்தை வருத்தத்தோடு வைத்துக் கொண்டு அவர்களைப் பார்த்துக் கும்பிட்டான். 'சாமி துரை! எங்க வீட்டுப் பாப்பாவுக்கு ஒரு வேலை போட்டுக் கொடுத்தீங் கன்னா என் தோலாலே உங்களுக்குச் செருப்பு தச்சிப் போட்டுடு வேன்' என்று சொல்லாமல் சொன்னான் மண்ணாங்கட்டி. அவர் களும் அவனைப் புரிந்துகொண்டார்கள் என்றே நம்பினான் அவன்.

மதியம் ரெண்டு மணிக்குத்தான் அண்ணன் கோட்டைக்கு வந்தார். மண்ணாங்கட்டியைப் பார்த்ததும், 'அடடே நீயா ...' என்றார். தன்னைப் பார்த்ததும் அடையாளம் கண்டுகொண்ட அண்ணனின் பெருந்தன்மையை நினைத்து நெகிழ்ந்தான். கும்பிட்டான். கும்பிட்ட கையோடு கை அவிழாமல் நின்றிருந்தான் மண்ணாங்கட்டி.

"உன் தங்கச்சி விஷயமா பெரியவங்க கிட்டே இன்னிக்கு காலைலே பேசினேன் ... உம் ..."

"மண்ணாங்கட்டி" என்று எடுத்துக்கொடுத்தான் நாகராஜன்.

"தெரியுமே ... மறந்தா போயிடுவேன் ... பெரியவங்களும் ஆகட்டும், பாக்கலாம்னு சொல்லிட்டாங்க ... இந்தச் சின்ன பூதங்கள்தான் மறிச்சுக்கிட்டு நிக்குது. அதை நான் பாத்துக்கறேன்."

"அண்ணே நீங்கதான் ..." என்று பேசமுடியாமல் கண்களில் தாரை தாரையாகக் கண்ணீர் வழிய நின்றான் மண்ணாங்கட்டி.

"ச்சூ ... ச்சூ ... அழாதே ...! எல்லா விவரங்களையும் நாகராஜ் கிட்டே கொடுத்துடு ... இந்தா நாகராஜ் இவருகிட்டே எல்லா 'பர்ட்டிகுலர்சை'யும் வாங்கிட்டு, ஸ்டேஷனுக்கு போயி நீயே வண்டி யேத்தி விடு ..." என்றார் அண்ணன் மிக அன்பான தொனியில்.

"நீங்க சொன்னதைக் கொண்டு வந்திருக்கேங்க" என்று ரகசியம் போல மெல்லிய குரலில் சொன்னான் மண்ணாங்கட்டி.

"இந்தச் சனியன்களையெல்லாம் நான் கண்ணாலையும் பார்க்கிறதில்லை. கையாலயும் தொடறதில்லை. எல்லாம் இந்த நாகராஜ் பாத்துக்குவான் – நான் பெரியவங்களைப் பார்க்கணும் வரட்டுமா ... கவலையில்லாமே போங்க மண்ணாங்கட்டி. நான் பாத்துக்கறேன் ..." என்று சொல்லி அன்போடு மண்ணாங்கட்டியின் தோளில் தட்டிவிட்டு அவசரமாக வெளியேறினார் அண்ணன்.

மதியம் ஒரு பிரமாண்டமான ஓட்டலில் முக்கியமான நபர்கள் இவர்கள்! என்று ரகசியமாக மண்ணாங்கட்டிக்குச் சொல்லி மூன்று பேருக்கு விருந்து கொடுத்தான் நாகராஜன்.

அந்தச் சர்வர்களின் நாசுக்கான நடை, உடை, பாவனைகளைப் பார்த்தே பசி தீர்ந்துவிட்டது மண்ணாங்கட்டிக்கு. சர்வர்கள் என்றால் தொடைக்கு மேல் வேஷ்டியை வழித்துக் கொண்டல்லவா இருக்க வேண்டும். கிளாசுகளில், ஓசை படாமல் பாட்டிலைச் சாய்த்து பானங்களை நிரப்பும் நேர்த்திதான் என்ன, குனிந்து

குனிந்து மகாராஜாவுக்கு முன்னால் நிற்கிற சேவகர்கள் மாதிரி அவர்கள் காட்டும் பாவனைதான் என்ன?

தன்னையே ஒரு பெரிய மனிதராக முதல் முறையாக உணர்ந் தான் மண்ணாங்கட்டி. ஒரு தர்மப் பிரபுவைப் போல, ‘சாப்பிடுபவர் கள் என் பணத்தில் சாப்பிடுகிறார்கள்’ என்று களிகூர்ந்து வேடிக்கைப் பார்த்துக்கொண்டிருந்தான். விதவிதமான உணவுப் பொருள்கள் தட்டுகளில் வந்தமர்வதும் மறைவதும் மிக ஆச்சர்ய மாய் இருந்தன.

கிட்டத்தட்ட தொள்ளாயிரத்தைத் தொடும் பில், ஒரு புத்தகம் போல் மூடி வந்தது. பசியாறியவர்கள் ஆச்சரியத்துடன் பார்க்க அந்த மஞ்சள் பை பழங்காகிதப் பொட்டலத்தைப் பிரித்தான் சந்தோஷத்துடன் மண்ணாங்கட்டி.

வண்டி புறப்படத் தயாராயிற்று.

“அண்ணே! உங்களைத்தான் தெய்வமா நம்பறேன். பெத்தவங் களையும் விழுங்கிட்டு, புருஷனையும் விட்டுட்டு அந்தப் பொட்டப் புள்ளைக்கு நீங்க தான் மனம் இறங்கணும்... அதுக்கு ஒரு வேலை வைக்கணும்...” என்றவன், நாகராஜனே திடுக்கிட அவன் காலில் விழுந்தான். ஒரு சிறு கும்பல் கூடிவிட்டது. சாட்டையால் யாரோ அடித்தது மாதிரி இருந்தது நாகராஜனுக்கு.

‘ஐயையே’ என்ன இது? ஒன்றும் கவலைப்படாமே ஊருக்குப் போங்க... நான் பாத்துக்கறேன்...’ என்று வண்டியேற்றிவிட்டான் நாகராஜன். வண்டி புறப்படும் வரை கூப்பிய கையும் அழுத கண்ணுமாக இருந்தான் மண்ணாங்கட்டி.

“டிக்கெட் கிடைச்சுடுச்சு”

“நமக்கில்லாமையா?” என்றான் டேவிட்.

‘இரு, சிகரெட் வாங்கி வந்துடறேன்’ என்று கடையை நோக்கி நடந்தான் நாகராஜன். பையிலிருந்த பணத்தை எடுத்தான். ஈரத்தால் நோட்டு பிசுபிசுத்தது. மண்ணாங்கட்டியின் அழுத முகம் நினைவில் வந்தது. கண்ணீரா அது? என்று தோன்றியது. இல்லை, வியர்வை. அவன் காலில் விழுந்தபோது ஏற்பட்ட ‘சொரேல்’ என்கிற உணர்வு மீண்டும் தோன்றியது.

“எப்படியாவது மண்ணாங்கட்டியின் தங்கைக்கு வேலை வாங்கிக் கொடுத்துவிட வேண்டும்” என்று முதல் முறையாக நினைத்தான் நாகராஜன்.

■

விட்டு விடுதலை ஆகி...

விட்டு விடுதலை ஆகி...
விட்டு விடுதலை ஆகி...
விட்டு விடுதலை ஆகி...
விட்டு விடுதலை ஆகி...

பனை ஓலையில் மழை பெய்தது மாதிரி, கடந்த அறுபத்தைந்து நிமிஷங்களாகப் புரொபஸர் பேசிக்கொண்டிருந்தார்.

சங்கர் தன் கைக்கடிகாரத்தைத் திருப்பிப் பார்த்தான். 11 – 20. காலை ஆறு மணி அளவில் எழுந்தவன் ஆறரைக்குள் குளித்துவிட்டான். பத்து மணிக்குப் பல்கலைக் கழக வகுப்பறைக்கு வந்துவிட்டான். பத்தேகாலுக்கு இந்தக் கூட்டம் ஆரம்பித்திருந்தது. சுமார் அறுபத்தைந்து நிமிஷங்களாகப் புரொபஸர் பேசிக்கொண்டிருக்கிறார். கடந்த இரண்டரை ஆண்டுகாலமாக அவர் எதைப் பேசிக்கொண்டிருந்தாரோ, அதையேதான் இன்னும் தொடர்ந்து பேசிக் கொண்டிருந்தார்.

"... மாணவர்கள் தங்கள் ஆய்வில் இன்னும் கூடுதலாகச் சிரத்தை எடுத்துக் கொள்ள வேண்டும். அசிரத்தை உதவாது. அது உங்கள் ஆய்வின் முடிவுகளைப் பலவீனப்படுத்திவிடும்.

உங்கள் ஆய்வுக்கு நீங்கள் காட்டும் ஆதாரங்கள் உண்மையில் சரியானவைதானா என்பதை மூலங்களைக்கொண்டு பரிசோதித்துப் பார்த்துக்கொள்ள வேண்டும். சோம்பல் மிகக் கெடுதி பாப்பா ...”

சங்கர் புரொபஸரைக் கொஞ்ச காலமாகவே ஆராய்ந்து கொண்டிருந்தான். இப்போதும் ஆராய்ந்தான். அவர் பிரச்சினை, மாணவர்களின் அசிரத்தை அல்ல. மாணவர்களே அவருடைய பிரச்சினை. அவர்களின் இளமையே அவருடைய பிரச்சினை. டிஜிட்டல் கடிகாரத்து எண் மாதிரி துடிக்கிற மாணவர்களுடைய சுறுசுறுப்புதான் அவரின் பிரச்சினை. அவர்கள் தங்கள் இருபது களில் இருக்க அவர் மட்டும் ஐம்பதில் இருந்ததால், வராண்டாவில் மணிக்கணக்கில் நின்றுகொண்டு அவர்கள் மாணவிகளுடன் எதையோ பேசி உரக்கச் சிரிக்கிறார்கள். அவர் அப்படியெல்லாம் வராண்டாவில் மாணவிகளோடு பேசி இப்படிச் சிரிக்க முடியாது. உரத்து, சந்தோஷமாகச் சிரிப்பது அவர் பதவியின் உயர்வுக்கு ஒவ்வாதது. கேண்டீனுக்கு மாணவிகளுடன் சென்று இந்த மாணவர் கள் செய்வதுபோல, சுடச்சுட வெங்காய பஜ்ஜி சாப்பிட முடியாது. நினைத்தால் தன்னை வந்து பார்க்காமலேகூட மாணவர்கள் காலத்தை ஓட்ட முடியும். வகுப்பை ‘கட்’ அடித்து, மலையாள சினிமாவுக்குப் போக முடியும். ஆகவே, அவர்கள் தங்கள் கடமை தவறுபவர்கள்? நுனிப்புல் மேய்கிறவர்கள்! பொறுப்பற்றவர்கள்! ஊதாரிகள்! சோம்பேறிகள்! சே! என்ன இந்த மாணவர்கள்! அவர்கள் தலையில் இருப்பது போல் கரிய பம்மென்ற தலைமுடி அவருக்கு இல்லை. இளமையிலேயே அவருக்கு வழுக்கை விழுந்து விட்டது. மைதானத்தில் புல் முளைத்தது மாதிரி அங்கொன்றும் இங்கொன்றுமாக வெளுத்த முடி அவருக்கு. என்னதான் இறுக்க மாக, நாகரீகமாக உடை அணிந்தாலும் துருத்திக்கொண்டிருக்கும் வயிற்றை அவரால் மறைக்க முடியாது. வயதாகிவிட்டது. முதுமை, தன் கடமையை முறையாக அவரிடம் செயல்படுத்திவிட்டிருக்கிறது.

ரைட்! புரொபஸரின் பிரச்சினை இதுதான்.

சங்கர் அவர் பேசுவதைப் பார்த்தான். அந்தரத்தில் கையையும் காலையும் விசித்து விசித்து கட்டியும், முகத்தைப் பல கோண லாக்கியும் எதிரே சூனியத்தில் தன்னால் கற்பித்துக் கொள்ளப்பட்ட ‘மாணவனை’ ஹதம் செய்துகொண்டிருந்தார் அவர். அந்த அறை முழுக்க, நாக்குப் பூச்சிகள் மாதிரியும், மரவட்டைகள் மாதிரியும் வளையம் வளையமாக அவர் வார்த்தைகள் அந்தரத்தில் நெளிந்து கொண்டிருப்பதாக அவனுக்குத் தோன்றியது. பல் துலக்காதவரின் சுவாசம்போல, ஏதோ ஒரு கெட்ட வாசனை புகை மாதிரி கொஞ்சம் கொஞ்சமாகப் பரவிப் பரவி அந்த அறையை மூழ்கடிப்ப தாக அவனுக்குப் பட்டது.

திடீரென்று ஓர் உருவகம் அவன் மனசுக்குள் உருவாயிற்று. சட்டை போட்ட மாமியார். மீசை முளைத்த, ஆனால் சுய

ஷவரம் செய்த மாமியார். தொம் தொம்மென்று குதித்துச் சண்டை செய்கிற மாமியார். 'களுக் புளுக்'கென்று தன் ஊளைச்சதை அசைய, குட்டைக் கூந்தல் அவிழ்ந்து புரள கண்ணீர் மூக்கில் வழிய, மூச்சிரைக்கத் தன் மருமகளோடு சண்டை போடும் மாமியார். மருமகளின் கருக்கழியாத இளமையில் பொறாமை கொண்டு தன் மென்று சுவைக்காத இறந்த காலத்தை நினைத்துச் சதா வருந்தி, அதன் விளைவாக நிகழ்காலத்தைச் சபிக்கும் மாமியார் . . . புரொபஸர் மாமியார்.

சங்கர் வாய்விட்டுச் சிரித்தான்.

பேசிக்கொண்டிருந்த புரொபஸர் திடுக்கிட்டுத் தன் பேச்சை நிறுத்தினார். அவனைக் கண்டு கொள்ளாது அவனால் தன் பேருரைக்கு ஒன்றும் இழுக்கு ஏற்பட்டு விடவில்லை என்று மெய்ப்பிக்கும் முயற்சியில், அறுந்து தொங்கிய தன் வாக்கியச் சங்கிலியை அவசர அவசரமாகப் பின்னிக்கொண்டு தன் உரையைத் தொடர்ந்தார்.

"என்னப்பா, கலாட்டாவா?" என்றாள் சுமதி சங்கரிடம்.

சுமதி அவன் பக்கத்தில்தான் உட்கார்ந்திருந்தாள். அவள் அவனின் சக ஆய்வு மாணவி. கடந்த ஆறு மாதங்களாகத்தான், சுமதி சங்கருக்குப் பக்கத்தில் வந்து உட்காரும் தைரியத்தைப் பெற்றிருந்தாள். பகிரங்கமாக, நாலு பேருக்கு முன் பேசுகிற தைரியமும் இந்த ஆறு மாதங்களாகத்தான் அவளுக்கு வந்திருந்தது.

"இல்லை . . . வர வர இதையெல்லாம் சகிக்க முடியவில்லை . . ." என்றான் சங்கர் ரகசியக் குரலில்.

"எதையெல்லாம் . . .?"

"இந்த அழுக்கு மூட்டைகளை . . ."

சுமதி தலையை மேசையை நோக்கிக் கவிழ்ந்துகொண்டு புரொபஸர் பார்க்காத வண்ணம் சிரித்தாள். பிறகு சொன்னாள்.

"பொறுத்தார் பூமி ஆள்வார்."

"என்னை ஏதாவது கெட்ட வார்த்தை சொல்லத் தூண்டாதே . . ."

"ப்ளீஸ் . . . சொல்லுப்பா, சொல்லுப்பா . . ."

11 – 30 என்பது தேனீருக்கான இடைவேளை என விதிக்கப்பட்டிருந்தது. ஆகவே புரொபஸர் ஒருவழியாகப் பேச்சை முடித்தார். முன் பெஞ்சில் உட்கார்ந்திருந்த கண்ணாடி ஷோபனா அவரை நோக்கி ஒரே எட்டில் தாவிச் சென்று, "அற்புதமான பேச்சு சார்." என்றாள் கொஞ்சலாக! மனிதனின் நுண்ணிய பகுதியைத் தொட்டு அடித்து வீழ்த்தும் பலாத்காரமான கொஞ்சல் அது.

"இவளுக்கு இறக்கை மட்டும்தான் இல்லை . . ." என்றாள் சுமதி சங்கரின் விலாவில் இடித்து. "சீக்கிரமே, பி.எச்.டி. பட்டம் பெற்றுவிடுவாள்" என்று தொடர்ந்து அவனிடம் கூறினாள்.

"பிள்ளையும்கூட . . ." என்றான் சங்கர்.

டாய்லெட்டுக்குப் போய் வந்த பிறகுதான் நிம்மதியாக இருந்தது. தொண்டையில் இருந்த முள் எடுக்கப்பட்ட நிம்மதியாய் இருந்தது. உலகத்தை முழுமையாய்ப் பார்க்க முடிந்தது. அப்பப்பா! என்ன உபாதை இது!

வராண்டாவில் டீ கிண்ணத்தை வைத்துக்கொண்டு நின்றிருந் தாள் சுமதி. உறிஞ்சிக்கொண்டே தூரத்து மரங்களை, மரங்களுக்கப் பால் பார்த்துக் கொண்டிருந்தாள் அவள். வகுப்பறையில் மாணவி கள் அவரவர் இடத்தில் இருந்தவாறே டீக் குடித்துக்கொண்டிருந் தார்கள். புரொபஸர் இருந்தால் அவர்கள் அவரைப் பார்த்தபடி இருப்பார்கள். கவனிக்கிறார்களா என்பது வேறு விஷயம். முகத்தைப் புரொபசருக்குக் கொடுத்துவிட வேண்டும். அது முக்கியம். மனசை எங்கு வேண்டுமானாலும் சஞ்சாரம் செய்ய வைக்கலாம். புரொப ஸர் இல்லையென்றால் தங்களுக்குள் பேசிக்கொண்டிருப்பார்கள். ஒரு தனி ஜாதி சூரியகாந்திகள்.

ஒரு டீக் கிண்ணத்தோடு சங்கர் அவள் பக்கத்தில் வந்து நின்றான்.

"லெக்சர் முடிஞ்சதும் முடியாததுமா எங்கே ஓடினே . . .?" என்றாள் சுமதி.

"டாய்லெட்டுக்குப் போனேன். அவசரம்."

"நீ போகல்லையா . . ." என்றான் சங்கர்.

"தூ . . . இது ஒரு பேச்சுன்னு பேசறையே நீ . . . வெக்கமாயில்லே?"

"இதுல வெட்கப்பட என்ன இருக்கு . . .? எனக்குப் புரியலையே . . ."

"காலையில் ஆறு மணிக்கு நான் படுக்கையைவிட்டு எழுந்திருச் சேன். உடனே குளிச்சுட்டேன். ஓட்டலல்ல சாப்பிட்டுட்டு, பஸ்ஸைப் பிடிச்சு யுனிவர்சிட்டிக்குப் பத்து மணிக்கு வந்துட்டேன். இடை வேளை பதினொன்றரை மணிக்குத்தான் நான் 'யூரின்' போனேன். இடையில் ரொம்பக் கஷ்டப்பட்டுட்டேன் தெரியுமா? அடக்கி வைக்கிறது தப்பு இல்லையா? ஆண் உடம்பு மாதிரிதானே உங்க உடம்பும். நீங்க மட்டும் ஏன் 'பிரியா' இருக்க மாட்டேங்கறீங்க? இயற்கையான உபாதைதானே இது? இதைப் போய் எதுக்குத் தடுக்க முயற்சி பண்றீங்க."

"இதைத் தடுக்கிற முயற்சியிலே எதைக் காப்பாத்த முயற்சி பண்றீங்க? டீ டைம் என்கிறது டீ குடிக்கிறதுக்கு மட்டும்தானா? இந்த மாதிரி உபாதைகளுக்கு விடுதலை கொடுக்கவும்தானே?

போக வேண்டியதுதானே? என்ன தயக்கம்? பொய் சொல்லத் தயங்க வேண்டியதுதான். திருட, விபச்சாரம் பண்ணத் தயங்க வேண்டியதுதான். இதுக்குக் கூடவா தயக்கம்? பல் விளக்கற மாதிரிதானே இது?"

"அது . . . வந்து . . ." என்று தடுமாறினாள், பிஎச்.டி. செய்கிற சுமதி. எங்கிருந்தோ ஒரு வெட்கம் திடீரென்று வந்து அவள் முகத்தில் உட்கார்ந்துகொண்டது.

"லுக். இப்படி இருக்கிறதுக்குத்தான் நீங்க வெட்கப்படணும். எதுக்கெல்லாம் வெட்கப்படக்கூடாதோ அதுக்கெல்லாம்தான் வெட்கப்படறீங்க! எது எதுக்குப் பயப்படக்கூடாதோ அதுக்கெல் லாம் பயந்து சாகறீங்க . . ."

"பயம்னா சொல்றே?"

"நிச்சயமா, பயம்தான் காரணம். நீங்க இன்னும் உடம்பாலேயே வாழறீங்க. இருபத்து நாலு மணிநேரமும் உடம்பையே நினைச்சுக் கிட்டு இருக்கீங்க. உங்களை அறியாமலேயே உங்கள் கை மார்புத் துணியை இழுத்து இழுத்து மூடிக்கிட்டே இருக்கு. மேசை மேலே கையை ஊன்றி ஒரு நிமிஷம் உங்களாலே நிம்மதியா உட்கார முடியறதில்லை. உங்க பக்கவாட்டு உடம்பை எவனாவது பாத்துக் கிட்டு இருப்பான்னு நீங்க நினைக்கறீங்க. அதனாலேயே உங்களை யும் நீங்க அசிங்கப்படுத்திக்கிறீங்க. எங்களையும் அசிங்கப்படுத் துறீங்க . . . வெறும் உடம்பா நாம்? இல்லை நம்ம சிந்தனைகள் நாம் . . ."

கோப்பையில் மிஞ்சியிருந்த டீயைக் குடித்து முடித்துக் கைப்பிடிச் சுவரின் மேல் வைத்தான் சங்கர்.

"டீயைக் குடி. ஆறிடும் . . . டீ ஆறினா உனக்குப் பிடிக்காதே . . . சூடு இல்லேன்னா சொல்லு. வேற டீ வாங்கியாறேன் . . ." என்றான் அவளிடம். அந்தக் குரலில் தொனித்த பரிவு அவளைத் தொட்டது.

"வேணாம் . . . சூடு இருக்கு . . ." என்றவள் அவனைப் பார்த்தவாறே அதைப் பருகி முடித்தாள்.

"என்ன பாக்கறே?"

"ஒண்ணும் இல்லை."

அதைக்கேட்டு அவன் சிரித்தான்.

'இந்தச் சிரிப்புத்தானே அவன் உயிர்? எல்லோரும் சிரிப்பதாக நினைத்துக் கொண்டு பல்லைத்தானே காட்டுகிறார்கள். பச்சைப் பற்களை, மஞ்சள் பற்களை, கறை ஏறிய பற்களை, கோரைப் பற்களை, புரொபஸர் மாதிரி காமப் பற்களை. இவன் சிரிப்பு இருதயத்தில் இருந்தல்லவா வருகிறது. உன் சிரிப்புக்குக் கைகள் உண்டா சங்கர்? அது என் அப்பாவைப் போல என் தலையைத் தடவிக் கொடுக்கிறதே? ஒரு குழந்தையின் பிஞ்சுக் கைகளாய்க்

கன்னத்தைக் கிள்ளுகிறதே? உன் சிரிப்பு கைகளை விரித்து என்னைத் தழுவிக்கொண்டு விடுகிறதே? சிரிப்புக்குக் கூடக் கைகள் இருக்குமா சங்கர்?'

'என்ன பேசாமயே நிக்கிற சுமதி...?'
என்ன சொல்வது இவனிடம்?

"ஒன்றுமில்லை. உன் சிரிப்பை அப்படியே கண்ணாடிச் சட்டம் போட்டு வச்சுக்கணும்ணு தோணுது இந்த நிமிஷத்துல..."

அவன் மீண்டும் சிரித்தான். சிரித்துக்கொண்டேயிருந்தான்.

புரொபஸர் அவர் அறையில் தேனீர் அருந்திவிட்டு முகத்தைக் கழுவிப் பவுடர் போட்டுக்கொண்டு திரும்பிக்கொண்டிருந்தார். அந்தக் கரிய முகத்தில் அவசரம் அவசரமாகப் பூசப் பெற்ற பவுடர் முகத்தோடு ஒட்டாமல் பூசணிக்காய் வெள்ளை மாதிரி துருத்திக்கொண்டிருந்தது. சரியாகச் சங்கர் சிரித்துக்கொண்டிருந்த அந்தக் கணத்தில் அவர்களைக் கடந்த அவர் முகம் சட்டெனச் சுருங்கியது.

ஓர் இளைஞனும் யுவதியும் பேசிச் சிரிப்பதன் அர்த்தம் பூட்டி வைத்திருக்கும் படுக்கை அறையின் சாவியை அவர்கள் தேடிக்கொண்டிருக்கிறார்கள் என்பதே! அப்படித்தான் அவருக்குச் சொல்லிக் கொடுக்கப்பட்டிருந்தது. அது வேறு விதமாய் இருக்க முடியாது. இன்று சிரிப்பார்கள். நாளை படுத்துக்கொள்வார்கள். கற்பு, பண்பாடு எதுவும் இல்லாதவர்கள்! நடந்துகொண்டிருந்தவர் திரும்பி சுமதியிடம், "சாயங்காலம் என்னை என் அறையில் வந்து பார்" என்று சொல்லிவிட்டுப் போனார்.

அதிர்ச்சிக்குள்ளாகி நின்றாள் சுமதி.

"எனக்குப் பயமாய் இருக்கு சங்கர்."

"என்னத்துக்குப் பயம்? ஒரு புரொபஸர் அவரோட மாணவியை அறைக்கு வரச் சொல்றது என்ன தப்பு?"

"அவர் முகம் சரியில்லை... அதான்."

"நீயா கற்பனை பண்ணிக்காதே – நீ நினைக்கிறது தப்பாக்கூட இருக்கலாம்..."

"நீயும் வாயேன், ப்ளீஸ்!"

"நான் வரமாட்டேன்... பெண்கள் எல்லாத்துக்கும் ஆண் களோட துணையை நாடக்கூடாது... குழந்தைக்குக்கூட நடை வண்டி கொஞ்ச காலந்தான்... என்ன நடந்துடப் போறது... மிஞ்சிப்போனா...?"

"மிஞ்சிப் போனா...?"

"உனக்கு டாக்டர் பட்டம் தாமதமா கிடைக்கும். அவ்வளவு தான்..."

சித்தன் போக்கு

சுமதிக்கு, அவன் அப்படி விட்டேற்றியாகப் பேசியது மனசுக் குள் கொஞ்சம் வருத்தமாகத்தான் இருந்தது.

"என்மேல் உனக்கு அக்கறையே இல்லை . . ."

"அப்படி இல்லை சுமதி. எப்பவும் உனக்கு நிழலாவே நான் இருக்க முடியாது. உனக்கு நேருவதை நீதான் எதிர்கொள்ளணும் . . . யார்தான் யாரை என்ன பண்ணிட முடியும்? அவர் இசகு பிசகா நடந்தாலும், நீ கறாரா பேசி அதைத் தடுத்திடலாம். மிஞ்சிப் போனா, உன் உடம்பு பலமும், மனசோட பலமும் உன்னைக் காப்பாத்தும். பெண்கள் ஆண்களுக்கு நிகரான பலம் உள்ளவங்க தான். உங்க பலத்தை நீங்களே உணர்றதில்லை. அதுதான் உங்க ளோடு பிரச்னை . . . யானை தன் பலத்தை உணர்ந்தா பிச்சை எடுக்குமா . . .?"

சுமதி புரொபஸரின் அறையில் ஒரு பூனை மாதிரி நுழைந்தாள். பெரியோர்களின் அறைக்குள் அப்படித்தான் நுழையவேண்டும். ஆரவாரத்துடன் நுழையக் கூடாது.

வயசான அறை, எல்லா இடங்களுக்கும், எல்லாப் பொருள் களுக்கும், எல்லா ஆண் பெண்களுக்கும் பிரத்யேகமான வாசனை கள் இருக்கும். அந்த அறைக்கும் ஒரு வாசனை இருந்தது. ஒரு பழைய மேசைக்குப் பின்னால் புரொபஸரின் நாற்காலி. பல படிக்கட்டுகளைக் கடந்து வந்தால் மட்டுமே அமரத் தகுதி உள்ள நாற்காலி. அதன் முதுகில் ஒரு சின்ன டவல் மடித்துப் போடப் பட்டிருந்தது. மேலுறைப் போடப்படாத அம்மேசையின் முகத்தில் ஏராளமான பெயர்க் கிறுக்கல்கள் ஆபாசமாக இருந்தன. செங்கற் களின் அளவில் தடிமன் தடிமனான புத்தகங்கள் அடையாளக் காகிதங்களோடு ஓர் ஓரமாய் இரைந்து கிடந்தன.

மேசைக்கு முன்னால் இருந்த ஒரு ஒற்றை நாற்காலியில் அவள் அமர்ந்தாள். நாற்காலியின் ஒரு கால் ஊனம் போலும். இந்தப் பல்கலைக் கழகத்தில் இருக்கிற எல்லாப் பொருள்களுமே ஏன் ஊனமாகவே இருக்கின்றன? நாற்காலி இலேசாக ஆடியது. சமாளித்துக்கொண்டு அமர்ந்தாள். இடது கைப்பக்கம் ஒரு பெரிய ஜன்னல். பார்வையில் ஒரு தூங்கு மூஞ்சி மரம் தெரிந்தது. மனித மனம்தான் எவ்வளவு வக்ரமானது? சிவனே என்று அது பாட்டுக்கு இருக்கிற ஒரு மரத்துக்குத் 'தூங்கு மூஞ்சி மரம்' என்று பெயரை வைத்த மனிதன் ஒரு அரக்கனாகத்தான் இருக்க முடியும்.

புரொபஸர் நாற்காலிக்குப் பின்பக்கவாட்டில், ஒரு வாஷ் பேசி னும் சுவரில் புதைத்த கண்ணாடியும் இருந்தன. கண்ணாடியைப் பார்த்ததும் ஓர் அனிச்சைச் செயலாகச் சுமதி எழுந்து தன் முகத்தைப் பார்த்துக்கொண்டாள். கழுத்தை அசைத்து இப்படியும் அப்படியு மாகத் தன் முகத்தைப் பார்த்துக்கொண்டாள். தான் அழகிதான், அதில் சந்தேகமில்லை என்று தோன்றியது அவளுக்கு. கண்கள், மூக்கு, வாய் முதலானவை இருந்த இடத்தில் பத்திரமாக இருந்தன.

சுமதி மீண்டும் வந்து தன் நாற்காலியில் அமர்ந்துகொண்டாள். கண்ணாடி பார்க்கும்போதெல்லாம் அவன் நினைவு அவளுக்கு வரத் தவறுவதில்லை.

சில மாதங்களுக்கு முன் நடந்தது. கடைத் தெருப் பக்கமாகப் போய்க் கொண்டிருந்தார்கள் சங்கரும் சுமதியும். சங்கர் பேனா வாங்க ஒரு கடைக்குள் நுழைந்தான். கடைக்காரர் கொடுத்த பேனாவை இங்க் பாட்டிலில் நுழைத்து எழுதிப்பார்த்தான். சங்கரின் கையெழுத்து அவளுக்கு மிகவும் பிடிக்கும். தன் பெயரின் முதல் ஆங்கில எழுத்தை அவன் போடும் விதம் ஒரு சித்திரம் போல் இருக்கும். ஒரு கொக்கு தன் ஒரு காலைத் தரையில் ஊன்றி இன்னொரு காலை மடக்கிக்கொண்டு நிற்பது மாதிரி அந்த 'எஸ்' தோற்றமளிக்கும். அப்போதும் அந்தக் கொக்கைப் பார்க்கும் ஆசையில் அவன் கையெழுத்தை எட்டிப் பார்த்தாள். அவன் கொக்கு வரைந்திருந்தான். ஆனால் சங்கர் என்று எழுதாமல், சுமதி என்று எழுதியிருந்தான் . . .

புரொபஸர் அறைக்குள் நுழைந்ததைப் பார்த்ததும் சுமதி எழுந்து நின்றாள்.

"உட்கார் . . . உட்கார்" என்று அவள் தோளைப் பிடித்து அழுத்தி உட்கார வைத்துவிட்டுத் தன் நாற்காலிக்குப் போய் அமர்ந்தார் அவர்.

சுமதி கூசிப் போனாள். புரொபஸர் எப்போதும் இப்படித்தான். தொட்டுத் தொட்டுத்தான் பேசுவார். அதில் தப்பில்லை. அது அவர் சுபாவமாகக்கூட இருக்கும். தவிர, அப்பா மாதிரி வயதானவர். தொட்டால் தப்பு இல்லைதான். ஏனோ தொட்டுத் தொட்டுப் பேசுவதை அவள் விரும்பவில்லை. அதைச் சொல்லவும் முடியவில்லை. அது அவர் சுபாவமாக இருக்கும் பட்சத்தில் பையன்களையும் தொட்டுத்தானே பேச வேண்டும்? அவர் பையன்களைத் தொடுவதில்லை.

"அப்புறம் . . . ஆய்வு எல்லாம் எப்படி நடக்குது . . .?"

"நல்லா போய்க்கிட்டிருக்கு சார் . . ."

"ஏதேனும் பிரச்னை இருந்தா உடனே என்னை வந்து பார்க்கணும் நீ . . ."

"வர்றேன் சார் . . ."

"தினம் சாயங்காலம் ஓய்வாத்தான் இருப்பேன் . . . நீ எப்ப வேணும்னாலும் வரலாம் . . ."

"சரி சார் . . ."

"சொல்றே . . . ஆனா, என்னைப் பார்க்க நீ வர்றதே இல்லை . . ."

புரொபஸர் சிரித்தார். அந்த மஞ்சள் பற்கள் அவளுக்கு அச்சம் ஊட்டின. பிறகு அவரே தொடர்ந்தார்.

"கொடைக்கானல்லே ஒரு கருத்தரங்கம். நீ கட்டுரை படிக்கனும்... வரியா?"

சுமதி யோசிக்க வேண்டி இருந்தது.

"என்ன யோசிக்கிறே..." என்றவாறு எழுந்த புரொபஸர், அவள் அருகில் வந்து நின்றுகொண்டார். சுமதியும் எழுந்து நின்றாள்.

"ரெண்டு நாள் அங்க தங்க வேண்டியிருக்கும்... போகும்போது நம்ம கார்லேயே நீயும் வரலாம்... என்ன சொல்றே...?" என்றவாறு அவள் தோள் மீது அவர் கைகளை மெதுவாக வைத்தார்.

மேலே இருந்து ஒரு பாறை அவள் மேல் வந்து விழுந்தது மாதிரி இருந்தது. அருவருப்பும் கோபமும் பொங்கியது அவளுக்கு. எவ்வளவு நாளைக்கு இதைத் தாங்க? எவ்வளவு காலத்துக்குப் பெண்கள் பொறுத்துப் பொறுத்துப் போவது? அஞ்சி, ஒடுங்கி, வெட்கப்படக் கூடாததுக்கெல்லாம் வெட்கப்பட்டு, பட வேண்டிய துக்குப் படாது வாழ்வது? யாரைத்தான் யார் என்ன செய்ய முடியும்? யானைகள் தம் பலத்தை எப்போது அறியப் போகின்றன?

"ப்ளீஸ்... என் தோள் மேல் இருக்கிற கையை எடுங்க சார். எனக்கு இது பிடிக்காது – " என்றாள் சுமதி. அவள் குரலில் இருந்த உஷ்ணம் அவரைத் தாக்கி இருக்க வேண்டும். ஓர் அடி தள்ளி நின்றார். செய்த தவறை தவறு என நினைக்காதவர் போல மிக இயல்பாகப் புன்னகை ஒன்றைத் தன் முகத்தில் வருவித்துக்கொள்ள முயன்றார். அம் முயற்சியில் பரிதாபகரமாகத் தோற்று அவசரம் அவசரமாக, "உன் கட்டுரைக்கு என்ன தலைப்பை எடுத்துக்கப் போறே..." என்றார்.

"நான் கொடைக்கானல் வரப் போறதில்லை" என்று அவர் முகத்தை நேராகப் பார்த்துச் சொல்லிவிட்டு விடுவிடுவென நடந்து அறைக் கதவை பட்டென்று அறைந்து சாத்திவிட்டு வெளியேறினாள் சுமதி.

"நீ செஞ்சது ரொம்ப சரி" என்றான் சங்கர்.

பல்கலைக் கழகக் கட்டிடத்துக்கு முன் இருந்த ஒரு மஞ்சள் அரளி மரத்துக்குக் கீழே அவர்கள் இருவரும் உட்கார்ந்திருந்தார்கள்.

"இங்கேயே படுத்துக்கறதுக்கு சௌகரியமான இடமெல்லாம் இருக்கே!

"எதுக்கு கொடைக்கானல்?" என்றான் சங்கர் அவளை பார்த்து.

"உங்களுக்கு இதெல்லாம் ஜோக்கா இருக்கு... ஆனா எனக்குத் தான் பயமா இருக்கு..." மண்ணில் விழுந்திருந்த ஒரு பூவை எடுத்து நோகாமல் துடைத்துவிட்டு முகர்ந்துகொண்டே சொன்னாள் சுமதி.

"எதுக்கு பயம்?"

“புரொபஸர் ரொம்ப கோபமா இருக்கார் ... என்னோட ஆராய்ச்சியை இப்போதைக்கு ‘ஓ. கே’ பண்ண மாட்டார். இன்னும் இரண்டு வருஷம் தள்ளிப் போடுவார். அப்புறம் ...”

“அப்புறம்?”

“அப்பா, ‘நீ படிச்சு கிழிச்சது போதும் ... சும்மா வீட்டுல இருங்கிறார். மாப்பிள்ளை பாத்துக்கிட்டு இருக்கார் ...”

“வாழ்த்துக்கள், நல்ல பையனா, செவப்பா, அடக்க ஒடுக்கமா இருக்கிறவனா ஒரு பேங்க் ஆபீசராப் பார்த்து கல்யாணம் பண்ணிக்க! சாயங்காலம் ஆனா, அவனோட ஸ்கூட்டர்ல அவன் வயத்தை கையால சுத்தி வளைச்சுக்கிட்டு அவன் மேல சரிஞ்சு சாஞ்சுகிட்டு பீச்சில சுத்து. மறக்காமே தகுந்த இடைவெளி விட்டு இரண்டே இரண்டு பெத்து இல்லறத்தை இனிமையாக்கிக் கொள்.”

“விளையாடாதே சங்கர் ... நான் சீரியசா பேசிக்கிட்டிருக் கேன் ... எரிச்சலைத் தூண்டாதே ...” இலேசாகக் கவிந்துகொண் டிருந்த இருட்டிலும் அவள் கண்கள் மின்னின.

“சாரி, சுமதி. இதெல்லாம் எனக்குப் பிரச்னையாவே படலை. எந்தச் சந்தர்ப்பத்திலேயும் நீ தைரியத்தை மட்டும் இழக்கக்கூடாது. பயம்தான் மரணம். புரொபஸர்கிட்டே எப்படித் தைரியமா பேசினியோ, அதே தைரியத்தில்தான் எல்லா விஷயத்தையும் பார்த்துப் புரிஞ்சுக்கணும். அர்த்தமில்லாததுக்கெல்லாம் கூச்சப்படக் கூடாது. சிரிக்கணுமா, சிரிச்சுடு! அழணுமா, அழுதுடு! அறைய ணும்னு தோணுதா? அறைஞ்சுடு. அதுதான் நல்லது ... நீ உன் அப்பாவைப் பத்தி சொன்னே! எல்லா அப்பாவும் அப்பாவாகத் தான் இருப்பாங்க ... நீ உன்னோட முடிவுலே உறுதியா இருந்தா யார்தான் உன்னை என்ன செய்ய முடியும்? எழுந்திரு இருட்டிடுச்சு ...”

எழுந்து நடந்தார்கள்.

“சங்கர்...!”

“என்ன”

அவள் என்னவோ சொல்ல நினைத்துச் சொல்லாமல் நடந்தாள். உதடுகள் மட்டும் துடித்தன. முகம் கோணியது.

“சுமி ... என்ன கஷ்டம் வந்தாலும் தைரியமா எதிர்த்துப் போராடு! தனியா, உன்னால முடியல்லைன்னா, என் போன்ற நண்பர்கள் இருக்காங்க என்கிறதை மறக்காதே ...” என்றவாறு சிரித்தான் அவன்.

அதே இருதயத்திலிருந்து வரும் சிரிப்பு. கண்ணாடிச் சட்டம் போட்டு வைத்துக்கொள்ள வேண்டும் என்று அவள் நினைக்கிற சிரிப்பு.

■

மரி என்கிற ஆட்டுக்குட்டி

மரி என்கிற ஆட்டுக்குட்டி
மரி என்கிற ஆட்டுக்குட்டி
மரி என்கிற ஆட்டுக்குட்டி
மரி என்கிற ஆட்டுக்குட்டி

"தமிழ் சார்... அந்த அற்புத மரிக்கு டி.சி கொடுத்து அனுப்பிடலாம்னு யோசிக்கிறேன்," என்றார் எச்.எம்.

"எந்த அற்புத மரி?!" என்றேன் நான்.

"இந்த ஸ்கூலில் தொள்ளாயிரத்துத் தொண்ணூற்றெட்டு அற்புத மரி இருக்காளா ஓய்? எந்த அற்புத மரிங்கறீர்? அதான் அந்தப் பத்தாம் வகுப்பு அற்புதமரிங்காணும்."

தினத்தாளை மடித்து வைத்துவிட்டு, அந்த அற்புத மரியின் முகத்தை மனசுக்குக் கொண்டு வர முயற்சித்தேன். வந்துவிட்டாள். எப்போதும் சூயிங்கம் மெல்லுகிற, அப்படி மெல்லுவதின் மூலமாக இந்தப் பள்ளிக்கூடம், அதன் ஆசிரியர்கள், மாணவர்கள், மாணவிகள், சட்ட திட்டங்கள், ஒழுங்கு விதிகள் எல்லாவற்றையும் அலட்சியப்படுத்துகிற, 'நான் உங்களையெல்லாம் ஒரு பொருட்

டாகவே நினைக்கிறதில்லை. நீங்களெல்லாம் எனக்கு ப்பூ...' என்கிற முகபாவமும், திமிர்த்தனமும் கொண்ட ஒரு சண்டைக்கார மாணவி என் நினைவுக்கு வந்தாள். எனக்கும் அவள் மாணவிதான்.

"என்னத்துக்கு சார் டி.சி.?"

"என்னத்துக்கா? நீர் இந்த உலகத்தில்தான் இருக்கிறீரா? அவள் உம்ம ஸ்டூட்தானேங்காணும்?"

"ஆமாம். அப்பப்போ இஷ்டப்பட்டால் ஏதோ, எனக்குத் தயவு பண்ணுகிற மாதிரி கிளாசுக்கு வரும் போகும்."

"உம், நீரே சொல்கிறீர் பாரும்," என்றுவிட்டு, இரண்டாள் சேர்ந்து தூக்க வேண்டிய வருகைப் பதிவு ரிஜிஸ்டரையும் இன்னும் இரண்டு மூன்று ஃபைலையும் தூக்கி என் முன் போட்டார்.

"பாரும். நீரே பாரும். போன ஆறு மாச காலத்திலே எண்ணிப் பன்னிரண்டே நாள்தான் ஸ்கூலுக்கு வந்திருக்கிறாள். வீட்டுக்கும் மாசம் ஒரு கடிதம் எழுதிப் போட்டுக்கொண்டுதான் இருக்கேன். ஒரு பூச்சி, புழு இப்படி எட்டிப் பார்த்து அந்தக் கடுதாசி போட்ட கம்மனாட்டி யாருன்னு கேட்டுச்சா? ஊகூம்! சர்த்தா போடா, நீயுமாச்சு உன் கடுதாசியுமாச்சுன்னு இருக்கா அவள். சரி, ஏதாச்சும் மெடிக்கல் சர்டிபிகேட் கேட்டு வாங்கிச் சேர்த்துக்கலாம்னா, வந்தால்ல தேவலாம். நம்ம டி.இ.ஓ. மாதிரியில்லே ஸ்கூலுக்கு இஷ்டப்பட்டால் வருகிறாள். வந்தாலும் ஸ்டூடண்ட் மாதிரியா வர்றாள்? சே... சே... சே என் வாயாலே அதை எப்படிச் சொல்றது? ஒரு பிரெஞ்சு சைக்கிள்ளே கன்னுக்குட்டி மேலே உட்கார்ந்து வர்ற மாதிரி பாண்ட் போட்டுக்கொண்டு வர்றாள். பாண்ட்டுங்காணும்... பாண்ட்! என்ன மாதிரி பாண்ட்டுங்கறீர்? அப்படியே 'சிக்'குன்னு பிடிச்சிக்கிட்டு போட்டோவுக்குச் சட்டம் போட்ட மாதிரி, அதது அப்படி அப்படி தெரியற மாதிரி, திடீர்னு பின் பக்கத்துத் தையல் பட்பட்டுன்னு தெறிச்சுடுமோன்னு நமக்கெல்லாம் பீதியை ஏற்படுத்தற மாதிரி டிரெஸ் பண்ணிட்டு வர்றாள். சட்டை போடறாளே மேலே, என்னத்துக்குங்காணும் இரண்டு பட்டனை அவுத்து விட்டுட்டு வர்றது? அது மேலே சீயான் பாம்பு மாதிரி ஒரு செயின். காத்தாடி வால் மாதிரி அது அங்கிட்டும் இங்கிட்டும் வளைஞ்சு வளைஞ்சு ஆடறது. கூட இத்தினி பசங்க படிக்கிறாங்களேன்னு கொஞ்சமாச்சும் உடம்பிலே வெக்கம் வேணாம்? இந்த இழவெடுத்த ஸ்கூல்லே ஒரு யூனிபார்ம், ஒரு ஒழுங்கு, ஒரு மண்ணாங்கட்டி, ஒரு தெருப் புழுதி ஒன்றும் கிடையாது. எனக்குத் தெரியுங்காணும்... நீர் அதையெல்லாம் ரசிச்சிருப்பீர்!"

"சார்..."

"ஓய் சும்மா இருங்காணும். நாப்பது வருஷம் இதுல குப்பை கொட்டியாச்சு. ஐ நோ ஹியூமன் சைக்காலஜி மிஸ்டர் டமிள்!

தமிழ் சார், எனக்கு மனத் தத்துவம் தெரியும்பா. உமக்கு என்ன வயது?"

"இருபத்தொன்பது சார்!"

"என் சர்வீசே நாற்பது வருஷம்"

"பாண்ட் சட்டை போடக்கூடாதுன்னு விதியொன்றும் நம்ம ஸ்கூல்லே இல்லியே சார்."

"அதுக்காக, அவுத்துப் போட்டுட்டும் போகலாம்னு விதி இருக்கா என்ன? வயது பதினெட்டு ஆகுதுங்காணும் அவளுக்கு! கோட்டடிச்சுக் கோட்டடிச்சு இப்பத்தான் டென்த்துக்கு வந்திருக்கிறாள். எங்க காலத்திலே பதினெட்டு வயசுல இடுப்பிலே ஒண்ணு, தோள்லே ஒண்ணு இருக்கும். போதாக்குறைக்கு மாங்காயைக் கடிச்சிக்கிட்டு இருப்பாளுவ. போனவாட்டி, அதான் போன மாசத்திலே ஒரு நாள் போனாப் போவுதுன்னு நம்ம மேலே இரக்கப்பட்டு ஸ்கூலுக்கு வந்தாளே அவள் அப்போ, ஒரு நாள்லே ஆறு மணி நேரத்தக்குள்ளாற – ஹார்ட்டிலி சிக்ஸ் அவர்ஸ் சார் – என்ன என்ன பண்ணி இருக்காள் தெரியுமா? யாரோ நாலு தடிக்கழுதைங்களோட – பிரண்ட்சாம் – நீங்கள்ளாம் ரொம்ப கௌரவமா சொல்லிப்பேளே பிரண்ட்ஸ் அப்படீன்னு – நாலு தடிக்கழுதைங்களோட ஸ்கூல் வாசல்லே சைக்கிள் மேலே உட்கார்ந்துகொண்டு ஐஸ்க்ரீம் தின்னுட்டு சிரிச்சுப் பேசிட்டு இருந்திருக்கிறாள். நம்ப ஸ்கூல் வாசல்லே நம்ம ஸ்டூடண்ட் இப்படி மிஸ்பிகேவ் பண்ணறாளேன்னு அவகிட்டே போய், 'இப்படியெல்லாம் பண்ணப்படாது அற்புத மரி. உள்ளே வா.' என்று கூப்பிட்டேன். அவள் என்ன சொன்னாள் தெரியுமோ?"

"சொல்லுங்க சார்."

"உங்களுக்கென்ன பொறாமையா இருக்கா சார்ன்னு கேட்டுட்டாள். அந்தப் பசங்க முன்னால வச்சே" மனுஷன் கண்ணாலே ஜலம் விட்டுட்டு என்கிட்டே சொல்லி அழுதார். இந்த ஸ்கூல் காம்பசுக்குள்ளே நடக்கிறதுக்குதான் நீங்க பொறுப்பு. வெளியிலே நடக்கிற விவகாரத்துக்கெல்லாம் நீங்க என்னைக் கட்டுப்படுத்த முடியாது சார்னு மூஞ்சியிலே அடிச்ச மாதிரி சொல்றாள். யாருகிட்டே? இந்த நரசிம்மன் கிட்டே.

எச். எம்.முக்குச் சிவந்த மூக்கு விடைத்தது.

"இந்த அநியாயம் இத்தோடு போகலே, சாயங்காலம், பி.டி. மாஸ்டர்கிட்டே சண்டை போட்டுக்கொண்டாள். அவன் இப்படிப் பண்ணப்படாது, இப்படி வளையணும், இந்த மாதிரி கையை வச்சுக்கணும்னு அவளைத் தொட்டுச் சொல்லிக் கொடுத்திருக்கான். தொட்டவன், எசகு பிசகா எங்கேயோ தொட்டான் போலிருக்கு. இவ என்ன கேட்டிருக்காள் தெரியுமா?"

"என்னைத் தொட்டுப் பேசாதீங்கன்னு சொல்லியிருப்பாள்."

“மனுஷ ஜாதின்னா அப்படித்தானே சொல்லியிருக்கணும்? இவள் என்ன சொன்னாள் தெரியுமா?”

எச்.எம். தலையைக் கையில் தாங்கிப் பிடித்துக்கொண்டார். அவர் முகம் வேர்த்துவிட்டிருந்தது.

“சார் . . . உங்க பொண்டாட்டியோட நீங்க படுக்கறது இல்லையான்னு கேட்டுவிட்டாள் பாவம்! நம்ம பி.டி. பத்மநாபன் லீவு போட்டுவிட்டுப் போய்விட்டான். முடியாதுப்பா முடியாது. நானும் நாலு பெத்தவன். இந்த ராட்சஸ ஜென்மங்களையெல்லாம் வச்சிக் கிட்டு இரத்தக் கொதிப்பை வாங்கிக்கிட்டு அல்லாட முடியாதுப்பா. அந்தக் கழுதையைத் தொலைச்சுத் தலைமுழுகிட வேண்டியதுதான்.”

“இப்போ போய் டி.சி. கொடுத்துட்டால், அவள் எஸ்.எஸ்.எல்.சி எழுத முடியாமல் போயிடும் சார். அவள் வாழ்க்கை வீணாகப் போய்விடும்.”

“அந்தக் கழுதைக்கே அதைப் பத்திக் கவலை இல்லை. உமக்கெதுக்கு?”

நமக்கெதுக்கு என்று என்னால் இருந்துவிட முடியாது. அது என் சுபாவமும் இல்லை. அத்தோடு, அந்த மரி என்கிற ஆட்டுக் குட்டி ஒரு சின்னப் பெண். அப்படி என்ன பெரும் பாவங்களைப் பண்ணிவிட்டாள்? அப்படியேதான் பண்ணியிருக்கட்டுமே, அதற் காக அவளைக் கல்லெறிந்து கொல்ல நான் என்ன அப்பழுக்கற்ற யோக்கியனா?

நான் சுமதியிடம் சொன்னேன். எச்.எம். மாதிரிதான் அவளும் சொன்னாள்.

“உங்களுக்கெதுக்கு இந்த வம்பெல்லாம்? நீங்க சொல்றதைப் பார்த்தால் அது ரொம்ப ராங்கி டைப் மாதிரி தெரியுது. உங்களை யும் தூக்கி எறிஞ்சு ஏதாச்சும் பேசிட்டால்?” என்றாள்.

அவளைச் சம்மதிக்க வைத்து, அவளையும் அழைத்துக்கொண்டு மரி வீட்டுக்கு ஒருநாள் சாயங்காலம் போனேன்.

என் வீட்டுக்கு ரொம்ப தூரத்தில் இல்லை அவள் வீடு. ரயில் நிலையத்துக்கு எதிரே இருந்த வரிசை வீடுகளில் திண்ணை வைத்த, முன்பகுதி ஓடு போட்டு, பின்பகுதி ஒட்டிய பழங்காலத்து வீடு அவளுடையது. விளக்கு வைத்த நேரம். திண்ணை புழுதி படிந்து பெருக்கி வாரப்படாமல் கிடந்தது. உள்ளே விலை மதிப் புள்ள நாற்காலிகள் சோபாக்கள் இருந்தன. ஆனாலும் எந்த ஒழுங்கும் இன்றிக் கல்யாண வீடு மாதிரி இரைந்து கிடந்தன.

“மரி” என்று நான் குரல் கொடுத்தேன். மூன்று முறை அழைத்த பிறகுதான், “யாரு?” என்று ஒரு குரல் உள்ளிருந்து வந்தது. கலைந்த தலையும் தூங்கி எழுந்த உடைச்சுருக்கங்களோடும் சட்டையும் கைலியுமாக வெளிப்பட்டாள் மரி.

என்னைப் பார்த்ததில் ஓர் ஆச்சரியம். வெளிப்படையாக அவள் முகத்தில் தோன்றியது. என் மனைவியைப் பார்த்ததில் அவளுக்கு இரட்டை ஆச்சரியம் இருக்க வேண்டும்.

"வாங்க சார் . . . வாங்க, உட்காருங்க" என்று எங்கள் இருவரையும் பொதுவாக வரவேற்றுவிட்டு நாற்காலிகளை ஒழுங்குபடுத்தினாள். சோபாவில் நானும் சுமதியும் அமர்ந்தோம். எதிரே இருந்த ஒரு நாற்காலியில் அவளை அமரச் சொன்னதும் அமர்ந்தாள்.

"தூக்கத்தைக் கலைச்சுட்டேனாம்மா?" என்றேன்.

"பரவாயில்லே சார்," என்று வெட்கத்தோடு தலையைக் கவிழ்த்துக்கொண்டாள். முகத்தில் விழுந்த முடியை மேலே தள்ளிவிட்டுக்கொண்டாள்.

"நீங்க எப்படி இங்கே . . .?"

"சும்மாத்தான். பீச்சுக்குப் போய்க்கிட்டு இருந்தோம். வழியிலே தான் உங்க வீடு. பார்த்து ரொம்ப நாளாச்சேன்னு நுழைஞ்சிட்டோம். அழையாத விருந்தாளி. உடம்பு சரியில்லையா?"

"தைலம் வாசனை வருதா சார்? லேசாத் தலைவலி. ஏதாச்சும் சாப்பிடறீங்களா சார்?"

"எல்லாம் ஆச்சு. வீட்டிலே யாரும் இல்லையா?"

"வீடா சார் இது?"

"வீடுன்னா அப்பா அம்மா இருக்கணும். அப்பா எப்பவோ போயிட்டாரு. போயிட்டாருன்னா செத்துப் போயிடலே. எங்களை விட்டுவிட்டுப் போயிட்டாரு. அம்மா என்னைச் சுத்தமாக விட்டு விடலை. அப்பப்போ நாங்க சந்திக்கிறோம். சமயங்களிலே இரண்டு நாளுக்கு ஒருமுறை நாங்க பார்த்துக்கொண்டால் அது அதிகம்."

"அவுங்க போக்கு அப்படி. அதனால்தான் இது வீடான்னேன். எனக்கு ஏதோ லாட்ஜிலே தங்கற மாதிரி தோணுது."

எனக்குச் சங்கடமாய் இருந்தது. இரவுகளில் நசுங்கிய அலுமினியப் பாத்திரத்தை எடுத்துக்கொண்டு பிச்சைக்கு வருகிற குழந்தையைப் பார்ப்பது போல இருந்தது.

"சாப்பாடெல்லாம் எப்படியம்மா?"

"பெரும்பாலும் பசி எடுக்கறப்போ எங்க தோணுதோ அங்கே சாப்பிடுவேன். ஓட்டல்லேதான். அம்மா வீட்டிலே தங்கியிருந்தா ஏதாவது செய்வாங்க. அம்மா சமையலைக் காட்டிலும் ஓட்டலே தேவலை. நல்லாயிருக்காதுன்னு சொல்லலை. அம்மான்னு நினைச்சு சாப்பிட முடியலே. பொண்ணுன்னு நினைச்சு அவங்களும் பண்ணலை."

சுமதி என்னை முந்திக் கொண்டுகேட்டாள்.

"உன் அம்மாதானே அவங்க?"

“ஆமாங்க, இப்போ வேறு ஒருத்தரோட அவங்க இருக்காங்க. அவரை எனக்குப் பிடிக்கலை. என்னையும் அவருக்குப் பிடிக்கலை. சரி, அவங்க வாழ்க்கையை அவங்க வாழறாங்க. என் வாழ்க்கையை நான் வாழ்ந்துகொண்டு தீர்க்கிறேன்.”

ஓர் இறுக்கமான மௌனம் எங்கள் மேல் கவிந்தது. நான், சாவி கொடுக்காமல் எப்போதோ நின்றுபோயிருந்த கடிகாரத்தைப் பார்த்துக்கொண்டிருந்தேன்.

“மரி . . . ஸ்கூலுக்கு வந்தால் ஒரு மாறுதலா இருக்குமில்லே?”

“நான் யாருக்காக சார் படிக்கணும்?”

“உனக்காக,”

“ப்ச்!” என்றாள் அவள். இதற்கு மேல் எதுவும் பேசக்கூடாது என்று எனக்குத் தோன்றியது.

“பீச்சுக்குப் போகலாம். வாயேன்.”

“வரட்டுமா சார்?” என்று ஆச்சரியத்துடன் கேட்டாள்.

“வா.”

“இதோ வந்துவிட்டேன் சார்,” என்று துள்ளிக்கொண்டு எழுந்தாள். உள்ளே ஓடினாள்.

நான் சுமதியைப் பார்த்தேன்.

“பாவங்க,” என்றாள் சுமதி.

“யாருதான் பாவம் இல்லை? இந்தப் பெண்ணை விட்டுவிட்டு எங்கேயோ இருக்கிற அந்த அம்மா பாவம் இல்லையா? இத்தோட அப்பா பாவம் இல்லையா? எல்லோருமே ஒரு விதத்திலே பாவம்தான்” என்றேன் நான்.

அப்போதுதான் பூத்த ஒரு பூ மாதிரி. மழையில் நனைந்த சாலை ஓரத்து மரம் மாதிரி. ஓடைக் கூழாங்கல் மாதிரி வெளிப்பட்டாள் மரி. பேண்ட்தான் போட்டிருந்தாள். சட்டையை டக் பண்ணியிருந்தாள். அழகாகவே இருந்தது அந்த உடை. உடம்புக்குச் சௌகரியமானதும் பொருத்தமானதுதானே உடை.

“ஸ்மார்ட்!” என்றேன்.

“தேங்க்யூ சார்,” என்றாள் பரவசமான சிரிப்பில்.

நான் நடுவிலும், இரண்டு புறமும் இருவருமாக நாங்கள் நடந்தே கொஞ்ச தூரத்தில் இருந்த கடற்கரையை அடைந்தோம்.

கடற்கரை சந்தோஷமாக இருந்தது. ஓடிப் பிடித்துக் கல் குதிரைகளின் மேல் உட்கார்ந்து விளையாடும் குழந்தைகள். குழந்தைகள் விளையாட்டைப் பார்த்து ரசிக்கும் பெற்றோர்கள். உலகத்துக்கு ஜீவன் சேர்க்கும் யுவர்களும் யுவதிகளும், கடலைகள் கடல் மணலில் சுகமாக வறுபட்டன.

குழந்தைகள் வாழ்வில் புதிய வர்ணங்களைச் சேர்த்துப் பலூன்கள் பறந்தன. ஸ்டூல் போட்டுப் பட்டாணி சுண்டல் விற்கும் ஐயரிடம் வாங்கிச் சாப்பிட்டோம்.

"கார வடை வாங்கிக் கொடுங்க சார்," என்றாள் மரி. கொடுத்தேன். தின்றாள்.

"மத்தியானம் சாப்பிடல்லே சார். சோம்பேறித்தனமாக இருந்துச்சு. தூங்கிட்டேன்."

"ராத்திரி எங்களோடுதான் நீ சாப்பிடறே" என்றாள் சுமதி.

"இருக்கட்டுங்கக்கா."

"என்ன இருக்கட்டும். நீ வர்றே."

வரும்போது, சுமதியின் விரல்களில் தன் விரல்களைக் கோர்த்துக்கொண்டு சற்றுப் பின் தங்கி மரி பேசிக்கொண்டு வந்தாள். நான் சற்று முன் நடந்தேன்.

சாம்பாரும் கத்தரிக்காய் கறியும்தான். மத்தியானம் வறுத்த நெத்தலிக் கருவாடு இருந்தது.

"தூள்க்கா . . . தூள்! இந்தச் சாம்பாரும் நெத்திலிக் கருவாடும் பயங்கரமான காம்பினேஷங்க்கா," என்றாள் மரி.

மரி இப்போதெல்லாம் காலையும் மாலையும் தவறாமல் எங்கள் வீட்டுக்கு வந்துபோய்க்கொண்டிருந்தாள். காலை இட்லி எங்கள் வீட்டில்தான். வருஷம் 365 நாட்களும் எங்கள் வீட்டில் இட்லி அல்லது தோசைதான். "ஆட்டுக் கல்லை ஒளித்து வைத்துவிட்டால், சுமதிக்கு ஹார்ட் அட்டாக்கே வந்துவிடும் மரி," என்பேன். மரி விழுந்து புரண்டு சிரிப்பாள். சாயங்காலங்களில் எங்கள் வீட்டில்தான் அவள் வாழ்க்கை கழிந்தது. பேண்ட் போட்ட அந்தப்பெண், சிரமப்பட்டுச் சம்மணம் போட்டு உட்கார்ந்து சுமதிக்கு வெங்காயம் நறுக்கித் தருவதைப் பார்க்க வேடிக்கையாக இருந்தது.

"ஏம்மா . . . சைக்கிள்ளே ஊரைச் சுற்றுகிற பெண் நீ. இங்கே இவளுக்கு வெங்காயம் நறுக்கித் தர்றியோ?" என்றேன்.

"இதுதான் சார் த்ரில்லிங்கா இருக்கு. கண்ணிலே நீர் சுரக்கச் சுரக்க வெங்காயம் நறுக்குவது பயங்கரமான எக்ஸ்பீரியன்ஸ்" என்பாள். ஐயோ இந்தப் பயங்கரமே!

"சார், ஒண்ணு சொல்லட்டுமா?"

"ஊகூம். ரெண்டு மூணு சொல்லு."

"சீரியஸாகக் கேட்கிறேன் சார். நான் இங்கே வந்து போறதிலே உங்களுக்குத் தொந்தரவு இல்லையே சார்?"

"சத்தியமாகக் கிடையாது."

கொஞ்ச நேரம் அமைதியாக இருந்துவிட்டு அவள் சொன்னாள்.

"ஏன் சார் ... கெட்டுப் போனவள்னு எல்லோரும் சொல்கிற என்னை எதுக்கு உங்க வீட்டிலே சேர்த்து சோறும் போடறீங்க?"

சிரிப்புத்தான் வந்தது.

"பைத்தியமே! உலகத்திலே யார்தான் கெட்டுப் போனவங்க? யாராலுமே கெட முடியாது, தெரியுமா? மனசுக்குள்ளே நீ கெட்டுப் போனவள்னு நினைக்கிறியாக்கும். அதை விட்டுடு. நீயும் கெட்டவள் இல்லை, உங்க அம்மாவும், அப்பாவும் யாருமே கெட்டவங்க இல்லே."

அவள் சொன்னாள்: "எங்க அம்மாவைப் பழி தீர்க்கணும்னு தான் அப்படியெல்லாம் நடந்துக்கறேன் சார்."

"எனக்குத் தெரியும்." என்றேன்.

பத்து நாள் இருக்குமோ? இருக்கும். ஒருநாள் மரி என்னிடம் கேட்டாள்.

"சார் ... ஏன் நான் ஸ்கூலுக்கு வர்றதே இல்லைன்னு நீங்க கேட்கவில்லை?"

நான் அவள் முகத்தைப் பார்த்தேன். இரண்டு மணிகள் உருண்டு விழத் தயாராய் இருந்தன அவள் கண்களில்.

"என்னை நீங்க கேட்டிருக்கணும் சார். ஏண்டி ஸ்கூலுக்கு வரலைன்னு என்னை அறைஞ்சு கேட்கணும் சார். அப்படி யாரும் என்னைக் கேட்க இல்லேங்கறதுனாலதானே நான் இப்டி விட்டேத்தியா இருக்கேன்? என்மேல் இப்படி யாரும் அன்பு செலுத்தினது இல்லே சார். அன்பு செலுத்துறவங்களுக்குத் தானே அதட்டிக் கேக்கவும் அதிகாரம் இருக்கு?"

"உனக்கே அது தோணனும்னுதானே நான் காத்திருக்கேன். அதனாலே என்ன? ஒன்றும் முழுகிப் போய்விடவில்லை. இன்னைக்குப் புதுசா ஆரம்பிப்போம். இன்னைக்குத்தான் டென்த் கிளாஸ்லே நீ சேர்ந்ததேன்னு வச்சுக்கே. நாளையிலேர்ந்து நாம் ஸ்கூலுக்கு போறோம்" என்றேன்.

மரி முகத்தை மூடிக்கொண்டு விசும்பி விசும்பி அழுதாள்.

■

ருசி
ருசி
ருசி
ருசி
ருசி

ராவுஜி மெஸ்ஸுக்கு இனி சாப்பிடப் போவ தில்லை என்று நான் எடுத்த முடிவை இருளாண்டியாலும் வரதராஜனாலும் புரிந்து கொள்ள முடியவில்லை.

கல்லூரி வாசலுக்கு நேர் எதிரில் ராவுஜி மெஸ். சாப்பாட்டுக்கென்று மதிய வெயிலில் வெந்துகொண்டு நடக்க வேண்டிய அவசிய மில்லை. வகுப்பை விட்டு வெளியே வந்தால் தூங்கு மூஞ்சி மரநிழல். நிழலில் நனைந்து கொண்டே சரியாக மூணு நிமிஷம் நடந்தால் திருவையாறு மெயின் ரோடு. ரோட்டைக் கடக்க மூன்று விநாடி. ராவுஜி மெஸ்ஸில் காலை வைத் தால், தஞ்சாவூர் தாட் இலை விரித்துக்கொண்டு கிடக்கும் வருகிறவனை நோக்கி.

"இன்னாடா சுத்தக் கிறுக்குப் பயலா இருக் கியே... வயிறு பசிச்ச மூணாவது நிமிஷத்துல இலைக்கு முன்னால் உக்காரலாம்... இந்த

மெஸ்ஸை விட்டுட்டு எங்க போகலாங்கிறே... நாலு பர்லாங் தூரமாச்சும் நடக்கணுமே வேற மெஸ்ஸுக்கு” என்றான் இருளாண்டி.

நான் உறுதியாக இருந்ததால் தெற்கலங்கத்தில் இருக்கிற பச்சைமாமி மெஸ்ஸுக்கு நாங்கள் மாற்றிக்கொண்டோம்.

ராவுஜி மெஸ் அப்படி ஒன்றும் மோசமில்லை. உட்காருகிற பந்திப் பாய்முதல் பரிமாறுகிற எவர்சில்வர் பாத்திரங்கள்வரை புத்தம் புதுசாய், குளித்துவிட்டு நிற்கிற குழந்தை மாதிரி பளிச்சென்று தான் இருக்கும். தாராளமாய் விட்டு நறுக்கிய தலை வாழை இலைதான் போடுவார். உடல் சுத்தம் ஓம்புவதில் ராவுஜி ஒரு பூனை மாதிரி. எத்தனை சூடாக எடுத்துப் பரிமாறினாலும் எத்தனை பேருக்குப் பந்தி வைத்தாலும் வியர்வை வழியாத தேகம் அவர். சட்டை அறியாத உடம்பு; முழங்கால்வரை இறக்கிக் கட்டிய கரை போட்ட துண்டு; எப்பவும் நெற்றியில் துலங்கும் நாமம்; நிரந்தரமாகத் தங்கிவிட்ட ‘பாவ’ மற்ற சிரிப்பு. இவரே ராவுஜி. அனைத்துக்கும் மேலாக எனக்குகந்த அசைவ மெஸ் அது. உள்ளங் கையும் விரல்களும் சேர்ந்தாற்போன்ற அகல அகலமான வஞ்சிர, மடவை மீன் வறுவலுக்கு ராவுஜியை விட்டால் தஞ்சைச் சீமையில் தான் வேறு நாதி ஏது? ஒரு வில்லை மீனும் ஒரு துண்டுக் கறியும் இன்றி அது என்ன சோறு?

ராவுஜியிடம் இவைகள் எல்லாம் எனக்குப் பிடித்துத்தான் இருந்தன. எனக்குப் பிடிக்காதவைகளும் அவரிடம் இருந்தன. இலைக்கு முன் உட்கார்ந்து காத்திருந்தால், ஆவி பறக்கும் பெரிய தாம்பாளச் சோற்றுக் குவியலுடன் அடுப்பங்கறையிலிருந்து வருகிற மனிதர், அப்படியே தட்டத்தை இலைமுன் சாய்த்து ஒரு வெட்டு வெட்டுவார். வெடிகுண்டு வைத்துச் சாய்க்கப்பட்ட மண்மலை மாதிரி! சோறு இலையின் நீள அகலத்துக்கு அப்படியே குவிந்து விடும். ராவுஜி சோற்றால் அடித்த மாதிரி ஆவி முகத்தில் அடிக்கும். அந்த ஆவி அடங்குவதற்குள் மூக்கு வைத்த குழம்புக் குண்டானைத் தூக்கிக்கொண்டு வந்துவிடுவார். சாதத்தைத் தொட்டுக் கிளர்த்தி விடுவதற்குள் ஜலதாரை மாதிரி கொடகொடவென்று குழம்பைக் கவிழ்த்துவிட்டுப் போயே போய்விடுவார். இலையைவிட்டு எப்படி யேனும் வழிந்தோடிவிடுவது என்னும் தீர்மானத்தோடு ஓடுகிற குழம்பைப் பிடித்து நிறுத்துகிறபாடு ஒரு பெரும் பாடு. ஒரு வகையாய்க் குழம்பைச் சமாளித்து முடிப்பதற்குள் இரண்டாம் முறை கூட்டுப் பொரியல் தூக்கு வந்துவிடும். நான் கூட்டு பொரி யலைத் தொட்டே இருக்கமாட்டேன். ஆகவே, தூக்கு என்னைக் கடந்துவிடும். சாமர்த்தியசாலிகள் பலர் இலைபோட்டுக் கூட்டு, பொரியல் பரிமாறப்பட்ட நிமிஷத்துக்கும் சாதம் கொட்டப்படும் நிமிஷத்துக்கும் இடைப்பட்ட நேரத்துக்குள் கூட்டுப் பொரியலை வெறும் வாயில் தின்று தீர்த்துவிட்டிருப்பார்கள்.

இவைகள் என்னால் சகிக்க முடியாதவைகள். எனக்கு முகம் பார்த்துப் பரிமாற வேண்டும். காக்கைக்குச் சோறு படைக்கிற அளவில், முதலில் கொஞ்சம் சோறு. அப்புறம் அளவான குழம்பு. வழிந்து ஓடாத குழம்பு. நான் நிதானமாகச் சாப்பிட்டு முடித்தவுடன் மிகக் கொஞ்சம் போலச் சோறு. கட்டாயம் இலைக்குள்ளேயே நிற்கிற அளவில் ரசம். வேண்டும்போது கொஞ்சம் போலப் பெரியல் கூட்டு. எவ்வளவு அழகாக இருக்கும்?

"என்னடா இப்படி முட்டாள்தனமா பேசறே... ராவுஜி உனக்குப் பொண்டாட்டியா? உன் பக்கத்துல உக்கார்ந்து விசிறி வீசிக்கிட்டு உன் சௌகர்யம் பாத்துச் சோறு போடட்டுமா? என்று உபசரிக்க! அவர் நூறு பேத்தைக் கவனிக்க வேண்டாமா?" என்றான் இருளாண்டி.

"கட்டாதுதான்... நாம இடத்தை மாத்திக்குவோமே..."

பச்சை மாமி மெஸ்ஸில் சேர்ந்தோம். மாமிக்கு எப்படி அப்பெயர் வந்தது என்று எனக்குத் தெரியாது. நான் ஊகித்துக் கொண்டது இப்படி. மாமி எப்பவும் பச்சைச் சேலையே உடுத்திக் கொண்டிருந்தாள். பார்க்கும் போதெல்லாம் பச்சையாகவே காட்சி தருவதால் பச்சை மாமி ஆனாள் போலும். உணர்வுப் பூர்வமாக விரும்பி அந்த வண்ணத்தை அவள் தேர்ந்தெடுத்தாளா அல்லது, எதேச்சையாக அப்படி அமைந்தா என்று தெரியவில்லை. பச்சை மாமி என்கிற பெயர்வழக்கு ஏற்பட்டவுடன் வந்துவிட்ட பெயருக்கு ஏற்ப அல்லது பெயரைக் காப்பாற்றிக்கொள்ளப் பச்சையையே தொடர்ந்து அணியத் தொடங்கினாள்.

மாமியின் நிறம் குடகு ஆரஞ்சு. வாய் வார்த்தை அதன் சுளை. மாமா, ஏதோ ஓர் ஓட்டலில் சரக்கு மாஸ்டராக இருந்து விட்டு, 'அவசரமாகப்' போய்விட்டார். மாமா இருக்கும்போதே வேண்டியவர்களுக்கு என்று ஆரம்பித்துச் சமைத்துப் போடுவது மாமாவுக்குப் பிறகு அவளுக்குத் தொழிலாகிவிட்டது. 'கோமளா' என்று பன்னிரெண்டு வயசுப் பெண், தூரத்து உறவுக்காரப் பையன் இவர்களைக் கொண்டு சமாளித்துக்கொண்டு வந்தாள் மாமி.

ரேழியில் செருப்பை விடும்போதே, 'வாங்கோ' என்பாள் மாமி. அனேகமாக முதல் கஸ்டமராக நான்தான் இருப்பேன். ஆறு ஐம்பத்தைந்துக்கு நான் அங்குப் போய்விடுவேன். கூட்டத்தைத் தவிர்க்கத்தான். பெருக்கிச் சுத்தப்படுத்திய கூடத்தில் தடுக்குப் போட்டு இலை போடுவாள் மாமி. நான் ஒருத்தான்தான். பெண் களின் காதோரச் சுருள் முடி மாதிரிச் சுருண்டு விழும் பச்சையும் மஞ்சளும் ஆன குருத்திலையை அவள் விரிக்கையில், பார்க்கவே அது எவ்வளவு அழகாய் இருக்கும்? அந்தப் பசிய இலைக்கு மேலே வட்ட வட்டமான இரண்டு இட்லிகளைக் கற்பனை செய்து பாருங்கள். உணவு முதலில் கண்ணுக்கு அழகு சேர்க்க வேண்டும். பிறகுதான் உடலுக்கு. ஒரு இட்லிக்கு நான் பத்து நிமிஷம்கூட

188 பிரபஞ்சன்

எடுத்துக்கொள்ளலாம். 'ம்ம் சீக்கிரம்' என்று பந்தியில் எனக்குத் தார்க்குச்சிப் போட எவரும் இல்லை. சாவதானமாகச் சற்று தூரத்தில் உட்கார்ந்துகொண்டு மதியத்துக்கான காய்கறிகள் அறிந்து கொண்டிருப்பாள் மாமி. தலையில் ஈரம் உறிஞ்சத் துணி சுற்றியிருப் பாள். முதுகு நனைந்து கச்சென்று பிடித்துக் கொண்டிருக்கும்.

மனிதர்களைப் புரிந்துகொள்வதில் மாமி ஒரு சூரி. என் ருசியை அவள் நன்கு அறிவாள். ருசியை அறிவது, மனிதர்களை அறிவது. பாம்புக்கும் மனிதனுக்கும் வித்தியாசம் இருக்க வேண்டும். பாம்பு தவளையை விழுங்குவது மாதிரி மனிதன் சோற்றை விழுங்கக் கூடாது. அவசர அவசரமாக வழித்துப் போட்டுக் கொண்டு, அவசர அவசரமாகப் படுத்து, அவசர அவசரமாகப் பிள்ளைப் பெற்று, அவசர அவசரமாகச் செத்துப் போவதற்கு மனிதப் பிறவி எதற்கு?

"இதான் சரி. ஆற அமரச் சாப்பிடுங்கோ . . . தேவையானதைக் கேட்டு வாங்கிச் சாப்பிடுங்கோ . . ." என்பாள் மாமி. ஒருவேளை போகாமல் இருந்தால், "என்ன உடம்புக்கு?" என்று கரிசனமாக விசாரிப்பாள். அந்த விசாரிப்பில் வியாபார்த்தம் இருந்தது இல்லை. கஷாயம் மாதிரி ஒரு மிளகு ரஸம் வைத்துக்கொடுப்பாள். "சொல்லி யிருந்தால் நாணாகிட்ட சாப்பாடு கொடுத்து அனுப்பி வைச்சிருப் பேனே" என்றும் கூறுவாள்.

'என்னடா சாப்பாடு இது . . . காரமும் இல்லே . . . உப்பும் இல்லே . . . ஏதோ பத்தியச் சோறு போடற மாதிரி' என்று இருளாண்டி அலுத்துக்கொண்டான். உணவு என்பது அவனுக்குக் காரசாரம்.

"மாமி சாப்பாடு நல்லாயிருக்கோ இல்லையோ, மாமி நல்லா இருக்கா" என்றான் வரதராஜன். எனினும் இருளாண்டியும் வரத ராஜனும் சங்கரன் மெஸ்ஸுக்கு மாற்றிக்கொண்டார்கள். நான் பச்சை மாமி மெஸ்ஸை ஆதரித்தேன்.

"இன்னைக்குச் சங்கரன் மெஸ்ஸுல சுறா புட்டு ச்ச்ச், என்னா பிரமாதமா இருந்தது தெரியுமா . . .? தெரியாமேதான் கேக்கறேன் . . . எதுக்குடா அந்த வாழத் தண்டு மெஸ்ஸைக் கட்டிக்கிட்டு மாரடிக் கிறே . . .' என்றான் இருளாண்டி.

என் மீதுள்ள பரிவினால்தான் கேட்டான்.

"அது இல்லப்பா விஷயம். பச்சை மாமி இவனுக்கு மட்டும் கண்ணடிச்சிருக்கா . . . இல்லேன்னா இவன் இப்படிப் படிப் படியா வழிய வழிய அலைவானா?"

"கிழவியைச் சுத்தறான் ஒரு வயசுப் பையன்னா, மாணவ குலத்துக்கே இழுக்குடா வைத்தி. தஞ்சாவூர்க்காரன் சொல்றா மாதிரி யாராச்சும் கேட்டா வழிச்சுக்கிட்டு சிரிப்பாங்க."

மாலை உலாவுக்குத் தயாராகிக்கொண்டிருந்தோம். நேராக ராமையர் கிளப்பில் டிபன். அப்புறம் பஸ் ஸ்டாண்டு வாசலில் நின்று கல்லூரி விட்டு வரும் பெண்களைப் பராக்கு பார்த்தல். அப்புறம் ஏதாவது ஒரு சினிமா என்று திட்டமிட்டிருந்தோம்.

நான் தலைவாரிக்கொண்டிருந்தேன். வரதராஜன் ஜட்டியோடு உடம்புக்குப் பவுடர் போட்டுக்கொண்டிருந்தான். இருளாண்டி முகத்துக்கு லாக்டோ – காலமைன் பூசிக்கொண்டிருந்தான்.

கதவு தட்டப்படும் ஓசை கேட்க, நான்தான் போய்க் கதவைத் திறந்தேன். ஆச்சர்யம். மாமி நின்றிருந்தாள்.

"வாங்க மாமி வாங்க... வாங்க –" என்றேன். மாமி கையில் எண்ணெய்த் தூக்கு இருந்தது. வரதராஜன் ஒரு கணத்துக்குள் கைலியை எடுத்துச் சுற்றிக்கொண்டு நின்றான்.

"வாங்க மாமி..." என இருளாண்டியும் வரவேற்றான்.

"சும்மா இந்தப் பக்கம் செக்கடியிலே எண்ணெய் வாங்க வந்தேன்... அப்படியே இங்கதான் நீங்க எல்லாம் இருக்கிங்கன்னு பாத்துட்டுப் போலாம்னு வந்தேன்..." என்று கண்ணால் அறையை சுற்றிப் பார்த்தாள். குவியல் குவியலாக அழுக்குச் சட்டைகள், பேண்ட்டுகள். அவிழ்த்து எறிந்த ஜட்டிகள், பனியன்கள். அப்படி அப்படியே பிடித்து எறிந்த சிகரெட் துண்டுகள். எங்களுக்கே எங்கள் அறை திடீரென்று ஆபாசமாகத் தோன்றியது. இருளாண்டி அவசரமாகக் கையில் கிடைத்த ஜட்டிகளைத் துணிக் குவியலுக்குள் நுழைத்து மறைத்துக்கொண்டிருந்தான்.

'உக்காருங்க மாமி. என் ஒற்றைக் கட்டிலின் மூலையைக் காட்டினேன். மாமி உட்கார்ந்துகொண்டாள். மாமி எப்போதும் பச்சை நூல் புடவைதான் அணிந்த ஞாபகம். இன்று மெல்லிய பச்சை நைலக்ஸ் அணிந்திருந்தாள். வெள்ளை ஜாக்கெட்டில், அந்த மினுங்கும் புடவையில் மாமி ஏதோ ஆராய்ச்சி மாணவி மாதிரி அல்லது அலுவலக அதிகாரி மாதிரி காட்சியளித்தாள்.

வரதராஜன் ஸ்டவ்வைப் பற்ற வைக்கத் தீப்பெட்டியை எடுத்தான். மாமி கேட்டாள்.

"என்ன பண்ணப் போறே?"

"உங்களுக்கு டீ போடப் போறேன்"

"வேண்டாமே... நான் டீயே சாப்பிடறதில்லை."

"காபி?"

"இப்ப வேணாம்"

"நாங்க உங்க கையால சாப்பிடலாம்... நீங்க எங்க கையால சாப்பிடக் கூடாதா?"

மாமி பக்கவாட்டில் எனக்குத் தெரிய இருந்தாள். அவளுக்குச் சிங்கப்பல் இருப்பது அப்போதுதான் எனக்குத் தெரிந்தது.

பிரபஞ்சன்

“சரி – கடுங்காப்பிப் போடு.”

என்னவோ யோசித்தபடி ஊதிஊதிச் சாப்பிட்டாள்.

“வரட்டுமா . . .” என்று கிளம்பியவள், என்னைப் பார்த்து “ஒரு நிமிஷம் வரலாமா?” என்று முன்னாள் நடந்தாள். மொட்டை மாடியில் வந்ததும், துணி காயப் போடும் கயிறைத் தூக்கிக் குனிந்து வெளியேறியபடி, “நாளைக்குத் தீபாவளியாச்சே . . . ஊருக்குப் போவலையா –” என்றாள்.

“போகலை மாமி”

“அப்போ சாப்பாட்டுக்கு என்ன பண்ணப் போறாப்பலே”

“தெரியல்லே . . . ஏதாவது பழம் கிழம் வாங்கிச் சமாளிக்க வேண்டியதுதான்.”

“கிழத்தை எதுக்குப் போய் வாங்கறது . . . நாளைக்கு வழக்கம் போல மெஸ்ஸுக்கு வாங்கோ.”

“அப்போ லீவ் இல்லையா”

“உங்களுக்கு மட்டும் மெஸ் எப்போதும் இருக்கும்” மாமி போய்விட்டாள். வரதராஜனும் இருளாண்டியும் அறையைப் பூட்டிக்கொண்டு வரும்வரை என்னை மறந்து அங்கேயே நின்று கொண்டிருந்தேன்.

அந்தத் தீபாவளி எனக்கு மாமி மெஸ்ஸில். ஊர் பட்டாசு வெடித்து புத்தாடை பூண்டுப் பலகாரம் சுட்டுச் சாப்பிட்டுக்கொண் டிருந்தது. காலையும் மதியமும் மாமி எனக்கு ஸ்பெஷலாகச் சமைத்துப் பரிமாறினாள். இலையில் போடப்பட்ட பாயாசத்தில், முந்திரியோடு சிரத்தையும் மிதந்தது. உணவு, சாப்பிடுகிறவருக்கும் சமைத்தவருக்கும் இடையேயான சத்துள்ள பாஷை.

சாயங்காலம் போயிருந்தபோது மாமி, “ராத்திரிக்கு என்ன பண்ணட்டும்” என்று என்னிடமே கேட்டாள்.

“எதானாலும்”

“எதானாலும்மா? நான் எது பண்ணினாலும் சாப்பிடும்போல”

“ஓ . . .”

“அங்க பிடிச்ச மாதிரி எனக்கு மாமிசம் சமைக்கத் தெரியாது”

“மாமிசம் மட்டும்தானா சாப்பாடு.”

“ருசின்னு ஒன்னு இருக்கோல்லியோ”

“எல்லா பழக்கமானா சரியாயிடும்.”

வத்தக் குழம்பு பண்ணியிருந்தாள். கூட்டு மாதிரி கெட்டியான, பூனைக் கண் மாதிரி எண்ணெய் மினுங்குகிற குழம்பு. உடன் கொத்தவரை வற்றலும் தேங்காய்ப் பூண்டுத் துவையலும் பண்ணி யிருந்தாள்.

இரண்டு கால்களும் ஒன்று சேர்த்து வைத்து, கோடலி முடிச்சிட்ட கூந்தல் முன் வந்து சரிய மாமி குனிந்து பரிமாறினாள். அழகான பாதங்கள் அவை. நகம் ஓரம் அழுக்கின்றி, வெண்டைப் பிஞ்சு மாதிரி வளர்ந்திருந்தன விரல்கள்.

"என்ன காலைப் பாக்கறது?"

பொய் சொல்ல வேண்டாமே. "உங்க விரல் வெண்டைக்காய் பிஞ்சு மாதிரி இருக்குன்னு நினைச்சேன்."

மாமி அப்படியே உட்கார்ந்து தலையைக் கவிழ்ந்துகொண்டு உடம்பு குலுங்கச் சிரித்தாள். விழுந்து புரளாத குறை.

"பாவம். எனக்காக உங்களுக்குச் சிரமம். வருஷம் முழுக்க கிடந்து வேகறீங்க. இன்னைக்கும் உங்களுக்கு ரெஸ்ட் இல்லை."

"முடியறது பண்ணறேன் ... உடம்பு மொழுமொழுன்னு இருந்தா ஆச்சா ... யாருக்கானும் உபகாரப்பட்டாதானே உடம்பு."

"கோமளா வர நாளாகும் போல"

"தாத்தா சீக்கிரம் விட்டுடுவாரா? மகன் வயித்துப் பொண்ணாச்சே ... இந்த நாணாவும் இன்னும் ரெண்டு நாளாவும் ஆகும். வரட்டும் ... சின்ன குழந்தைங்க. சந்தோஷமாக இருந்துட்டு வரட்டும். எனக்குத்தான் இருக்கவே இருக்கு அடுப்பும் கரியும்"

கையைக் கழுவிக்கொண்டு, "வரட்டுமா" என்றேன்.

"இருக்கட்டுமே ... என்ன அவசரம் ... சித்தே மொட்டை மாடிக்குப் போயி உக்காந்துட்டப்போறது –" என்றாள் மாமி, நிலைப்படியைப் பார்த்துக்கொண்டு.

விடிந்தது தெரிந்தது. கீழே தெருவில் நடமாட்டம் தொடங்கியிருந்தது தெரிந்தது. யார் வீட்டிலோ தண்ணீர் தெளிப்பது கேட்டது. விருட்டென்று எழுந்து உட்கார்ந்தேன். கையெட்டும் தூரத்தில், அந்த ஒற்றை ஆள் மெத்தையில், கையும் காலும் தரையிலும், உடம்பு மட்டும் மெத்தையிலுமாக மாமி உறங்கிக் கொண்டிருந்தாள். வெறுமே அள்ளிப் போர்த்திய துணி விலகியிருந்தது. போர்வை எடுத்து மாமிக்குப் போர்த்திவிட்டேன். பனி பெய்துகொண்டிருந்தது. சத்தம் எழுப்பாமல் கீழே வந்து கதவைத் திறந்து வெளியே வந்தேன். கதவை மீண்டும் சாத்தி வைத்தேன்.

மனசு குறுகுறுத்தது. யாரும் பார்க்கிறார்களா, என்று கவனித்தேன். மனிதர் யாரும் பார்க்கவில்லை. இறங்கித் தெருவில் நடந்தேன்.

மாமியை நினைக்கையில் கொஞ்சம் வருத்தமாய் இருந்தது. எல்லாம் ஒரு ஒழுங்கான சரடிலேயே சென்று முடிந்ததை உணர்ந்தேன். என் முதல் பெண் சினேகிதியை நெஞ்சில் வைத்துக்கொண்டு நடந்தேன்.

குழந்தைகள் வெடித்த பட்டாசுத் தாள்கள் தெருவை அடைத்துக் கிடந்தன.

அறை நண்பர்கள் எங்கோ போயிருந்தார்கள். ஆறுதலாய் இருந்தது. யாரையும் முகம் பார்க்கச் சங்கடப்பட வேண்டிய அவசியம் இல்லை. அனாவசியமாய்ப் பொய் சொல்ல வேண்டிய அவசியமில்லை.

குளித்தேன். அழுக்குத் தீரவேண்டுமெனக் குளித்தேன். எல்லா அழுக்கும் களைந்து போகவேண்டும் எனக் குளித்தேன். குளித்தால் அழுக்குப் போய்விடுமா என்ன என்றும் இருந்தது.

தலை துவட்டிக்கொண்டு கட்டிலில் உட்கார்ந்தேன். காலைக் காற்று ஜன்னல் வழி மிக இனிமையாக வந்துகொண்டிருந்தது. தலை 'விண்விண்' என்று தெறித்தது. மனசில் எல்லையற்ற கவலையும் பச்சாதாபமும் மேலோங்கின. இந்த அவஸ்தைக்கு வித்திட்டது யார் என்று எனக்குள் கேள்விகள் கிளைத்தவாறு இருந்தன. நானா?

எனக்கும் பங்கு இருந்தது இந்தக் காரியத்தில். அவள்தான் என்று தள்ளிவிட மனம் முயன்றது. இந்த மனசுதான் எவ்வளவு குரூரமானது. தப்பைப் பிறர் மேல் மட்டுமே சுமத்துவதில் இது எவ்வளவு அக்கறையாக இருக்கிறது?

நிகழ்ச்சிகளை மீண்டும் மனசுக்குள் கொண்டு வர முயன்றேன். கசந்தது.

சட்டையை மாட்டிக்கொண்டு மாமி மெஸ்ஸை நோக்கி நடந்தேன். கூடத்தில் செருப்பை விட்டுவிட்டு உள்ளே நுழைந்தேன். மாமி வாசல் தூணில் சாய்ந்து கொண்டு, அங்கிருந்து தெரியும் வானத்தைப் பார்த்துக்கொண்டிருந்தாள்.

நிழலாடியது கண்டு திரும்பியவள் என்னைப் பார்த்தாள்.

புருவம் உயர "என்ன? ... வாங்கோ ..." என்றாள்.

நானும் அவள் பக்கத்தில் சற்றுத் தள்ளி உட்கார்ந்தேன். மாமியின் முகத்தைத் தவிர்த்தேன்.

இருவருமே பேசுவதற்கு ஒன்றுமில்லாமையை உணர்ந்தோம். நான்தான் தொடங்கினேன்.

"மன்னிக்கணும் ..."

"எதுக்கு ..."

"உம் ... நான் உங்களைப் பயன்படுத்திக்கிட்டேன்னு நீங்க நினைச்சுக்கக் கூடாது ..."

"ப்ச் ... நான் அல்லவா அப்படி நினைக்கணும் ... என் பசிக்கு உங்களை – ஒரு சின்ன வயசுப் புள்ளையைத் தின்னுட்டனோன்னு பச்சதாபப்பட்டுக்கிட்டு இருக்கேன்."

"மனசுல ஒன்றும் வச்சுக்காதிங்க ..." என்றவாறு குனிந்து கொண்டாள். அவள் குலுங்கி அழுவது தெரிந்தது.

■

தியாகி
தியாகி
தியாகி
தியாகி
தியாகி

"வணக்கம்" என்று கூறியவாறு தன் முன்வந்து நின்றவரைப் பார்த்தார், அந்த இளம் அதிகாரி.

"உட்காருங்கள்" என்று கூறிவிட்டு, வந்தவரைக் கவனித்தார் அவர்.

வந்தவர் உட்கார்ந்தார். அந்த அலுவலக வரவேற்பறையில் அவர் நீண்ட நேரம் காத்திருந்த களைப்பு அவர் முகத்தில் இருந்தது. தடித்த மோட்டா கதர் ஜிப்பா அணிந்திருந்தார். பழுப்புக் காகிதம் மாதிரி வெளுத்திருந்தது அவர் தலைமுடி. சுக்கு மாதிரி உலர்ந்த உடம்பு. உணர்ச்சிவயப் பட்டவராய் முகம் சிவந்தும், கைகள் நடுங்கவும் அமர்ந்திருந்தார் அவர்.

"சொல்லுங்கள்... என்ன விஷயம்?" என்றார் அதிகாரி.

"என் பெயர் சிவபாத சுந்தரம்" என்றார் பெரியவர்.

"உம்... தியாகி பென்ஷன் சம்பந்தமா வந்திருக்கீங்களா...?" சலிப்போடு கேட்டார்

இளைஞர். காலை முதல் மாலை வரை கசங்கிப் போன கதர்ச் சட்டைக்காரர்களோடு மல்லாடியதால் ஏற்பட்ட நிரந்தரச் சலிப்பு.

"தியாகி பென்ஷன் சம்பந்தமாத்தான் வந்திருக்கேன். ஆனா, புதுசா விண்ணப்பிக்கிறதுக்காக இல்லை. இப்போது நான் தியாகி பென்ஷன் வாங்கிக் கொண்டுதான் இருக்கிறேன். அந்தப் பென்ஷனை அடுத்த மாசத்திலிருந்து நிறுத்திக் கொள்ளுங்கள் என்று கேட்டுக்கொள்ளத்தான் வந்திருக்கிறேன்" என்றார் பெரியவர். துண்டால் முகத்தைத் துடைத்துக்கொண்டார்.

"என்ன... வாங்குகிற பணத்தை நிறுத்தச் சொல்லுகிறீரா?" அதிகாரியின் முகத்தில் ஆச்சரியம் வெளிப்படையாகவே தெரிந்தது. கூடவே எதிரில் இருந்த மனிதரைக் குறித்துச் சந்தேகமும் ஏற்பட்டது. ஒன்று அவர் பைத்தியமாகவோ அல்லது அசடாகவோதான் இருக்க வேண்டும். இல்லாமல், எவன் பணத்தை வேண்டாம் என்பான் இந்த நாளில்?

"கொஞ்சம் தண்ணீர் கிடைக்குமா?... ரொம்ப தூரத்திலிருந்து வந்திருக்கிறேன். தங்களைப் பார்க்க வரவேற்பறையிலேயே மூன்றரை மணி நேரம் காத்திருந்தேன். தாகமாய் இருக்கிறது..." என்றார் அந்தப் பெரியவர். மேலே மின் விசிறி இருந்தாலும், அவருக்கு வியர்த்துக்கொட்டியது. அடிக்கடி துண்டால் முகத்தை அழுத்தித் துடைத்துக்கொண்டார் அவர்.

அதிகாரி ஒரு பித்தானை அழுத்தினார். எட்டிப் பார்த்த காக்கி யூனிபார்ம் ஏவலரிடம் தண்ணீர் கொண்டு வரச் சொன்னார். தண்ணீர் வந்தது. ஏவலரிடமிருந்து கனமான, மூக்கை எரிக்கிற பீடி வாசனையும் சேர்ந்து வந்தது. முகத்தைச் சுளித்துக் கொண்டார் அதிகாரி.

பெரியவர் தண்ணீரை மடக் மடக்கென்று அவசரமாய்க் குடித்தார். அவர் உடம்பில் களைப்பு நீங்கிச் சற்றே தெம்பு வந்திருக்க வேண்டும். முகத்தில் லேசான மகிழ்ச்சி தோன்றியது அவருக்கு. அந்தக் கிளர்ச்சியின் காரணமாக, "நம்மூர் முத்திரைப் பாளையத்துத் தண்ணீர் மாதிரி எந்த ஊரிலேயும் நான் சாப்பிட்டது இல்லைங்க... என்ன ருசி... என்ன சுத்தம்..." என்றார்.

"ப்ச்" என்று முனகிக்கொண்டார் அதிகாரி. பெரியவரின் பேச்சு அவருக்கு ருசிக்கவில்லை. காரணம், அவர் உள்ளூர்க்காரர் இல்லை. வெளி மாநிலத்துக்காரர். தவிரவும், ஓர் அதிகாரியிடம், இப்படியான உப்புச் சப்பற்ற விவரங்களையெல்லாம் ஒருவர் பேசுவதா என்ன?

"பென்ஷன் பணம் வேண்டாம் என்று நீங்கள் சுலபமாகச் சொல்லிவிடலாம். ஏன் வேண்டாம் என்று நீங்கள் காரணம் சொல்ல வேண்டும்" என்றார் அதிகாரி. அவருக்கு அளிக்கப்பட்டிருந்த சட்டப் புத்தகத்தில் அப்படி எழுதப்பட்டிருந்தது.

சித்தன் போக்கு

“ஒரு கட்டத்தில் எனக்குப் பணம் தேவைப்பட்டது ஐயா. மூத்த மகன் கல்லூரியில் படித்துக்கொண்டிருந்தான். ஒரு மகள் பள்ளிக்கூடத்தில் படித்துக் கொண்டிருந்தாள். இருவருக்கும் ஆன படிப்புச் செலவும் வாழ்க்கைத் தேவையும் என்னால் பெற முடியாதவைகளாய் இருந்தன.

ஒருவன், பணத்தை நான்கு வழிகளில் பெறலாம் ஐயா. ஒன்று, உழைத்துச் சம்பாதிப்பது. என்னால் உழைக்க முடியாது. வயது முதுமை காரணமாக வேலை செய்யும் திறனை இழந்துவிட்டேன். இரண்டு, திருடலாம். நான் காந்தியவாதி. திருடமாட்டேன். மூன்று, கடன் பெறலாம். கடனைத் திருப்பித்தருதல் என்னால் முடியாதது. நான்காவது வழி, தானம் பெறுதல். ஆகவே, பென்ஷனைத் தானமாக நினைத்துப் பெற்றேன். என் பிள்ளை, படிப்பை நன்கு முடித்தான். வேலையிலும் அமர்ந்துவிட்டான். என் வாழ்க்கை இனி அவனைச் சார்ந்தது. எனக்கு ஒரு பிடி சோறு இனிக் கிடைக்கும். ஆகவே, தானமாக வரும் பென்ஷன் பணம் இனி எனக்குத் தேவையில்லை. உயிரைக் கட்டிப் பிடித்து வைத்துக்கொள்ள மட்டுமே பிச்சை ஏற்கலாம். அதை சாஸ்திரம் அனுமதிக்கிறது. இதற்கு மேல் பையில் பணமிருக்கப் பிச்சை எடுப்பவன் சண்டாளன். ஆகவே வரும் மாதம் தொட்டு எனக்குத் தரும் பென்ஷனை நிறுத்திவிடுங்கள்.”

இளம் அதிகாரிக்கு எதனாலோ, பெரியவர்பால் ஒரு ஈர்ப்பு ஏற்பட்டுவிட்டது.

“நீங்கள் என்ன தொழில் செய்தீர்கள். அதாவது சுதந்திரப் போராட்ட வீரராக ஆவதற்கு முன்பு . . .?” என்றார் அந்த அதிகாரி. ஒரு பென்சிலை எடுத்துப் பேப்பரில் கிறுக்கியபடி. ஏதோ எழுத வேண்டும் என்கிற முனைப்பு அவருக்கு ஏற்பட்டிருக்க வேண்டும். ஏதோ கிறுக்க நினைத்தவர் தன் பெயரையே திரும்பத் திரும்ப எழுதிக்கொண்டிருந்தார்.

“இளமையில், இரும்புக் கழிவுப் பொருள்களைக் கப்பலில் வெளிநாடுகளுக்கு ஏற்றுமதி செய்துகொண்டிருந்தேன். இலட்சம் இலட்சமாகப் பணம் வந்து கொண்டிருந்தது. ஒருநாள் மகாத்மாவின் பேச்சைக் கேட்டேன். அவர் எழுதியவைகளைப் படித்தேன். வாழ்க் கையையே இன்னும் வாழத் தொடங்காத இளைஞன் ஒருவன் கொடியைப் பிடித்த பிடியை விடாது லத்தி அடிபட்டுச் செத்ததை அறிந்தேன். கொடுமைக்கார வெள்ளையன் ஒருவனைச் சுட்டுத் தானும் சுட்டுக்கொண்டு மாய்ந்த வீரன் ஒருவனின் வரலாற்றைக் கேட்டேன். அந்த நாட்களில் அரவிந்தரைத் தினம் தினம் கண்டு பேசும் பாக்யம் எனக்கு வாய்த்தது. என் பணம், என் வாழ்க்கை, என் சௌகர்யம் எல்லாமும் எனக்கு மிக அற்பமாகப்பட்டது. முதுகெலும்பில்லாத புழுவுக்கும் கடையனாய் நான் வாழ்ந்து கொண் டிருப்பதை உணர்ந்தேன். என் தொழிலை விட்டொழித்தேன். இருப்பதையெல்லாம் தேவைப்பட்டோர்க்கு எடுத்துக் கொடுத்து

விட்டேன்... பணத்தை எல்லாம் இழந்தேன். ஆம்! இழந்தபின்தான் தெரிந்தது. நான் எவ்வளவு பெரிய ஆத்ம லாபத்தைச் சம்பாதித்துக் கொண்டேன் என்று..."

பெரியவரின் முகம் விளக்கேற்றியது மாதிரி பிரகாசித்தது. அவர் தொடர்ந்தார்.

"ஏதேனும் ஒன்றைப் பெற நினைத்தீர்களானால் ஏதேனும் ஒன்றை நீங்கள் இழக்கத்தான் வேண்டும். ஒவ்வொன்றுக்கும் ஒரு விலையை நீங்கள் கொடுத்துத்தான் தீர வேண்டும்."

பெரியவர் சிரித்தார். லாட்டரியில் பரிசு பெற்றவரின் சிரிப்பு மாதிரி இருந்தது அந்தச் சிரிப்பு.

"வியாபாரத்தை ஒரு பக்கம் நடத்தியபடியே, அரசியலிலும் நீங்கள் ஈடுபட்டிருக்கலாமே..." என்றார் அதிகாரி. அவர் குரலில் உண்மையான அக்கறை இருந்தது.

பெரியவர் இதைக் கேட்டுச் சிரித்தார். விழாத, கெட்டியான பல்வரிசை அவருக்கு. ஒரு குழந்தையைப் பார்ப்பதைப் போன்ற வாஞ்சையோடு அவரைப் பார்த்தார். பிறகு சொன்னார்:

"நீங்கள் இளைஞர். இந்தக் காலத்தவர். நிகழ்கால அரசியலும் அரசியல்வாதிகளும் உங்களை இப்படிச் சொல்ல வைத்திருக்கிறார்கள். நீங்கள் தவறு செய்யவில்லை; நாங்கள் தாம் தவறு செய்தவர் கள். எங்கள் காலத்து அரசியல் வேறு. அரசியலுக்கு எங்கள் அர்த்தம் வேறு. அரசியல் என்றால் ஆட்சி மாற்றம் என்பதையே குறியாய் வைத்து இன்றைய அரசியல் இயங்குகிறது. எங்களுக்கும் ஆட்சி, அதிகார மாற்றம் நோக்கமாய்த்தான் இருந்தது. ஆனால் அது பத்தாவது நோக்கம். எங்களைப் பூரணப்படுத்திக் கொள்வதை யும், பொது மக்களை மனத்தளவில் முழுமைப்படுத்துவதையுமே நாங்கள் முதலான அரசியல் பணியாக நினைத்தோம். அரசியலை ஒரு புனிதமான கைங்கர்யமாக, சேவையாக, தொண்டாக நாங்கள் நினைத்தோம். ஒரு நாளில் இருபத்து நான்கு மணி நேரத்தையும் தேசச் சேவைக்காக அர்ப்பணித்துவிட்டோம். தேசச் சேவைக்காகத் தன்னை அர்ப்பணித்துக் கொள்கிற தொண்டனுக்கு வேறு எதிலும் நாட்டம் இருக்க முடியாது. ஒரு மனிதன் இரண்டு மனைவிகளோடு ஏக காலத்தில் இல்லறம் நடத்துவது எவ்வளவு இழிவோ, நீசத் தனமோ, அந்த அளவினும் இழியது, ஓர் அரசியல்வாதி வியாபாரி யாக இருப்பதும் என்று நாங்கள் நினைத்தோம்..."

அதிகாரி தலையை அசைத்துப் பெரியவர் சொல்வதை ஏற்றுக்கொள்கிற பாவனையைக் காட்டினார்.

"போராட்டங்களில் ஈடுபட்டு எத்தனை நாட்கள் சிறையில் இருந்தீர்கள்...?"

பெரியவர் கொஞ்சம் யோசித்தார். பிறகு சொன்னார்:

சித்தன் போக்கு

“கள்ளுக்கடை மறியலில் ஒரு ஒண்ணரை ஆண்டு கிடைத்தது. என் மாமாதான் கள்ளுக்கடை உரிமையாளர். அவர் கடைக்கு முன் மறியல் செய்தேன். மாமாதான் என்னை வளர்த்தவர். அவர் போட்ட சோற்றை உண்டு வளர்ந்தவன் நான். ஆனாலும், தனிமனித உறவு என்னைக் குறுக்கிட நான் அனுமதிக்கவில்லை. தத்துவமே எனக்கு வழிகாட்டியது. உறவை இழக்க வேண்டியதாயிற்று. அப்புறம், அந்நியத் துணி பகிஷ்காரம். அதற்கு ஒரு ஆறுமாதம். ஒரு வெள்ளைக்காரனைக் கொல்ல முயன்றதாகச் சதிவழக்கு. இரண்டு வருஷங்கள் அந்தமானில் இருந்தேன். அந்தமானில் இருந்தபோதுதான் என் தாய் நானறியா மலே மகாத்மாவுக்குக் கடிதம் எழுதினாள். தள்ளாத வயதில் எனக்கு ஒரு திருமணத்தைச் செய்து பார்க்க ஆசைப்படுவதாகவும், அதற்கு அவர் அனுமதி வழங்க வேண்டும் என்றும் எழுதியிருக்கிறார்.

நான் சிறையை விட்டு வெளியே வந்ததை அறிந்ததும் மகாத் மாவே எனக்கு ஒரு கடிதம் எழுதினார். தாய் நாட்டுக்கும் தாய்க்கும் வித்தியாசம் இல்லை. தாய் நாட்டின் கட்டளைகளையெல்லாம் ஏற்றுக்கொள்கிற நீ, தாயின் கட்டளையையும் ஏற்றுக்கொள்ள வேண்டும். ஒரு மகன் என்னும் முறையில் அது உன் கடமை என்று மகாத்மாவே அவர் கைப்பட எனக்கு எழுதியிருந்தார்! . . .”

பெரியவர் உணர்ச்சிவசப்பட்டவராய், தலையைக் குனிந்து கொண்டார். முகம் கோணி, அவர் கண்கள் கலங்கின. துண்டால் முகத்தைத் துடைத்துக் கொண்டார்.

“மன்னிக்க வேண்டும். கொஞ்சம் உணர்ச்சிவசப்பட்டுவிட்டேன். தலைவரே சொல்லிவிட்டதால், அம்மாவின் ஆசையைப் பூர்த்தி செய்தேன். அம்மா நிம்மதியாகக் கண்ணை மூடினார் . . .”

அதிகாரி பென்சிலைக் கீழே வைத்துவிட்டுக் கைகளைக் கட்டிக்கொண்டு கேட்டுக்கொண்டிருந்தார். பிறகு மென்மையான குரலில் சொன்னார்.

“சுதந்திரம் கிடைத்த பிறகு, ஆட்சிக்கு வந்தவர்கள், உங்களுக்கு உதவவில்லையா . . .?”

“ஏன் உதவவேண்டும்? நான் கூலிக்காரன் அல்லவே? செய்த வேலைக்காகப் பணம் பெறுவது எவ்வாறு தொண்டாகும்? நான் என் பிறந்த நாட்டுக்காக என்னால் ஆனதைச் செய்தேன். அதற்குச் சம்பளம் பெற விரும்பவில்லை. அப்புறம் நான் சிரம ஜீவனம்தான் செய்தேன். இருக்கிற சொத்துக்களை விற்றுச் சாப்பிட்டுக் கொண்டிருந் தேன். அமைச்சர்கள் எல்லாம் என் நண்பர்கள்தான். கடலூர் சிறையிலும் கண்ணனூர் சிறையிலும் என்னோடு இருந்தவர்கள் தான். ஒரு கட்சிக் கூட்டத்தின்போது என்னைப் பார்த்துவிட்ட சுப்ரமண்யம் சொன்னர் – அப்போது அவர் போக்குவரத்துத்துறை அமைச்சர். “என்ன சிவபாத சுந்தரம், கஷ்டப்படுகிறீர்களாமே, நீங்கள் எல்லாம் சிரமப்படக் கூடாது. சென்னை – பாண்டிச்சேரி வழி லைசென்ஸ் தருகிறேன். நல்ல ‘ரூட்’. அதுலே பஸ் விட்டால்

சௌகர்யமாக இருக்கலாம்" என்றெல்லாம் சொன்னார். நான் மறுத்துவிட்டேன். செய்த சேவைக்காகப் பரிசு பெறுவது என்ன தர்மத்தில் சேர்த்தி ...?"

பெரியவர் தலை கவிழ்த்து இருந்தார். சில நிமிடங்களுக்குப் பிறகு தலை நிமிர்ந்தார். அவர் முகத்தில் கவலையும் அவமானப் படுத்தப்பட்ட உணர்வும் இருந்தது. பிறகு தொடர்ந்தார்.

"பொன் மாதிரியான ரூட் ஐயா அது. அதை மறுக்கிற மனத் திடம் பெற்ற நான், பல வருஷங்களுக்குப் பிறகு, தியாகி பென்ஷனுக் காக விண்ணப்பம் போடவும் நேர்ந்துவிட்டது. வெட்கத்தாலும் அவமானத்தாலும் கூசிப் போனேன். என் மனைவி என்னைப் புரிந்துகொண்டவர். என்னைத் திருமணம் செய்துகொண்ட பாவத்துக் காகக் காலம் முழுக்க மனசுக்குள்ளேயே கண்ணீர் விட்டவர். நான் சிறைக்குப் போகிற போதெல்லாம், எப்படி அவர் சாப்பிட்டுக் குழந்தைகளையும் போஷித்தார் என்பதெல்லாம் ஒரு பெரிய கதை. என்னைப் போய்த் தியாகி என்கிறார்கள். தியாகிகளின் மனைவி மார்களே பெரிய தியாகிகள். ஒரு கூலி விவசாயப் பெண்ணாக, வீட்டு வேலைக்காரியாக எல்லாம் அவர் இருந்து எங்களை வளர்த்தார். அந்தப் பெண்மணி படும் அவஸ்தையும் துயரும் பொறுக்க முடியா மல்தான் பெரியவரிடம் கையெழுத்து பெற்றுக்கொண்டார். பெரிய வர் புறப்படும்போது, எழுந்து நின்று அவருக்கு வணக்கம் சொல்லி, வாசல்வரை சென்று வழியனுப்பி வைத்தார்.

❍

காந்தி இலைக்கு முன் அமர்ந்தான்.

"சீக்கிரம் சோத்தைப்போடு, ஆபீசுக்கு டைம் ஆயிட்டுது ..." என்று பரபரத்தான்.

அவசரம் அவசரமாக அவன் மனைவி சோறு பரிமாறினாள். அவன் சாப்பிட்டுக் கொண்டிருக்கும்போது அவள் சொன்னாள்;

"இந்த மனுஷருக்கு ஏனிந்த அவசர புத்தி? இப்பத்தான் வேலைக்கு போயிருக்கீங்க ... இப்பத்தான் மூணு வேளை நிம்மதியா சாப்பிட ஆரம்பிச்சிருக்கோம் ... அதற்குள்ளே எனக்குப் பென்ஷன் பணம் வேணாம்னு சொல்ல போயிருக்காரு ... நாம என்ன லட்சம் லட்சமாவா சம்பாதிக்கிறோம் ... அந்தப் பணம் வந்தா எவ்வளவு சௌகர்யமா இருக்கும்?"

காந்தி தலையசைத்தான்.

"கிழடுக்கு யார் சொல்றது? அது பிடிச்சதுக்கு மூணுகால்னு சொல்ற ஜாதியாச்சே. சும்மா திண்ணையில உக்காந்து தெண்ட சோறு தின்னுக்கிட்டு என் கழுத்தை அறுக்கப் போறது ... என்ன பண்ணித் தொலையறது? ம் ... மோர் இல்லியா ... சீக்கிரம் ஊத்துடி ..." என்றான் காந்தி.

■

ஒரு ஊரில் ரெண்டு மனிதர்கள்
ஒரு ஊரில் ரெண்டு மனிதர்கள்
ஒரு ஊரில் ரெண்டு மனிதர்கள்
ஒரு ஊரில் ரெண்டு மனிதாகள்
ஒரு ஊரில் ரெண்டு மனிதாகள்

காலைப் பலகாரம் சாப்பிட்டுவிட்டு, கழுவிய கையைத் துடைத்தவாறு கூடத்துக்கு வந்தான் கிருஷ்ணமூர்த்தி. மூலையில் அப்பா சாய்வு நாற்காலியில் புதைந்து கிடந்தார். பல வருஷ காலமாகவே அவர் அப்படித்தான் இருக்கிறார். அப்பாவை நின்று பார்த்தே ஞாபகம் இல்லைபோல் தோன்றியது அவனுக்கு. அம்மா வீட்டில் இல்லை. அடுத்த வீட்டுக்குப் போய் இருப்பாள். மத்தியான சாப்பாட்டுக்கு அரிசியோ, பணமோ கடன் கேட்டு வாங்கப் போய் இருப்பாள். அவன் சட்டையை மாட்டிக்கொண்டு வீதிக்கு வந்தான்.

மெயின் ரோட்டுக்கு ரொம்பவும் உள்தள்ளி இருந்தது அவன் பேட்டை. இதையும் மெயின் ரோட்டையும் இணைக்கும் இடம் வெகு காலம் பொட்டலாய் இருந்தது. குத்துச் செடிகளும் கள்ளிச்

சப்பாத்திகளும் முளைத்துக் கிடந்த இடம் அது. அங்கு சினிமா தியேட்டர் ஒன்று எழும்பிக்கொண்டிருந்தது. செங்கற்களும், சிமெண்டு மூட்டைகளும் மண்ணும் தெருவை அடைத்துக் கிடந்தன. அவன் மெயின் ரோட்டுக்கு வந்தான். அங்கும் ஒரு சினிமாக் கொட்டகை ஒன்று கட்டி முடிக்கப்பட்டு திறக்கப்பட இருந்தது. சினிமாக் கொட்டகையை அடுத்து ஓட்டலும் ஓட்டலை அடுத்து வட்டிக் கடைகளுமாகக் கடைத்தெரு காட்சி கொடுத்தது. மெயின் ரோட்டை வந்து சந்தித்த இன்னுமொரு தெரு முனையிலும் சினிமாக் கொட்டகை இருந்தது. இந்த இடத்தில் முன்பு குடிசைகள் இருந்தன. குடிசைகளைக் காலி செய்து விட்டு சினிமா கொட்டகை கட்டினார்கள். அங்குக் குடிசை போட்டுக்கொண்டு ஜீவித்தவர்கள் எல்லாம் எங்குப் போயினர் என்று தெரியவில்லை. ஒருவேளை சினிமாக் கொட்டகைக்குள்ளே குடித்தனம் நடத்துவார்கள் போலும். அந்தக் கொட்டகையின் நிழலில் ஒண்டிக்கொண்டிருந்தது ஒரு பெட்டிக்கடை. அங்குச் சார்மினார் சிகரெட் ஒன்றை வாங்கிப் பற்ற வைத்துக்கொண்டான் கிருஷ்ணமூர்த்தி.

புகைத்தவாறு எங்குப் போகலாம் என்று யோசித்ததில், ரங்க சாமியைப் பார்க்கலாம் என்று கடைப் பக்கமாக நடந்தான்.

நாடார் கடையில் கும்பல் நெறிந்தது. சற்றுத்தள்ளி மதிலோரம் முளைத்த முருங்கை மர நிழலில் ஒதுங்கி நின்றான். காற்றசைத்து கிளை ஒதுங்கும் போதெல்லாம் வெய்யில் மேல் விழுந்து உறைத்தது. மரநிழலையே ஆதாரமாகக் கொண்டு மையக் கிழங்கு விற்றுக் கொண்டிருந்தாள் கண்ணம்மா கிழவி. போன மாசம் கொய்யாப் பழம் விற்றாள்.

இவனைப் பார்த்ததும் “இன்னா அரிசிக் கடைக்காரரே கடையை ஊத்தி மூடிக்கினியாமே? இன்னா ஆளுப்பா நீ... அரிசிக் கடை வச்சு அவன் அவன் பணத்தை அரிச்சுக் கொட்டறான். நீ உள்ளதையும் ஒழிச்சுப்புட்டு அம்போன்னு நிக்கறே...” என்றாள்.

காற்றசைத்து, மரக்கிளை விலகி, வெயில் உறைத்தது. சட்டைக் குள் வியர்வை புழுங்கியது. தீர்ந்து போன சிகரெட் விரலைச் சுட்டது.

“அரிசி வாங்கினவளுவ கடனை ஒழுங்காத் திருப்பிக் குடுத் திருந்தா நான் எதுக்குக் கடையை மூடறேன். பெரிய யோக்கிய மயிரு மாதிரிப் பேசறியே... நீ கூடத்தான் பாக்கி தரணும்” என்றான் கிருஷ்ணமூர்த்தி.

“இன்னபா – வார்த்தையை உடறியே! நான் தரக்கூடாதுன்னா நினைக்கிறேன். காசு கையில் நின்னாதானே, இந்த வாரத்துக் குள்ளேயே குடுத்திடறேன் ராசா” என்றாள் கிழவி.

நாடார் பார்வையில் இவன் விழுந்ததும், ‘என்ன சார்! ரங்கசாமியைப் பார்க்கணுமா?’ என்றார். இவன் தலை அசைக்

கிறான். அவர் கடை உள்பக்கம் திரும்பி, ‘அடே... ரங்கசாமி! உன் பழைய முதலாளி அவுக பார்க்கணுமாம்... போய் வா!’ என்றார். மார்பில் வழிந்த வியர்வையைக் கை விசிறி மட்டையால் வழித்து எறிந்தார். துளிகள் துவரம் பருப்பின்மேல் விழுந்தன. கடையின் மூடு பலகையைத் தாண்டிக் குதித்துக்கொண்டு ரங்கசாமி வந்தான்.

“இன்னா அண்ணே...”

“கோபாலு இன்னும் பணம் தரலேடா. அதான் அந்த ஆலை வேலைக்காரன் – அஞ்சி பத்துன்னா பரவாயில்லே – நூத்தி எம்பது ரூவா. வீட்டுல கொஞ்சம் முடை. அவனைப் பார்த்தாக் கேளேன்.”

“நைட் கடை கட்டிக்கிட்டுப் போறப்ப அவனைப் பார்க்கறேன்” என்றான் ரங்கசாமி.

“டீ சாப்பிடறீங்களா அண்ணே...”

“வேணாம்.”

ஒரு காகம் வந்து மதிலில் உட்கார்ந்தது. இரண்டு முறை கத்திவிட்டுப் பிறகு பறந்து போனது.

“வேற ஒன்றும் பிசினஸ் பண்றாப்பில இல்லையா அண்ணே. இந்த நாடார் நமக்கு ஒத்து வரல்லேண்ணே – சின்னப் பையனாட்டம் டீ வாங்கிட்டு வரச் சொல்றான்.”

“பாப்பம்”

மறுநாளே கிருஷ்ணமூர்த்தியைப் பார்த்துத் தகவல் சொன்னான் ரங்கசாமி.

“கோபாலு வீட்டுல கிடைக்கல்லேண்ணே – நைட் ரெண்டாவது ஆட்டம் சினிமாவுக்குப் போனன்ணே – அங்க வாத்தியாரு வசமா மாட்டிக்கிட்டாரு. கூட நாலைஞ்சு பேரோட சினிமாவுக்கு வந்திருந்தான். இன்னாய்யா உன் யோக்யதை – கடன் சொல்லி அரிசி வாங்கித் தின்னியே திருப்பிக் குடுத்தியா. இதவிட கூட்டிக் கொடுத்துச் சாப்பிடலாமேடா பேமானி அப்பிடீன்னேன். ஆளு அப்பிடியே பேஸ்த் அடிச்சுப் போயிட்டான் தெரியுமா? சினிமா கூடப் பார்க்கல்லே. இன்ரோலுக்கு முந்தியே எழுந்திருச்சிப் போயிட்டான்.”

ரங்கசாமிக்குச் சந்தோஷம் வந்தால் ஒரு கண்மூடிக்கொள்ளும். வலது கை ஆள் காட்டி விரலால் இடது கை உள்ளங்கையைக் குத்திக் கொள்வான்.

“நீ இப்பிடி அவனை அசிங்கப்படுத்தி இருக்கக்கூடாது” என்றான் கிருஷ்ணமூர்த்தி.

“இதாண்ணே உன்கிட்ட கஷ்டம். உனக்குப் பிழைக்கத் தெரியல்லே. இவனுங்கிட்ட எல்லாம் மரியாதை பார்த்தா பிச்சை எடுக்க விட்டுடுவானுங்க. உனக்குத் தெரியுமா – ந்தப் பேமானி

போன வாரந்தான் ஆயிரத்து நூறு ரூவா போனஸ் வாங்கி இருக்கான். அவனுக்குப் போயி மரியாதை கொடுக்கணும்னு நீ சொல்றே."

இது நடந்த ரெண்டு நாளைக்கப்புறம், அகஸ்மாத்தாக கோபாலுவை கிருஷ்ணமூர்த்தி பட்டாணிக் கடைப்பக்கம் பார்த்தான். சேலத்துக்காரர் நடத்தும் பிரியாணிக் கடை வாசலில், வாயில் குச்சியை விட்டுக் குத்திக்கொண்டு நின்றிருந்தான் கோபாலு. அவனும் இவனைக் கவனித்துவிட்டான். பார்க்காதது போல சைக்கிளைத் தள்ளிக்கொண்டு நடந்தான். அது 'ஒன்வே டிராபிக்' உள்ள தெருவாகையால் அவனால் ஓட்டிக்கொண்டு போக முடியவில்லை. கிருஷ்ணமூர்த்தி ஓடிப்போய் அவனைத் தொட்டான்.

"இன்னாபா கோபாலு – இன்னா மறந்தே போயிட்டியே."

கோபாலு சிக்னலில் மாறி மாறிவரும் வெளிச்சத்தை முதல் முறையாகப் பார்த்தது போலப் பார்த்தான்.

"நான் எவ்ளோ கஷ்டப்படறேன் தெரியுமா. நான் உன்னை முழுசுமாக் கேக்கறேன்? கொஞ்சம் கொஞ்சமா கொடுத்து அடையேன். உனக்கும் சௌரியம். எனக்கும் சௌரியம்" என்று அடைந்த குரலில் சொன்னான் கிருஷ்ணமூர்த்தி.

"அது இருக்கட்டும்பா. நான் உனக்கு எம்மாந்தரணும் – பிசாத்து நூத்தி எம்பது ரூபா காசுதானே. ஆயிரமா இருந்தாகூட என்னால தரமுடியும். நான் ஒண்ணும் 'ஐவேஜி' இல்லாதவன் இல்லே. நிம்மதியா சினிமாவுக்குப் போனே இடத்திலே உன் கடைப் பையனைவிட்டு நாலு பேருக்கு முன்னால என்னை நீ அவமானப் படுத்தறே. நான் சினிமாவே பார்க்கலை."

கோபாலுவின் முகம் கோணியது.

"எனக்கு அழுகையே வந்துடுச்சி. தோ பாரு. நான் கொடுக்கிறப் போதான் கொடுப்பேன். என்னை இம்சை பண்ணிக்கிட்டு இருக்காதே. மரியாதையைக் காப்பாத்திக்கோ" என்று சொல்லி விட்டு சைக்கிளை வேகமாகத் தள்ளிக்கொண்டு போனான்.

'கோபாலு! கோபாலு!' என்று கூப்பிட்டுக்கொண்டே பின்னால் போனான் கிருஷ்ணமூர்த்தி. அவன் வேகமாகப் போய்விடவே நடுத்தெருவில் நின்று தன்னை யாராவது கவனிக்கிறார்களா என்று ஓரக்கண்ணால் நோக்கினான். நிம்மதியாக இருந்தது. டிராபிக் போலீஸ்காரன் இவனைப் பார்த்து, 'பிளாட்பாரத்துல ஏறி நடங்கய்யா. நடு ரோட்டுல நின்னுகிட்டு ஏய்யா என் தாலியை அறுக்கறீங்க' என்று கத்தினான்.

அவன் பிளாட்பாரத்தில் ஏறி நடந்தான். திருப்பத்தில் இருந்த ஒரு பெட்டிக் கடையில் ஒரு சார்மினார் சிகரட் வாங்கிப்

பற்றவைத்துக்கொண்டான். மனசு பாரமாக இருந்தது. கிளம்பும் போது அம்மா, 'பணம் இருந்தா பத்து ரூபா கொடுப்பா' என்று கேட்டது ஞாபகத்துக்கு வந்தது. அரக்கு நிறத்தில் பொட்டு வைத்துக் கொண்டு, ஸ்டூலில் உட்கார்ந்து பூ விற்றுக் கொண்டிருந்த ஒருத்தி "பூ வேணுமா சார்" என்றாள். பதில் சொல்லாமல் இவன் நடந்தான்.

ஒரு வாரத்துக்குப் பின், ஐயர் ஓட்டலுக்கு முன் வெற்றிலை போட்டுக் கொண்டு நிற்கும் கோபாலுவைப் பார்த்தான் கிருஷ்ண மூர்த்தி. இருள் காண இருந்த மாலை அது. 'கோபாலு' என்று கூப்பிட்டுக்கொண்டு அருகே போனான். கிருஷ்ணமூர்த்தி என்கிற நபரே உலகத்தில் இல்லாததுபோல சாவதானமாகச் சுண்ணாம்பு விரலைத் தூணில் துடைத்துவிட்டு, சைக்கிளில் ஏறி உட்கார்ந்து கொண்டு போய்விட்டான். போகும்போது தன் இடப்புறம் திரும்பி, 'புளிச்'சென்று வெற்றிலை எச்சிலைத் துப்பிவிட்டுப் போனான்.

இடையில் ஒருநாள் எதேச்சையாக ரங்கசாமி எதிர்ப்பட கிருஷ்ணமூர்த்தி தான் கோபாலுவைக் கூப்பிடக் கூப்பிட அவன் கொஞ்சம்கூட மதிக்காமல் போய்விட்டதை ரொம்ப வருத்தத்தோடு சொல்லிக்கொண்டான். எல்லாவற்றையும் கேட்டுக்கொண்டு ரங்கசாமி சொன்னான்.

"அண்ணே நான் சொல்றேன்னு கோவிச்சுக்கக்கூடாது. நீ இப்படியே இருந்தா, சோறு தண்ணி இல்லாம செத்துத்தான் போவே. கோபாலு மாதிரி அயோக்கியப் பசங்களை மரியாதைப் பண்ணிப் பேசிக்கிட்டு இருக்கீங்க. சட்டையைப் பிடிச்சு இழுத்து 'ஸ்கொக்காலே, இன்னாடா சொல்றே என் பணத்துக்கு' அப்பிடீன்னு கேக்கிற வரைக்கும் அவனும் பணம் கொடுக்கப் போறதில்லே. நீயும் வாங்க போறதில்ல!"

அடுத்தநாள் ஞாயிற்றுக் கிழமையாக வாய்த்தது. காலை முதற் கொண்டு யோசித்து யோசித்து இருட்டிய பிறகு கோபாலுவைப் பார்க்கப் புறப்பட்டான் கிருஷ்ணமூர்த்தி. ராத்திரி கனத்து பேட்டையே இருட்டில் புதைந்து கிடந்தபோது கோபாலுவின் வீட்டுத் கதவைத் தட்டினான். கதவு திறந்து ஒரு ஸ்திரி "யாரு" என்றாள்.

"கோபாலு இருக்காரா?"

"சாப்பிடறார். உக்காருங்க – யார் வந்திருக்காருன்னு சொல்ல"

"கிருஷ்ணமூர்த்தி . . . அரிசிக்கடை கிருஷ்ணமூர்த்தின்னு சொல்லுங்க – தெரியும் – "

அவள் மீண்டும் கதவை சாத்திக்கொண்டு போய்விட்டாள். உள்ளே இருந்த விளக்கு வெளிச்சம் சாத்தியிருந்த கதவு ஊடாக ஒரு நீண்ட கோடாய் வெளிப்பட்டது. இவன் நின்றுகொண்டே மூன்று சிகரெட்டுகளைக் குடித்து முடித்து விட்டிருந்தான். கோபாலு

கதவைத் திறந்துகொண்டு கையைத் துடைத்துக்கொண்டே வந்து "இன்னாபா – இந்த நேரத்துல –" என்றான்.

கூர்ந்து கவனித்தால் மட்டுமே முகம் தெரிகிற இருட்டாக இருந்தது. கிருஷ்ணமூர்த்திக்கு அது சௌகரியமாக ஆயிற்று. கோபாலுவிடமிருந்து மீன்குழம்பு வாசனை வந்தது. அது அவனுக்குப் பிடிக்காது.

"ஒன்னுமில்லே, வீட்டுல கொஞ்சம் முடை. பணக்கஷ்டம் ஏதாவது பார்த்து கொடுத்தியேன்னா தேவலை."

கதவைத் திறந்துகொண்டு அந்த ஸ்திரி எட்டிப் பார்த்தாள். வெளிச்சம் அதிகமாக வெளிப்பட்டது.

"நான்தான் உனக்கு அப்பவே சொன்னேனே, என் கையில் கெடைக்கும் போது கொண்டாந்து தர்ரேன்னு. சும்மா ஏன் தொந்தரவு பண்றே" என்று அமுங்கிய குரலில் சொல்லித் திரும்பிப் பார்த்துக்கொண்டான்.

கிருஷ்ணமூர்த்தி அந்த ஸ்திரியைப் பார்த்தான். அவள் இவனைப் பார்ப்பதாக இருந்தது.

"என் நிலைமையை நீ புரிஞ்சுக்கணும் கோபாலு. என் முதல்ல பெரும் பகுதியக் கடனாகவே கொடுத்துட்டேன். வீட்டுல கொஞ்சம் முடை. அக்கா பிரசவத்துக்கு வந்திருக்கு. என் கைச்செலவுக்குக் கஷ்டமா இருக்கு."

"உனக்கு அநேக கஷ்டம் இருக்கலாம். அதுக்காக நான் கழுத்தையா அறுத்துக்க முடியும்?"

"நீ பேசறதப் பார்த்தா நான் என்னமோ உன்கிட்டப் பணம் கடன் கேட்க வந்த மாதிரி இல்ல இருக்கு?" என்று சொல்லிவிட்டு ஒரு சிகரட்டைப் பற்ற வைத்துக்கொண்டான் கிருஷ்ணமூர்த்தி. கொஞ்சம் தெம்பாக உற்சாகமாக இருந்தது. மார்பு லேசாகத் துடிப்பது தெரிந்தது.

"சரி, நான் தூங்கப் போகணும்."

"ஒன்னு சொல்றேன் கேளு. நான் உனக்கு அடங்கிப் போறதா நீ நெனைக்கிற. மனுஷனுக்கும் மனுஷனுக்கும் இருக்கிற மரியாதை தவறக் கூடாதுன்னு பார்க்கிறேன். நீ காப்பாத்திக்கப் போறதில் லேன்னு தோணுது."

"ஏங்க, இங்க கொஞ்சம் வாங்களேன்" என்றாள் அந்த ஸ்திரி.

"உஸ்! நீ உள்ள போ, இன்னாபா, ஒரு மாதிரியா பேசறே"

"நீ பேச வச்சுட்டே, உனக்கு இன்னும் ஒரு வாரம் டைம் தரேன். அதுக்குள்ளே நீ பணத்தைத் தந்திடணும்."

"தரலேன்னா?"

"உதைப்பேன். நீ என் வீட்டைத் தாண்டித்தான் மில்லுக்குப் போவணும். உன் காலை, கையை உடைப்பேன். உன் மில் டோக்கனைப் பிடுங்கி வச்சுக்குவேன். நீ வேலைக்குப் போவ முடியாது. என்னை உனக்குத் தெரியும். என் குடும்பத்தையே உனக்குத் தெரியும். என்னோட சிநேகிதர்கள் எல்லாம் எப்படின்னும் உனக்குத் தெரியும். சத்தியமா நான் சொன்னதைச் செய்வேன்."

அந்த ஸ்திரி கதவை விட்டு வெளியே வந்துவிட்டாள். கிருஷ்ண மூர்த்தி சிகரட்டை மிதித்துத் தேய்த்துவிட்டு நிதானமாக நடந்து போய்விட்டான்.

இது நடந்த ரெண்டாம் நாள். சூரியன்கூட தூங்கி விழிக்காத காலைப் பொழுது. குளிரில் முடங்கி, போர்த்திக்கொண்டு படுத் திருந்தான் கிருஷ்ணமூர்த்தி. அம்மா வந்து அவனை எழுப்பினாள்.

"யாரோ தேடிக்கிட்டு வந்திருக்கான்டா."

துண்டால் மார்பை மூடிக்கொண்டு வெளியே வந்தான். கழுத்தைச் சுற்றி மப்ளர் சுற்றிக்கொண்டு நின்றிருந்தான் கோபாலு.

"இன்னா கோபாலு?"

"இந்தா, இதுல நூறு ரூபா இருக்குப்பா. அவ்ளோதான் என்னால புரட்ட முடிஞ்சுது. இதை வச்சுக்கோ. இன்னும் ரெண்டே நாளில் மீதி எம்பதையும் கொடுத்துடறேன். கோவிச்சுக்காதே" என்றான் அவன்.

பணத்தை வாங்கிக்கொண்டான்.

"போனஸ் வாங்கினியே என்னாச்சு?"

"வரவைக் காட்டிலும் கடன் ஜாஸ்தியாப் போச்சுப்பா எனக்கு."

பணத்தை எண்ணுவது சிரமமாக இருந்தது கிருஷ்ணமூர்த்திக்கு.

"பரவாயில்ல. மீதி எவ்வளவு தரணும் நீ, எம்பளது தானே? முப்பதைத் தள்ளிடு. ஐம்பது கொடுத்தாப் போதும். இன்னும் ஒரு வாரம் பத்து நாளு சென்னு கொடு.'

"நான் ஏதாவது தப்பாச் சொல்லியிருந்தா கோவிச்சுக்காதே கோபாலு"

"சேச்சே, தப்பு என்னோடதுதான். நான் ஒழுங்காக் கொடுத் திருக்கலாம். நான் கஷ்டப்பட்ட நேரத்துல நீ கொடுத்து உதவினே. உன் கஷ்டத்துக்கு நான் உதவல்லே"

கோபாலு போய்விட்டான். மூன்றாம் நாளே திரும்பி வந்தான்.

"என்னா கோபாலு?"

"இந்தாப்பா, இதுல முப்பது இருக்கு. அவ்ளோதான் கிடைச்சுது. ஒரு இடத்துல கேட்டு வாங்கியாந்தேன். நம்ம வீட்டுல முந்தா நாளு

குளிகுளிச்சுட்டா – உன் கிட்டப் பேசிட்டுப் போனேன் இல்ல. அப்புறம் கொஞ்ச நேரத்துக்கெல்லாம் பிரசவம் ஆயிட்டுது – செலவு மேல செலவு."

"இன்னா குழந்தைப்பா"

"இதுவும் பொட்டைதான் –"

"அதனால என்ன – குழந்தை குழந்தைதானே!"

"சரி, நான் வரட்டுமா – மீதி இன்னும் ரெண்டு நாள்லே தர்றேன் –"

"இரு. இன்னும் எவ்ளோ தரணும் – இருபதுதானே. குழந்தைக்கு அந்தப் பணத்துல என் பேரைச் சொல்லி ஒரு சட்டை வாங்கிப் போடு –"

"மனசுல ஒன்னும் வச்சுக்காதே கிருஷ்ணமூர்த்தி."

"சேச்சே!"

சாயங்காலம் ஐயர் கிளப்பில் டிபன் சாப்பிட்டுவிட்டு, கிருஷ்ண மூர்த்தியும் ரங்கசாமியும் சினிமாவுக்குப் போனார்கள்.

∎

பிரும்மம்

பிரும்மம்
பிரும்மம்
பிரும்மம்
பிரும்மம்

நாங்கள் புது வீட்டுக்குக் குடி போனோம். ஆச்சரியமாக வீட்டுக்கு முன்னால் கொஞ்சம் நிலம் வெறுமே கிடந்தது. ஒரு நாலு முழ வேஷ்டியை விரித்தது போன்று கிடந்தது அது. அதை என்ன பண்ணலாம் என்று நாங்கள் யோசித்தோம். வீட்டுப் பெரியவர்களுக்குச் சலுகை கொடுப்பது மாதிரி, மரியாதை கொடுக்கிற பழக்கத்தை உத்தேசித்து பாட்டியைக் கேட்டோம்.

அவள் ஆகி வந்த பழக்கங்களுக்கேற்ப, ஒரு பசு வாங்கிக்கட்டி வளர்க்கலாம் என்றாள். பசு வீட்டுக்கு லட்சணம். பசு வந்தாலே வீட்டுக்கு லட்சுமி வந்தது போல. பசு பால் கொடுக்கும். பாலில் இருந்து மோர், தயிர், வெண்ணெய், நெய் முதலானவை கிடைக்கும். பசு பெய்வதை மூத்திரம் என்று சொல்லக்கூடாது. அதைக் கோமியம் என்று கூற வேண்டும். அந்தக் காலத்தில் மனுஷர்கள் வீட்டுக்கு ஒரு பசு வளர்ப்பார்கள். இப்போதெல்லாம் மனுஷர்கள் ரொம்ப மாறிப் போய்விட்டார்கள்.

பாட்டியின் கருத்தை அம்மா ஒரே அடியில் அடித்து வீழ்த்தினாள். 'காலம் பூராவும் இந்தக் குடும்பத்துக்கு உழைத்து உழைத்து உருக்குலைந்து ஓடாகத் தேய்ந்து போனது போதாதென்று இப்போ மாட்டுச் சாணி வேறு வார வேண்டுமா?' என்று கேட்டாள். அவள் கட்டிக்கொண்டு வந்ததில் இருந்து அவளும் பார்த்துக் கொண்டுதான் இருக்கிறாள். அவள் நாத்திமார்கள் அவளைச் சந்திரமதியைப் போலப் படுத்தி வைத்தார்கள். காலை நாலு மணிக்கு எழுந்திருக்கும் அவளை ராத்திரி சாமம் ரெண்டு மணிக்கே படுக்கவிட்டார்கள். ஊர் உலகத்தில் உள்ளது மாதிரி அவளுக்குப் புருஷன் வாய்க்கவில்லை. நாள் கிழமைகளில் அவளுக்குப் பட்டுப் புடவை இல்லை. கண்ட கழிசடைகள் எல்லாம் வைரமாகப் போட்டுக் கொண்டு ஜொலிக்க, சாதா பவுனுக்கே இவள் அல்லாடுகிறாள். கல்யாணம் காட்சிகளில் அவள்தான் எவ்வளவு அவமானப் படுகிறாள். கடைசியாக அம்மா, வாய் வலி காரணமாக நிகழ் உலகத்துக்குத் திரும்பி, 'ஒரு வெண்டை, ஒரு கத்தரி, ஒரு தக்காளி செடி போடலாம். கறிக்கு ஆகும், கொத்தமல்லிகூடப் போடலாம் தான்' என்றாள்.

சௌந்தரா, என் தங்கையின் பெயர். இதைக் கடுமையாக ஆட்சேபித்தாள். 'ஹோம் சயின்ஸ்' என்கிற அபூர்வமான கல்வியைக் கற்பவள். அவள் தோழி வீட்டில் மல்லிகை, கனகாம்பரம், ரோஜாச் செடிகள் போட்டிருக்கிறது. மல்லிகை, ரோஜா, கனகாம்பரம் பறித்துக் கட்டி தலையில் வைத்துக்கொண்டு காலேஜ் போகலாம். ரம்மியமாக இருக்கும். பூக்கள் அற்புதமானவை. அழகை ரசிக்கத் தெரியவேண்டும். கத்தரி, வெண்டை எல்லாம் வெறும் சோற்றுக்கே ஆகும். மனிதன் சோற்றால் மட்டுமே ஜீவித்திருக்க மாட்டான். சௌந்தரா கனவுகளைத் தின்று வாழ்பவள்.

எந்த முடிவுக்கும் வராமலேயே சபை கலைந்தது. எங்கள் அனைவருக்கும் சிந்திக்கவும் செய்யவும் அனேக காரியங்கள் ஏறிட்டுப் போயின.

ரெண்டு நாள் கழித்து அப்பா, சாயங்காலப் பொழுதில் எங்களை அழைத்து, காலியாகக் கிடக்கும் நிலத்தில் முருங்கை நடலாம் என்றார். முருங்கை மரம் இருக்கும் மரங்களிலேயே சிறந்தது; வேர் வீட்டு மதிலையோ வீட்டு அஸ்திவாரத்தையோ தகர்க்காது. இடத்தை அடைக்காது. முருங்கைக்கீரை கீரைகளிலேயே ரொம்ப விசேஷமானது. கபத்தைக் கரைக்கும். கால்ஷியம் சத்து உள்ளது. கந்தசாமி முதலியார்கூட எழுதியிருக்கிறார். காயைப்பற்றிச் சொல்ல வேண்டியதே இல்லை. சாம்பார் வைக்கலாம். வாசனை ஊரைக் கூட்டும். காரக் குழம்புகூட வைக்கலாம்தான். தேங்காய்த் துருவல் போட்டுக் கறி பண்ணலாம். வீட்டு முகப்பில் மரம் ஒரு அழகைத் தரும். நிழலும் தரும். வீதியை ஒட்டிய அறைக்கு எப்பவும் வெயில் வராது. குளிர்ச்சியாய் இருக்கும். அப்பாவுக்கு

முருங்கை பிடிக்கும். எனக்கும் பிடிக்கும். அம்மாவுக்குப் பிடிக்கும் பிடிக்காது என்பதில்லை.

அடுத்த நாள் காலை அப்பாவின் சினேகிதர் வீட்டில் இருந்து அவர் பையன் ஒரு முருங்கைக் கிளையைக் கொண்டு வந்தான். அப்பாவை எழுப்பிக் கொடுத்தான். அப்போது நாங்கள் தூங்கி எழுந்து காப்பி சாப்பிட்டுக்கொண்டிருந்தோம். அன்று வெள்ளிக் கிழமையாய் வேறு அமைந்திருந்தது.

அம்மா ஸ்நானம் பண்ணி, கூந்தல் முனையில் ஈரம் போகத் துணி சுருட்டிக் கட்டியிருந்தாள். மஞ்சள் மினுக்கில் அவள் வழக்கத்துக்கு விரோதமாகச் சிரித்துக்கொண்டிருந்தாள். அதன் காரணமாக அவள் அழகாக விளங்கினாள்.

முருங்கைக் கிளை கொண்டு வந்த பையனுக்குக் காபி, உபசாரம் எல்லாம் நடந்தது. அப்பா குளிக்கப் போனார். சாதாரணமாக அவர் அரை மணி முக்கால் மணி நேரம் குளிப்பார். அன்று அதி சீக்கிரமாகக் குளித்துவிட்டு, நீர் சொட்டச் சொட்டத் துண்டை இடுப்பில் சுற்றிக்கொண்டு வந்தார்.

அப்பாவிடம் ஒரு பட்டு வேஷ்டியும் பட்டுத் துண்டும் இருந்தது. தாத்தாவின் திவச நாளிலும் பண்டிகை விசேஷ காலங்களிலும் அவர் அதைத்தான் அணிவார். மஞ்சளும் இல்லாமல், பழுப்பும் இல்லாமல் இரண்டுக்கும் இடைப்பட்டு இருந்தது அது. கரை பச்சை வண்ணத்தில் கை அகலம் இருக்கும். வெயில் பட்டால் எரிவதுபோல் மினுங்கும். வருஷத்தில் பத்துப் பன்னிரெண்டு நாட்களுக்கே அது பயன்பட்டு வாழ்ந்தது. மற்ற நாட்களில் அலமாரியிலேயே அது மடித்து வைக்கப்பட்டிருந்ததால் அதற் கென்று தனி மணமும் குணமும் ஏற்பட்டிருந்தது. அதை அலமாரியை விட்டு எடுக்கும் போதெல்லாம் கற்பூர வாசனை பரவும். அப்பா அந்த வாசனையோடு இருக்கும்போது அவரை எனக்குப் பிடிக்கும். அன்றும் ஏதோ விசேஷ தினம் போல அப்பா அந்த வேஷ்டியைக் கட்டிக்கொண்டு துண்டை மேலே போர்த்துக் கொண்டார்.

முருங்கைக் கொம்பு கொஞ்ச நாழிகை முன்புதான் ஒடிக்கப்பட் டிருந்தது. அதனின்றும் நீர் சுரந்தது. பசிய மர வாசனை அதனின் றும் வந்தது. மெல்லிய மேல் தோல் சிதைந்து உள்ளே பச்சைக் காண இருந்தது. அந்தச் சதுர நிலத்தில் நடுப்பாங்காக அந்தக் காம்பை அப்பா நட்டார். அம்மா அவருக்குத் துணை செய்தாள். அம்மா குனிந்து அந்த முருங்கைக் கொம்பைப் பிடித்துக்கொண் டிருந்த போது அவள் முதுகுப் பக்கம் தலையில் முடித்திருந்த துண்டின் ஈரம் பட்டு நனைந்திருந்தது. அப்பா பள்ளம் தோண்டிக் கம்பை நட்டார். நான் வேடிக்கைப் பார்த்துக்கொண்டு நின்றிருந் தேன். செளந்தரா ஓடிப்போய் வாளியில் நீர் கொண்டு வந்து கொம்பைச் சுற்றி மண்ணில் வார்த்தாள். அம்மா மூன்றாவது

வீட்டுக்கு ஓடிப்போய் மாட்டுச்சாணம் கொண்டு வந்து கொம்பின் முனையில் அப்பிவைத்தாள். அன்று காலை நேரம் பூராவும் எங்களுக்கு முருங்கையே விஷயமாக இருந்தது. நானும் அப்பாவும் எங்கள் ஆபீஸ்களுக்கும் சௌந்தரா காலேஜுக்கு அன்று லேட் டாகவே போனோம்.

அடுத்த சில நாட்களுக்கு நாங்கள் முருங்கையைப் பற்றி சுத்த மாய் மறந்து போனோம். முருங்கை என்கிற விஷயம் எங்கள் வாழ்வில் இடம் பெற்றதாகவே எங்கள் யாரின் உணர்விலும் இல்லை.

ஒருநாள் காலை என்னை என் படுக்கையில் வந்து எழுப்பி னாள் சௌந்தரா. அவள் குரலிலும் அசைவிலும் அவசரம் தெரிந்தது. என்னைப் பிடித்துக் குலுக்கினாள்.

“சனியனே! காலைல வந்து என் உயிரை ஏன் எடுக்கிறே . . .”

“அண்ணா, வந்து பாரேன். முருங்கை மரம் முளைச்சிடுச்சி!”

சுருக்கென நான் எழுந்து உட்கார்ந்தேன். இருவரும் கீழே வந்தோம். முருங்கையைச் சுற்றி வீட்டார் அனைவரும் நின்றிருந் தார்கள்.

பட்டமரம் போலும் குச்சி போலும் தோற்றம் கொண்டிருந்தது முருங்கை. அதன் பட்டையின் பல்வேறு இடங்களில் பச்சைப் புள்ளியாகத் தளிர் விட்டிருந்தது. ஒட்ட வைக்கப்பட்ட பச்சைப் பயிறு. கிளர்த்திக்கொண்டு வெளியேறத் துடிக்கும் உயிரின் உருவம் பார்க்கப் பரவசம் தந்தது. தொட, என் விரல் என்னை அறியாமல் நீண்டது.

“உஸ். அதைத் தொடக் கூடாது” என்றாள் பாட்டி. பச்சைக் குழந்தைகளையும் பூக்களையும் தளிர்களையும் விரல் நீட்டிச் சுட்டக் கூடாது. தொடவும் கூடாது. தொட்டால் அதுகளுக்கு ஊறு.

அன்று முதல் விடிந்ததும் எங்களின் முதல் வேலை முருங் கையைப் பார்ப்பதுதான். அதன் வளர்ச்சியின் ஒவ்வொரு கணுவும் எங்களுக்குத் தெரிந்தே நிகழ்ந்தது. உளுத்தம் பொட்டின் அளவான தளிர், மெல்லிய நரம்பு போல அதுவிடும் கிளை, பச்சைப் பட்டாணியைப் போல அதன் இலை, ஊடே தோன்றும் அதன் புதிய புதிய தளிர்கள் எல்லாம் எங்கள் கண்முன்பாகவே நிகழ்ந்தன. இதற்கிடையே நான் ரெண்டு சட்டைகள் புதிதாகத் தைத்துக்கொண் டேன். என் முழுக்கால் பேண்ட் சற்று இறுக்கமாகிவிடவே அதைப் பிரித்துவிட வேண்டி இருந்தது. ஒருநாள் ரகசியமாக அதன் ஒரு – ஒரே ஒரு – இலையைப் பறித்து வாயில் போட்டுச் சுவைத் தேன். வித்தியாசமாக ஒன்றும் இல்லை. எனக்கு அது சுவாரஸ்யமாக இருந்தது.

முருங்கையைப் பயன் கொண்ட அந்த முதல் நாள் இப்போதும் என் கண்முன் நிற்கிறது – நெஞ்சில் நிற்பது போல. அம்மாவுக்கு நெய் உருக்க வேண்டி இருந்தது. முருங்கைக்கீரை போட்டு

உருக்கினால் நெய் ரொம்ப வாசனையாக இருக்கும் என்றாள் பாட்டி. அம்மா அப்படியே செய்தாள். மத்தியான சாப்பாட்டுக்கு அந்த நெய்யையே நாங்கள் விட்டுக்கொண்டு சாப்பிட்டோம். முருங்கையின் விசேஷமோ அன்றி மனத்தில் விசேஷமோ, நெய் என்றைக்குங் காட்டிலும் அன்று ரொம்பச் சுவையாய் இருந்தது. நெய்யில் விழுந்திருந்த கீரையும்கூட தின்ன ஒரு மாதிரியாய் நன்றாகவே இருந்தது. அழகாகத் துளிர்விட்ட அதைப் பறித்து அம்மா ஹிம்சித்து விட்டாளே என்கிற துக்கம் என் மனசுக்குள் இருக்கத்தான் செய்தது.

அது நாளுக்கு நாள் தான் பெருக்கிக்கொண்ட ஆகிருதியினால் சௌந்தராவையே பல நேரங்களில் எனக்கு நினைவூட்டியது. அம்மா, சௌந்தராவைத் தன் யௌவனத்தின் கடைசிக் காலத்தில் தான் வாங்கிக்கொண்டாள். எனக்கும் அவளுக்கும் பதினைந்து வருஷ பிராய வித்தியாசம் ஏற்பட்டுவிட்டது.

சௌந்தராவை அவள் குழவிப் பருவம் தொட்டே அருகிருந்து கண்டு வருகிறேன். அதையும் அது முளைவிட்ட பருவம் தொட்டே தரிசித்து வருகிறேன். அவள் பாயில் புரண்டு, தன் பார்வையில் என் முழங்கால் மட்டும் விழ, அந்த அடையாளத்தை மட்டும் கண்டு, தன்னைத் தூக்கச் சொல்லி அழுதது; அது தன் குறுந்தளிர்க் கைகளைக் காற்றில் வீசி என்னை நேயம் கொண்டாடியது; அவள் முதல் நாள் பள்ளிக்கூடம் போகும் விசேஷத்தைக் கொண்டாட வென்று அதற்காகவே தைத்த சட்டை பாவாடை புரளப் புரளப் போட்டுக்கொண்டு நின்றது; வறண்டு மரத்துக் காய்ந்து நின்ற கொம்பில், பச்சைப் பச்சையாய்க் கொத்துக் கொத்தாய் நாலு பக்கமும் சிலிர்த்துக்கொண்டு நின்றது; அவள் மலர்ந்தபோது நடுவீட்டில் ஜமக்காளம் போர்த்தின நாற்காலியில் மாலை அணிந்த கழுத்தோடு உட்கார்ந்துகொண்டு வெட்கத்தில் சிரித்தது; புட்டு சுற்றி உளுந்து களி தின்று சடங்கு கொண்டாடியது; எல்லாம் என் நினைவுகளில் பக்கம் பக்கமாய் நின்றது.

நான் சைக்கிளை எடுத்துக்கொண்டு வேலைக்குப் புறப்படுகையில் அது கையை அசைக்கும். பேசுவதாய் இருக்கும். எங்கள் சம்பாஷணைக்கு வார்த்தை அவஸ்யப்படவில்லை. ஒலி இன்றியமை யாமை இல்லை. உணர்வுகள் போதுமானவையாய் இருந்தன. இமைகள் உதடுகளாகிப் போயின.

சௌந்தரா கூடத்து ஜமக்காள நாற்காலியில் உட்கார்ந்ததுபோல் அதுவும் நின்றது. அதன் கால்களுக்கிடையில் நிழல் திரண்டது. நானும் அப்பாவும் அதன் கால்களுக்கடியில் சைக்கிளை நிறுத்துவ தாகச் செய்தோம். மத்தியான காலங்களில் நான் அதன் கால் களுக்குப் பக்கத்தில் ஈசிசேரை போட்டுக்கொண்டு உட்காருவேன். காற்று சுகத்திலும் நிழல் அருமையிலும் என்னைப் பொருத்தவரை வெயில் அஸ்தமித்துவிடும். புஸ்தகங்கள் படிப்பதும் எழுதுவதும்

அதன் அடியில் என்றாகிவிட்டது. எழுத்து கண்ணுக்கு மறையும் வரை என் வாசிப்பும் சிருஷ்டியும் அதன் அடியில் – அதன் ஆதரவில் என்றாகிவிட்டது.

காவிரி ஆற்றங்கரையில் நான் கல்லூரி வாசம் செய்திருந்தேன். சமஸ்கிருதம் கற்றது ஆற்றங்கரை அருகிருந்த ஒரு பழைய ஓட்டு வீட்டில். அந்தக் காலத்து மனுஷர்களைப்போலவே அந்தக் காலத்து வீடுகளும் பெரிதாய் இருக்கும். நாலு கைத் தாழ்வாரம். நடுவில் பெரியமுற்றம். வீட்டுக்குள்ளேயே எங்கள் வாத்தியார் மரம் வைத் திருந்தார். அது முருங்கையாக வாய்த்திருந்தது. அதன் கீழ்தான் என் பாடம் நடந்தது. அதற்கு மட்டும் வாய் இருந்தால் ராம ஸப்தத்தையும் கோதா ஸ்துதியையும் என்னைக் காட்டிலும் இனிமையாகவும் ஆத்மபூர்வமாகவும் சொல்லி இருக்கும். அதன் கீழ் எண்ணற்ற மாணவர்கள் அமர்ந்து பாஷை படித்திருப்பார்கள்.

வாத்தியார் ஒரு நாள் முருங்கையைப் பிரும்ம விருட்சம் என்றார். முருங்கையின் மேல் தோல், கால், கீரை முதலானவை மனுஷ இன விருத்திக்குக் காரணமாகிய புணர்ச்சிக்குத் தீவிர உந்துதலும் உரமும் தருவதால் அது சிருஷ்டிக்கு உதவுவதாகிறது. பிரமனும் சிருஷ்டிபரமான காரியங்களிலேயே இருப்பதால் அது பிரம்ம விருட்சம் என்றாகிறது என்றார். அந்த நாள் முதற்கொண்டு நான் அதை நோக்கும் போதெல்லாம் நாலு திசைகளிலும் சிரம் கொண்ட பிரம்மமே என் கண்களுக்குப் புலப்படுவதாயிற்று. வாத்தியார், குழந்தைகள், நாங்கள் அனைவரும் பிரம்ம விருட்ச நிழலில் வளர்ந்தவர்கள்.

சௌந்தராவுக்கு வரன் நிச்சயமாயிற்று. அவளுக்கு அவரும் பிடித்திருக்கவே கல்யாணம் சட்டென்று கூடி முடிந்தும் போயிற்று. அவள் புருஷனோடு புறப்படுகையில் அப்பா, அம்மா, நான், பாட்டி என எல்லோரிடமும் முண்டு முண்டாக நின்று அழுதாள். உறவுகளைப் பிரிவது என்பது எல்லோருக்கும் துன்பமான அனுபவமாகத்தான் இருக்கும். அவள் நேசித்தவைகளுக்குள் முருங்கையும் கட்டாயம் இருக்கும்.

இப்போதெல்லாம் எங்கள் வீட்டில் பெண்டுகளின் வரத்து அதிகமாக இருந்தது. அம்மாவை ஒத்த பெண்டுகள், எதிர் வீட்டு, பக்கத்து வீட்டு, மூன்றாவது நாலாவது வீட்டுப் பெண்கள் வயது காரணமாக இவர்கள் பெரும்பாலும் குண்டாகவும் அல்லது அதீத ஒல்லியாகவும் இருப்பார்கள். நான் வீட்டுக்குள் நுழைகையில் சரேலென்று என்னைக் கடந்து இவர்கள் போவார்கள். இவர்கள் மீதிருந்து ஏதேனும் ஒருவகை வாசம் வீசும். மிளகாய் நெடி, கொத்தமல்லி வாசனை, அழுக்கின் கார நெடி, கழுவாத உடம்பின் கவிச்சை எல்லாம். தவறாமல் இவர்கள் கைகளில் ஒரு கொத்து முருங்கைக் கீரையும் அல்லது ரெண்டு மூன்று காயும் இருக்கும். இதற்காகவென்றே வருபவர்கள் வேறு எதற்காகவோ வருபவர்களாக

அபிநயித்து, கடைசியில் அம்மாவே கீரை, பறித்துக் கொடுக்கும் போது புளகித்துச் சிரித்துப் பேசிவிட்டுச் செல்வார்கள். அம்மா பொதுவாக அண்டை வீடுகளுக்கு வம்பு சமாசாரங்களுக்காகப் போகிறவள் அல்ல. அதில் அவளுக்கு நாட்டம் இல்லை. எனவே பெண்டுகள் அவளைப் புறக்கணித்தே இருந்தார்கள். முருங்கை வந்தபின் அவளுக்கு உறவுகள் தேடி முளைத்தன.

எங்கள் வீட்டுக் கீரை தேன் என்று பயன் கொண்டவர்கள் சொன்னார்கள். காய் மதுரம் என்றார்கள். அது தன்னைக் குறித்த பாராட்டெனவே ஆனந்தம் மிளிரும் அம்மாவுக்கு.

அது அடர்த்தி இன்றி மற்றவை போல மிருக பலம் இன்றி வானத்தை நோக்கியே வளர்ந்தது. வானமே தன் இலட்சியம் என்பதுபோல அது வளர்ந்தது. அதன் உச்சி வானக் கூரையைத் தொட்டாலும் என் மனசுக்குள் அது தவழும் குழந்தை.

மனிதர்கள் ஒருநாள் தங்கள் கோரைப் பற்கள் நீள மரங்களை யெல்லாம் வெட்டிப் போட்டார்கள். கற்களை வைத்துச் சுவரெ ழுப்பித் தங்கள் வாழ்விடங்களையும் சாவிடங்களையும் அமைத்துக் கொண்டார்கள். ஆதலால் பட்சி ஜாதிகள் கூடுகளை இழந்து வானத் தில் திரிந்தன. முருங்கை காக்கை குருவிகளுக்கு இல்லம் ஆயிற்று.

எங்கள் காதுகளுக்கு மனித இரைச்சலும் இயந்திரக் கூச்சலும் ஓசையாய் இருந்த நிலைபோய் பறவையின் நாதம் இசை ஆயிற்று. மாடியில் என் அறையின் ஜன்னல் வழி பார்த்தால் முருங்கையின் தலைப்பகுதி தெரியும். என் படுக்கையின் மேல் படுத்திருந்துகூட அதனைப் பார்க்க முடியும். காலையில் ஏதேனும் ஒரு பறவையின் பேச்சு கேட்டுத்தான் நான் கண்களைப் பிட்டுக்கொள்ளும் வழக்கம் அமைவதாயிற்று.

சூரிய கிரணங்கள் மண்ணில் பாயாத அந்த வைகறைப் பொழு தின் வெண்மையான சூழலில், ஒரு சிட்டுவோ, ஒரு காகமோ, அபூர்வமாக எப்போதாவது வரும் மைனாவோ, கருவாட்டு வாலியோ பேசக் கேட்டுக்கொண்ட உலகத்தின் ஒரு பொழுதை எதிர்கொள்வது மிக இனிய அனுபவமாக இருக்கும். மனிதர்கள் தங்கள் வீடுகளில் தாங்கள் மட்டுமே தனித்து எவ்வாறு வாழ்கிறார் கள் என்று எங்களுக்குத் தோன்றும். விடியலை போதை மனிதர் களைக் காட்டிலும் பறவைச் சாதியே ஆர்வத்தோடும் சந்தோஷத் தோடும் வரவேற்கின்றன. அவைகளின் உற்சாகம், விளையாட்டு மைதானத்தில் இருக்கும் குழந்தைகளின் கும்மாளத்தை ஒக்கும். ஒரு கிளையில் இருந்து மறு கிளைக்குச் சிறகுகளைச் சிலிர்த்துக் கொண்டு தாவும். அலகால் நெஞ்சை நீவிவிட்டுக் கொள்ளும். சாயுங் காலங்களில் அவை வேறு மாதிரி தோன்றும். வேறு மாதிரி கூவும். ஒரு நாள் வாழ்க்கையை முடித்துவிட்ட திருப்தியும், சாந்தமும் பொழுது முடிந்துவிட்டதே என்கிற ஆதங்கமும் அந்தக் குரல்களில் இருக்கும்.

முருங்கையை பறவைகளோடும், தொங்கும் காய்களோடும் பார்த்தால், அசப்பில் தன் தோள்மீது குழந்தைகளைத் தூக்கி வைத்துக்கொண்டு குதிபோடும் தாத்தாவைப் போலத் தோன்றும். திடீரென்று ஆயிரம் வருஷத்திய முதுமையில் மூச்சுவிடும். பாவமாய் இருக்கும். திடீரென்று விடலைப் பையனின் குஷியில் குதிபோடும்.

எங்கள் வீட்டில் முருங்கை சம்பந்தப்படாத சமையல் இப்போ தெல்லாம் இல்லை. முருங்கைக் கீரை பிரட்டல், அல்லது கூட்டு; காய் சாம்பார். முருங்கைக்காய் சாம்பாருக்கு மற்றதுக்கில்லாத விசேஷமான மணமும் சுவையும் உண்டு. எனக்கு அது ரொம்பப் பிடிக்கும்; காய் காரக் குழம்பு; காய்ப் பொறியல்; இவ்வாறு ஏதேனும் இருக்கும். எங்கள் மரத்துப் பொருட்கள் எல்லாமே எங்களுக்குப் பிடிக்கும்.

எங்கள் வீட்டுக்கு மூன்றாவது வீட்டில் ஹெட்மாஸ்டர் ஒருத்தர் குடிவந்தார். மிகப்பெரிய பள்ளிக்கூடத்தில் மிகப்பெரிய வாத்தியார் அவர். அவர் எங்கள் தெருவுக்குக் குடி வந்த பிறகும் நாங்கள் காரி யாதிகளைக் கவனித்துக் கொண்டிருந்தோம். நாங்கள் அவருக்குப் புல்லாகத் தெரிந்தோம். தெருவில் போகும்போதும் வரும்போதும் அவர் வானத்தைப் பார்த்தவாறே நடந்தார். எதிர் வீட்டுக் கோனார், வாத்தியார் வீட்டுத் திண்ணையில் மாட்டைக் கட்டிப் பால் கறந்தார். வாத்தியார் வந்து தலைமயிர், துண்டு, வேஷ்டி பறக்க ஒரு ஆட்டம் ஆடினார். தெருவார் அவர் தொண்டையின் முழு ஆகிருதியையும் அன்றே கண்டனர். ஒருநாள் அவர் என்னைக் காண வந்தார். உத்தியோக உடையிலேயே இருந்தார். எலிஸபெத் காலத்து ஆங்கிலத்தில் தற்கால கல்வித் துறையின் சீர்கேடு, சினிமா, மாவு மிஷின், குடும்பக் கட்டுப்பாடு எல்லாவற்றையும் பற்றிச் சம்பாஷித் தார். தவறுதான். அவரேதான் பேசினார். கடைசியாக 'அடடே . . . முருங்கை மரம் . . .' என்றார். நான் ஆமோதிக்க அவஸ்யம் இருக்க வில்லை. அது முருங்கை. கொஞ்சம் காயும், கீரையும் பறித்துக் கொடுத்தேன். அவருக்கு மேலும் கீழும் அழகான பல்வரிசை.

இப்போதெல்லாம் மாலைகளில் முருங்கையின் கீழ் இருப்பது இயலாததாயிற்று. திடீரென்று வானம் நினைத்துக் கொண்டு மழையைப் பொழிந்தது. காலம் அதன் கிரியைகளை மிக ஒழுங் காகவே செய்தது. காற்றில் ஈரம் கோர்த்து, அறைக்குள் இருப்பது சுகமாக இருந்தது. மண் குழைந்தும், ஈரம் செறிந்தும் போகவே, நடப்பது நிதானம் தேவைப்படும் தொழிலாயிற்று. அடிக்கடி காற்று பலத்து வீசி நித்திய வாழ்க்கைக்கு இடையூறு ஆயிற்று. பலத்த காற்று அடிக்கடி ஊரைக் கடப்பதாயிற்று.

ஒருநாள் மழையில் அலுவலகம் சென்றேன். உள் இருக்கை யிலேயே பலத்த காற்று வீசியது. ஜன்னல் கதவுகள் கட்டுப்படுத்த முடியாதபடிக்கு அடித்து பயம் எழுப்பின. எல்லாம் முடிந்து அமைதி நிலவியது. மதிய உணவுக்கு நான் வீடு திரும்பினேன்.

எங்கள் வீட்டுக்கு முன்னால் சிறுவர்களும் பெரியவர்களுமாக ஒரு பெரும் கூட்டம் நின்றிருந்தது. தெருவை அடைத்துக்கொண்டு வீழ்ந்து கிடந்தது முருங்கை. மெலிய மெலிய விரல்களாகக் கிளைகள். பொட்டுப் பொட்டாய் இலைகள். ஊடே தங்கப் பொட்டாய் மஞ்சளாகிப் பழுத்துப் போன இலைகள்.

கீரைகளாகவும் காய்களாகவும் விறகாகவும் அவரவர் தங்கள் சக்திகளுக்கு ஏற்ப திரட்டிக்கொண்டு சென்றார்கள். பார்த்துக் கொண்டு இருக்கும்போதே மரம் இருந்த இடம் சுத்தமாயிற்று.

அம்மாவும் அப்பாவும் பாட்டியும் தள்ளி நின்றுகொண்டிருந் தார்கள். நான் வழக்கமாகச் சைக்கிளை நிறுத்தும் இடத்தில் கொண்டு நிறுத்தினேன். முருங்கையின் நிழலில்தான் நான் சைக்கிளை நிறுத்துவது வழக்கம். முருங்கை இடுப்பொடிந்து நிற்பது போல இருந்தது. பாதி மண்ணில் புதைந்தும் பாதி புழுதியும் அது ஆகி இருந்தது.

மறுநாள் காலையில்தான் அது இல்லாமையின் தாக்கம் எனக்குப் புலப்பட்டது. நேற்று இருந்தது. இன்று இல்லை. மொட்டை யாக அடித்தண்டு மட்டும் நின்றது.

கொஞ்சநாள் போயிருக்கும்.

ஒரு நாள் காலை காப்பிக்கு மாடியை விட்டுக் கீழிறங்கி, வழக்கப்படி டம்ளரோடு முருங்கையின் அருகில் போய் நின்றேன். எனக்கு அங்கு ஆச்சரியம் காத்திருந்தது.

துண்டாகி நின்றிருந்த மரத்திலிருந்து, ஓர் இடத்தில் சின்னதாய் கிளைத்திருந்தது.

உயிர்தான்.

∎

மனுஷி
மனுஷி
மனுஷி
மனுஷி
மனுஷி

மாட்டை விற்றுவிடுவது என்று முடிவாயிற்று.

அம்மா நேற்று சொன்னாள். 'விலை படிந்துவிட்டது. இன்றைக்குச் சாயங்காலம் தரகர் வந்து மாட்டை ஓட்டிக்கொண்டு போவார்.'

நான் நின்ற இடத்திலிருந்தே மாட்டைப் பார்த்தேன்.

அதற்கென்று போட்டிருந்த கொட்டகையில் அது படுத்துக்கொண்டு அசை போட்டுக் கொண்டிருந்தது. கீழே வைக்கோல் புரிகள் சிந்திக்கிடக்க, பக்கத்தில் காளைக் கன்று. தான் விற்கப்பட்டுவிட்டோம் என்பதையோ, அடுத்த சில மணிகளில் தன் வாசஸ்தலம் மாறிவிடப் போகிறது என்பதையோ, புது மனிதர்களையும் புதுப் பழக்க வழக்கங்களையும் எதிர்கொள்ள வேண்டியிருக்கும் என்பதையோ அறியாது, கொஞ்சமும் சலன மின்றிக் கிடந்தது மாடு.

மாடு எங்கள் வீட்டுக்கு வந்தபொழுது, இன்னும் நன்றாக நினைவிருக்கிறது எனக்கு. என் மாமனார், அவர் மகளுக்கு – என் மனவிக்கு அன்பாக அளித்தது அது. கோனார் ஒரு சாயங் காலப் பொழுதில்தான் மாட்டை எங்கள் வீடு கொணர்ந்து சேர்த்தார். ஏறத்தாழ இருபது மைல் நடந்து வந்திருந்தது. களைப்பு அதன் கண்களில் தெரிந்தது. அதன் வருகையை ஏற்கெனவே அறிந்திருந்ததால், புல், வைக்கோல், புண்ணாக்கு, பருத்திக் கொட்டையெல்லாம் வாங்கி வைத்திருந்தோம். தண்ணீர் குடித்து, தீனி தின்று, படுத்துக்கொண்டு களைப்பாறியது அது.

நாங்கள் மாட்டைச் சுற்றி நின்று அதை வேடிக்கைப் பார்த்துக் கொண்டு இருந்தோம். தலையை மட்டும் நிமிர்த்தி அசைபோட்ட வாறு எங்கோ தூரத்தில் தன் பார்வையை லயிக்க விட்டிருந்தது அது. விழிப்பு உண்டு. பார்வை இல்லை. எதையாவது ஆழ்ந்து சிந்தித்துக்கொண்டிருந்தது போலும். மாடு சிந்திக்கக் கூடாதா என்ன?

தன் சம்பந்தி வீட்டிலிருந்து பசு வந்திருப்பதில் அம்மாவுக்குச் சந்தோஷம். சம்பந்தி வீட்டிலிருந்து காதற்ற ஊசி ஒரு வண்டி வந்திருந்தாலும் அவள் சந்தோஷப்பட்டிருப்பாள். கறந்தவரை லாபம்.

அம்மா வீட்டிலிருந்து தன் பொருட்டு பசு வந்திருப்பதில் என் மனைவிக்குப் பெருமை. கூடவே மாட்டை முன்னிட்டுத் தனக்கு வேலை கூடுதலாகிவிடுமே என்கிற கொஞ்சம் கவலை.

என் அம்மா இந்த வீட்டுக்கு மருமகளாக வந்த புதிதில் எங்கள் தாத்தா பசு வாங்க வேண்டும் என்று ஆசைப்பட்டாராம். அம்மாவே எனக்குச் சொல்லியிருக்கிறாள். 'தோ, பாருங்கள். இந்த வீட்டுக்கு மருமகளாகத்தான் நான் வந்திருக்கிறேன். மாட்டுக்காரியாக வர வில்லை. வடை தட்டும் கையால் வரட்டி தட்ட முடியாது.' என்று சொல்லிவிட்டாளாம். தாத்தாவும் அந்த விருப்பத்தைக் கைவிட்டு விட்டாராம்.

அது அந்தக் காலம். அம்மா இப்போது ஒரு மாமியார். அவளுக்கு மருமகள் வந்து விட்டாள். மருமகள் வடையும் தட்டவேண்டும். வரட்டியும் தட்ட வேண்டும்; எப்படியெல்லாம் சாத்தியமோ அப்படியெல்லாம் மருமகளை இம்சிக்காவிட்டால் மாமியார் என்கிற ஸ்தானம் என்னாவது?

பசு அழகாகவே இருந்தது. பெரிதும் வெள்ளைத் திட்டுத் திட்டாக ஆரஞ்சு வர்ணம். பெரிய நாவற்பழம் போன்ற கண்கள். கண்களைச் சுற்றிக் கருமை. மையிட்டதுபோல. ஆரஞ்சு நெற்றியில் வெள்ளைச் சுட்டி. பனம்பழம் போல வாய். கன்றுதான். இன்னும் முகத்தில் பிள்ளைக்களை இருந்தது. உயர்ந்த ஜாதிப் பசுவாம். கோனார் சொன்னார். பசுக்களிலும் ஜாதி உண்டு.

பக்கத்து வீட்டிலிருந்து என் பெரியம்மா வந்தாள். அவள் கை விரலைப் பிடித்துக்கொண்டு அவள் பேத்தி. மூன்றாவது வீட்டிலிருந்து என் அத்தை. அவள் இடுப்பில் பேரக் குழந்தை. என் மகனின் தெருச் சினேகிதர்கள் எல்லோரும் பசு அழகாக இருக்கிறதென்றார்கள். என் அம்மாவுக்கு வேண்டியிருந்ததும், அதுதான். மற்றவர்களிடம் இல்லாதது தன்னிடம் இருக்கிறது என்று காட்டி, பார்ப்பவர் மனசில் ஒரு கடுகளவாவது பொறாமை விதையைத் தூவுவது. இதில் கிடைக்கிற சந்தோஷம் வேறு எதிலும் கிடைப்பதில்லை அம்மாவுக்கு.

'பசு லட்சுமி; பசு வீட்டுக்கு வருவது லட்சுமியே வருவதுபோல' ஆகவே பசுவுக்கு லட்சுமி என்று பேர் வைத்தாள் அம்மா. லட்சுமியை எங்குக் கட்டி வைப்பது என்கிற பிரச்சினை வந்தது. மனிதர்கள் மனிதர்களுக்காகவே வீடு கட்டிக் கொள்வதால் ஏனைய ஜீவன்களைப் பற்றி அவர்கள் கவலைப்படுவதில்லை. அப்போதைக்குக் கூடத்தில், நடைபாதையின் ஓர் ஓரம் கட்டி வைத்தோம்.

லட்சுமி சாணி போடக்கூடாது என்று விதியிருக்கிறதா என்ன? போட்டிருந்தது. அடுத்தநாள் காலை அறையை விட்டு வெளியே வந்த என் மனைவி திடுக்கிட்டுப் போனாள்.

சுமார் அரைக் கூடை சாணி போட்டிருந்தது லட்சுமி. மூத்திரம் வேறு பெய்து சாணி கரைந்து சிறு வாய்க்காலாக ஓடிச் சாக்கடையில் சேர்ந்திருந்தது. கூடத்தில் பாதி சாணியாகியிருந்தது. வைக்கோல், புல் தும்புகளும் தூசிகளும் பார்க்க அருவருப்பாய் இருந்தது. மாடு தொடைப் பகுதி முழுவதும் சாணி பூசிக்கொண்டிருந்தது. அந்த நாள் முதல் அவளுக்குக் காலைகளில் முதல் வேலை கூடத்தைக் கழுவி விடுவது என்றாயிற்று.

லட்சுமியைப் பராமரிக்கும் வேலையை அம்மாவே ஏற்றுக் கொண்டாள். அம்மா செய்த ஒரே வேலை அது. வேளா வேளைக்குத் தீனி போடுவது, தண்ணீர் காட்டுவது, வெள்ளிக்கிழமைகளில் சுடுதண்ணீர் வைத்து இளஞ் சூட்டில் லட்சுமியைக் குளிப்பாட்டுவது, மஞ்சள் குங்குமம் பொட்டு வைத்து அழகு பார்ப்பது என்று இந்த வேலைகளில் மிகுந்த ஈடுபாட்டோடு தன்னைக் கரைத்துக் கொண்டாள். பசு தொடர்பான காரியங்களில் அம்மா ஈடுபட்டிருக்கும்போது நான் பலமுறை பார்த்திருக்கிறேன். பரவசத்தோடு இருப்பாள். உள்ளத்துப் பரவசம் காரணமாக முகம்கூட அழகாய் இருக்கும். லட்சுமி 'அம்மா ...' என்று தன் தேவைக்கு அழைக்கும் போதெல்லாம் 'ஏண்டீம்மா' என்று ஓடுவாள். அவளுக்கு வயது அறுபத்து ஏழு.

லட்சுமிக்கும் அம்மாவின் மீது ரொம்ப வாஞ்சைதான். அது வந்த முதல் நாள் இரவு! இன்றும் என் நினைவில் இருக்கிறது. புதிய இடம். புதிய சூழ்நிலை. இரவு முழுவதும் கால்மாற்றிக் கால்மாற்றி 'அம்மா ...' 'அம்மா' என்று கத்திக்கொண்டேயிருந்தது.

தொழுவத்தில் தன் தாயோடும், சகோதரக் கன்றுகளோடும் ஒன்றாக வளர்ந்துகொண்டிருந்தது அது. திடீரென்று அதைப் பிடித்து அழைத்து வந்து எங்கள் வீட்டில் கட்டிப்போட்ட அந்த முதல் தனிமையான இரவை அந்தக் கன்றால் தாங்கிக்கொள்ள முடியவில்லை. உறவுகளைப் பிரிவதென்பது எல்லோருக்கும் கஷ்டமான அனுபவம்தான். மனிதனானால் என்ன? மிருகமானால் என்ன? ஆத்மா ஒன்றுதான். கன்று தேற இரண்டு நாள் ஆயிற்று.

பசு எங்கள் வீட்டுக்கு வந்து பல நாள் சென்று நிகழ்ந்த நிகழ்ச்சி ஒன்று எனக்கு ஞாபகம் வருகிறது. அம்மா ஏதோ ஒரு விசேஷத்துக்காக இரண்டு நாள் வெளியூர் சென்று வந்தாள். அந்த இரண்டு நாளும் லட்சுமி சரியாகச் சாப்பிடவில்லை. என்றுமே என் பையன்களை முட்டாதது அன்று முட்ட வந்தது. அதன் கண்களில் கோபம். அடிக்கடி ‘அம்மா’ என்று கத்தியது. அம்மா ஊரிலிருந்து வந்து, பையைத் தூக்கிக்கொண்டு வீட்டுக்குள் நுழைந் தாளோ இல்லையோ, லட்சுமி தும்பை அறுத்துக்கொள்ளும் ஆவேசம் கொண்டு அலற ஆரம்பித்தது. அம்மா ஓடோடியும் போய் அதை அணைத்துக்கொண்டு தடவிக் கொடுத்தாள். கன்றின் ஆவேசம் அடங்கப் பல நிமிஷங்களாயின. அம்மாவை அந்தக் கணத்தில் நான் பார்க்க வாய்ப்பு ஏற்பட்டது. அவள் கண்களில் இருந்து நீர்வழிந்தது உண்மை.

எல்லாம் சரி, என் சந்தேகம் வேறு. ஒரு மாட்டின் மீது பாசத்தைச் சொரியும் பக்குவத்தைப் பெற்றவளுக்கு, மனுஷியாகிய மருமகள் மீது மட்டும் வெறுப்பைக் காட்டும் துவேஷ புத்தி எங்ஙனம் வந்தது?

லட்சுமி தன் முதல் கன்றை ஈன்றது. அது காளைக் கன்று. லட்சுமி களைத்துப் போய் இருந்தது. கன்றை நக்கிக்கொண்டிருந்தது. கன்று எழ முயற்சித்து, விழுந்தது. எழவும் விழவுமாக இருந்தது. தாயைப் போலவே கன்று. ஜன்னம் எல்லா உயிர்க்கும் அழகைத் தருகிறது.

பிறந்த பச்சைக் குழந்தைகள் பார்க்க ஐயோ பாவம் என்றிருக் கும். கர்ப்பத்து வாழ்வை முடித்து மண்ணுக்கு வந்ததும் அவை மிரண்டு போய்விடும். சூழ்நிலைகளை அனுசரித்து தேறிய பின்பே அவற்றின் முகத்தில் தெளிவு ஏற்படும். என் குழந்தைகள் எனக்குத் தந்த அனுபவம் இவை.

அம்மாவுக்குக் காளைக் கன்று என்றதுமே சப்பென்றாகிவிட் டது. அவளுக்குப் பசுங்கன்று பிறக்க வேண்டும் என்கிற எதிர் பார்ப்பு. அம்மாவுக்குப் பெண் குழந்தைகள் இல்லை. நாங்கள் மூவருமே ஆண்கள். எனக்கு இரண்டு பிள்ளைகள். இரண்டும் பையன்கள்.

“பெண்சாபம் உள்ள குடும்பம்டா இது. இங்குப் பெண் முளைக்காது” என்றாள். எங்கள் குடும்பத்துப் பூர்வீகக் கதைகளுள்

இதுவும் ஒன்று. ஏழெட்டுத் தலைமுறைகளுக்கு முன்னால் நடந்ததாம் இது. என் கொள்ளுத் தாத்தாவுக்குக் கொள்ளுத் தாத்தா தன் பெண்டாட்டியைக் கொன்று புதைத்துவிட்டாராம். விஷயம் வேறொன்றுமில்லை. கொல்லையில் மாலைக்கருக்கலில் ஏதோ வேலையாகப் போயிருக்கிறாள் அவள். அதேநேரம் பக்கத்து வீட்டுச்சுவரில் அந்த வீட்டு இளைஞன் ஏறி, மரத்தில் இலை பறித்திருக்கிறான். பறித்துக்கொண்டு சுவரைவிட்டு இறங்கும் அந்தக் கணத்தில் தாத்தா கொல்லைக்கு வந்திருக்கிறார். கொல்லை யில் மனைவி – மதிலைவிட்டுத் தன்வீட்டுக்குள் குதிக்கும் பையன். எவன் மனசில்தான் மிருகம் இல்லை? தென்னம்பாளையைச் சீவிப்பிழைக்கும் சாணார இரத்தம் கொதித்திருக்கிறது. அரிவாள், பாளையைக் காட்டிலும் மென்மையான கழுத்தை அன்று அரிந்தது. அம்மா சொல்வாள். 'பத்தினி சாபம். ஏழேழு தலைமுறைக்கும் இந்த வீட்டுக்குப் பெண் விளங்காது. பிறந்தாலும் தாலியோடு வாழாது.'

லட்சுமி முதல் காளைக் கன்று ஈன்ற பொழுதிலிருந்து, அம்மா லட்சுமியை விட்டு விலக ஆரம்பித்தாள்.

அன்று அம்மா என் மனைவியைப் பார்த்து 'இந்த வீட்டு மருமகதான் பெண்ணைத் தராத துக்கிரின்னா, மாடுகூடக் காளைக் கன்றுதானே போடுது . . .' என்று சொல்லியதாக என் மனைவி என்னிடம் சொல்லி வருத்தப்பட்டுக் கொண்டாள். முதல் கன்று நாலாம் மாதம் வயிறு வீங்கிச் செத்துப் போயிற்று.

லட்சுமி விரைவிலேயே இரண்டாம் கன்று போட்டது. சொல்லி வைத்தாற்போல அதுவும் காளைக் கன்றுதான். அம்மா லட்சுமியை விட்டுச் சுத்தமாக ஒதுங்கிப் போனாள். அதோடு என் மனைவிக்கும் அவளுக்கும் பூசலும் அதிகமாயிற்று. அம்மாவும் மனைவியும் சேர்ந்து எனக்கு அதிகமான மனச்சோர்வைக் கொடுத்த நாள்கள் இவை.

திடீரென்று சட்னியில் உப்புக்கூடிவிட்டது என்று புகார். காப்பியா இது? சர்க்கரைத் தண்ணியா? அல்லது கழுநீரா? சாம்பாரில் இவ்வளவு புளிசேர்க்க எந்தச் சீமையில் கற்றுக் கொடுக் கிறார்களோ? உன்னைச் சாதம்தானே வடிக்கச் சொன்னேன். இப்படிக் கொழ கொழ என்று கஞ்சி காய்ச்சச் சொன்னேனா? வீடு நடக்கச் சகிக்கவில்லை, காலெல்லாம் மண். தரித்திரம் தொலையக்கூடாது என்று தவம் இருக்கியோ? ராஜா மாதிரி (அதாவது நான்) பிள்ளைக்குத் தேடிப் பிடித்தேனே . . . ஒரு மிகச் சின்ன விஷயத்துக்குக் காற்றடித்து, பெரிது பண்ணி, அதைப் பல குரல்களில், தொனிகளில் மாற்றி மாற்றி ஒரு மணி நேரம் பேச என் அம்மாவைத் தவிர உலகத்தில் வேறு யாரால் முடியும் . . .? முடியாது.

அம்மா லட்சுமியை விட்டு விலக விலக நான் அம்மாவை விட்டு விலகியதாக இப்போது நினைக்கிறேன். லட்சுமியை அம்மா

புறக்கணித்தது ராட்சஸத்தனம். லட்சுமியின் தவிப்பை என்னால் உணர முடிந்தது. தொடக்கத்தில் தொடர்ந்து பல மணி நேரங்கள் அம்மாவைப் பார்க்காமல் இருந்தபடியால் லட்சுமி 'அம் . . . மா' என்று கூப்பிட்டுக்கொண்டே இருந்தது. கால் மாற்றிக் கால் மாற்றி நின்று களைத்தது. முதலில் தீனி தின்ன மறுத்தது. என் மனைவி தீனி வைக்கப் போகும் போது, யாரோ போல் அவளைப் பார்த்து 'உஸ் . . .' என்று பெருமூச்சுவிட்டது. பிறகு அவளைப் பார்க்கும் போதெல்லாம் பின்னால் நகர ஆரம்பித்தது. முதுகை அடிக்கடிச் சிலிர்த்துக்கொண்டது. ஒழுங்காகச் சாப்பிடச் சில வாரங்கள் ஆயின. மிருகங்கள் இன்னொரு ஜீவனைச் சினேகித்து விட்ட பிறகு அந்தச் சினேகிதத்தை மனிதர்களைப் போல மறு பரிசீலனை பண்ணுவது இல்லை. லட்சுமியின் துன்பம் இதுதான்.

லட்சுமியின் தோற்றமே மாறிப்போய் இருந்தது. பிள்ளைகள் பெற்றுக் குடும்பம் நடத்தும் நடுவயதுக்காரி மாதிரி அது இருந்தது. முகத்தில் முதலில் இருந்த பிள்ளைக்களை இல்லை. அம்மாவைப் பார்க்கும் போதெல்லாம் குதிக்கும் கும்மாளம் இல்லை. அதன் நடப்பில் நிதானம் வந்தது. பேசத் தெரிந்த, உணர்ச்சியை வெளிக் காட்டும் மனுஷர்களிடம் சண்டை போடுவதல்லவோ நியாயம். இந்த அப்பாவியிடம் எதற்கு இவள் சண்டை போடுகிறாள் என்று இருக்கும்.

லட்சுமி சம்பந்தப்பட்ட முழுவேலையும் என் மனைவியைச் சேர்ந்ததாயிற்று. லட்சுமியின் இடமும், கொஞ்சம் வீட்டிலிருந்து தூரத்தில் உள்ள கொல்லைக் கொட்டகையில் மாறியது. அவ்வப் போது அம்மாவைப் பார்க்க நேர்ந்தால் கூப்பிடும். அம்மா திரும்பிக் கூடப்பார்க்காமல் வந்துவிடுவாள்.

லட்சுமி இரண்டாம் கன்றை ஈன்ற பிறகு அம்மா இதுவரை நாங்கள் பார்த்தறியாத முகங்களை எங்களுக்குக் காட்டினாள். எப்பவோ எனக்குப் பின்னால் பிறந்து, அம்மை வார்த்து இறந்து போன என் ஐந்து வயதுச் சகோதரியை நினைத்துக்கொண்டு அழுதாள் குமுறிக்குமுறி. அது நேற்று நடந்த சமாசாரம் என்பது போல் அழுதாள். இவள் இறந்த தேதியை மீண்டும் நினைவுக்குக் கொண்டுவந்து, பாவாடைச் சட்டைத் தைத்து, பொங்கல் இட்டுப் படையல் போட்டாள். இந்தப் பாவாடைச் சட்டைகளை எதிர் வீட்டுக் குழந்தைகளுக்குத் தானம் செய்தாள். எங்கள் வீட்டுக்கு வரும் ஏழைப் பெண்களுக்கு, தன் புடவைகளை எடுத்துக் கொடுத் தாள். தாராளமாகப் பண உதவி செய்தாள். எல்லாவற்றுக்கும் மேலாக, என் மனைவி ஊரில் இல்லாத நேரங்களில், எனக்குத் தன் உடல் தள்ளாமையையும் பொருட்படுத்தாமல் விருந்துக்குச் சமைப்பதுபோல் சமைத்தாள். அந்தக் கரிசனம் எனக்கு வேண்டி யிருக்கவில்லை. என் மீதான பாசம் என் மனைவியின் மீதான பகையின் வேறு வடிவம்.

மனிதர்கள் தங்கள் கடமையைச் செய்யாவிட்டால் என்ன? லட்சுமி தான் ஏற்றுக்கொண்டதை எங்களுக்குத் திருப்பிக் கொடுக்கத்தான் செய்தது. என் குழந்தைகளுக்கும் எங்கள் தேவை களுக்கும் அது பால் கொடுக்கத் தவறியதில்லை. நான் அறிந்து ஒரு பொழுதும் பால் கறக்க வருபவர்களிடம் வம்பு செய்ததே இல்லை. கோனார் வராத நேரங்களில் வீட்டில் நாங்கள் யார் இருந்தாலும் கறப்போம். எங்கள் தேவைகளுக்கு மேல் நிற்கும் பாலை விற்றுக் காசாக்குவோம். காசு பருத்திக் கொட்டை, புண்ணாக்கு, புல்லுக்கு ஆனது.

அம்மாவுக்குக் காப்பி அவசியம். தினம் நான்கு முறையாவது குடிப்பாள். இரண்டாவது கன்று பிறந்த பிறகு லட்சுமியின் பாலை அம்மா சீண்டவே இல்லை. ஓட்டலிலிருந்து காபி வரவழைத்துக் குடித்தாள். அம்மாவை விட்டுப் பெரிதும் விலக, இதுவே எனக்குக் காரணமாயிருந்தது. அம்மா முகம் கோரமாகி பார்க்கவே பயமாயிருந்தது.

அன்றைய சாயங்காலம் தரகர் இன்னோர் ஆளுடன் வந்துவிட்டார்.

மாட்டை விற்க வேண்டியது இல்லை என்று மதியத்திலிருந்தே அம்மாவுடன் நான் பேசிக்கொண்டிருந்தேன். அவள் கேட்பதாய் இல்லை.

ஒரு கட்டத்தில் மாடு இங்கிருந்து போய்விடுவதே நல்லது என்று எனக்குப் பட்டது. லட்சுமி போன்றவர்கள் இருக்க வேண்டிய இடம் எங்கள் வீடு அல்ல என்று தோன்றியது.

தரகர் கயிற்றைப் பற்றிக்கொண்டு வெளியே வந்தார். கன்று தாயைப் பின் தொடர்ந்தது. இரண்டு புதியவர்கள் தம்மை எங்கோ அழைத்துச் செல்கிறார்கள் என்று கண்டு கொண்டதும் லட்சுமி என்னை, என் மனைவியை, என் குழந்தைகளை, 'அம்மாவைப் பார்த்து அம்...மா' 'அம்...மா' என்றது. லட்சுமி போன பல மணி நேரங்களுக்குப் பிறகும் அதன் கூப்பாடு எனக்குள் எதிரொலித்துக் கொண்டேயிருந்தது.

அம்மா வீட்டுக்குள் வந்து உட்கார்ந்து அழுதாள். நிச்சயமாகச் செத்துப்போன தங்கைக்காக அல்ல இந்த அழுகை.

என்னதான் ஆனாலும் அம்மாவும் மனுஷிதானே.

■